AF518950

എന്റെ ഡയറി

ente diary

•

a k g

•

first edition
1982

•

fourth edition
july 1997

•

fifth edition
april 2011

•

typesetting
signature computer centre, palayam

•

published
chintha publishers, thiruvananthapuram

•

printed
akshara offset, thiruvananthapuram

•

cover
ambeesh kumar

Rights reserved

വിതരണം

ദേശാഭിമാനി ബുക്ക് ഹൗസ്

H O തിരുവനന്തപുരം–695 001

ബ്രാഞ്ചുകൾ

ഓവർബ്രിഡ്ജ് തിരുവനന്തപുരം • കെ എസ് ആർ ടി സി ബസ് സ്റ്റേഷൻ ആലപ്പുഴ • കെ എസ് ആർ ടി സി ബസ് സ്റ്റേഷൻ എറണാകുളം • ഐ ജി റോഡ് കോഴിക്കോട് • മാവൂർ റോഡ് കോഴിക്കോട് • എൻ ജി ഒ യൂണിയൻ ബിൽഡിങ് കണ്ണൂർ • സെൻട്രൽ ബസ് ടെർമിനൽ കോംപ്ലക്സ് താവക്കര കണ്ണൂർ • മച്ചിങ്ങൽ ലെയ്ൻ തൃശൂർ

CR - 1086 / 2688

എന്റെ ഡയറി

എ കെ ജി

ചിന്ത പബ്ലിഷേഴ്സ്
തിരുവനന്തപുരം–695 001
വില: ₹ 75

എ കെ ഗോപാലൻ
(1904-1977)

പ്രസാധകക്കുറിപ്പ്

എകെ ജി പലപ്പോഴായി എഴുതിയ കുറിപ്പുകളാണ്, കേവലം ഒരു രാഷ്ട്രീയ പ്രവർത്തകന്റെ പ്രചാരണ രേഖകളല്ല ഇവ. ജന ജീവിതത്തിന്റെ യഥാർഥ ഹൃദയസ്പന്ദനങ്ങളും അതിൽ പ്രതിക രിച്ച മനുഷ്യമനസിന്റെ സത്യസന്ധമായ പ്രതികരണങ്ങളുമാണ് ഇവയിൽ. വിവിധ തലങ്ങളിലെ ജനങ്ങളുമായുള്ള ബന്ധം; അവ രുടെ പ്രശ്നങ്ങളെപ്പറ്റിയുള്ള അറിവ്-ഇവയാകെ ബന്ധിപ്പിച്ചുകൊ ണ്ടുള്ള ചിന്ത.

കമ്യൂണിസ്റ്റ് പാർലമെന്ററി പ്രവർത്തനം എന്താണ്? എങ്ങ നെയാണ്? ഈ ചോദ്യങ്ങൾക്കുത്തരം ആരായുന്നൊരാൾക്ക് ഈ കുറിപ്പുകൾ ഒഴിച്ചുകൂടാൻ വയ്യാത്തവതന്നെ.

ജനങ്ങളുടെ പ്രശ്നങ്ങളും ആവശ്യങ്ങളും കാണാനും അവ ഉയർത്തിക്കൊണ്ടുവരാനും പരിഹാരം കാണാനും പാർലമെന്റി നകത്തും പുറത്തും എങ്ങനെ, എന്തുചെയ്യണമെന്ന് ഇവ കാണിച്ചു തരുന്നു.

ഉന്നതനായൊരു മാർക്സിസ്റ്റ് പാർലമെന്റേറിയനാവാൻ എ കെ ജിക്ക് എങ്ങനെ കഴിഞ്ഞു? ഈ കുറിപ്പുകൾ വായിക്കുന്ന വർക്ക് അത് എളുപ്പം മനസിലാവും.

എ കെ ജിയുടെ പ്രവർത്തനവും നേതൃത്വവും നമുക്കേ വർക്കും മാതൃകയും ആവേശം പകരുന്നതുമാണ്.

ഈ പുസ്തകത്തിന്റെ അഞ്ചാം പതിപ്പാണിത്. എ കെ ജി യുടെ ജീവിതവും പോരാട്ടങ്ങളും ഇന്നും അണയാതെ ജനഹൃദ യങ്ങളിൽ ജ്വലിച്ചുനിൽക്കുന്നതിന്റെ തെളിവാണിത്.

അഭിമാനപൂർവം ഈ കൃതി വായനാസമൂഹത്തിനു മുന്നിൽ സമർപ്പിക്കുന്നു.

ചിന്ത പബ്ലിഷേഴ്സ്

ഉള്ളടക്കം

1

പ്രസിഡന്റ് പാർട്ടിയുടെ പാവയാവരുത്

ഈ രാജ്യത്തിലെ ഭൂരിപക്ഷം വോട്ടർമാരും കോൺഗ്രസ് പാർട്ടിക്കെതിരാണെന്ന് ഈയിടെ നടന്ന തിരഞ്ഞെടുപ്പ് തെളിയിച്ചു. എന്നാൽ ഏകാംഗനിയോജകമണ്ഡലസമ്പ്രദായത്തിന്റെ കീഴിൽ കേന്ദ്രപാർലമെന്റിലും സംസ്ഥാന നിയമസഭകളിലും അത് ക്രമവിരുദ്ധമായ തോതിൽ കൂടുതൽ സ്ഥാനങ്ങൾ നേടി. രാജ്യത്തിലെ പരമാധികാരത്തിന്റെ തെറ്റിദ്ധരിപ്പിക്കുന്ന ഈ പ്രതിഫലനത്തെ തിരുത്തുകതന്നെവേണം.

അടുത്ത നടപടി റിപ്പബ്ലിക്കിന്റെ തലവനെ തെരഞ്ഞെടുക്കുകയാണ്. ഉയർന്ന ഈ സ്ഥാനത്തേയ്ക്ക് ജനങ്ങൾ നേരിട്ടല്ലാതെ ഒരാളെ തെരഞ്ഞെടുക്കാനാണ് ഭരണഘടനയിൽ വ്യവസ്ഥ ചെയ്തത്. ഭരണഘടനയുടെ 54,55 എന്നീ ഖണ്ഡികകളിൽ പറഞ്ഞ നടപടിക്രമം വികൃതവും കുഴപ്പം പിടിച്ചതുമാണ്. ഒരു നിയോജകമണ്ഡലത്തിൽ ജയിച്ച സ്ഥാനാർഥിക്ക് രേഖപ്പെടുത്തിയ വോട്ടിൽ ഒരു ന്യൂനപക്ഷം മാത്രമേ കിട്ടിയിട്ടുള്ളുവെങ്കിലും അദ്ദേഹത്തിനാണ് ആ നിയോജകമണ്ഡലത്തിലെ ഓരോ വോട്ടും കിട്ടിയതെന്ന് അത് അനുമാനിക്കുന്നു.

എന്നാൽ വാസ്തവത്തിൽ, പാർലമെന്റിലേക്കുള്ള തിരഞ്ഞെടുപ്പിൽ കോൺഗ്രസ് സ്ഥാനാർഥികൾക്കെല്ലാം കൂടി 44.47 ശതമാനം വോട്ടാണു കിട്ടിയത്; അവരിൽ ജയിച്ചവർക്കാണെങ്കിൽ അതിലും കുറവേ കിട്ടിയിട്ടുള്ളൂ. ഭരണഘടനയിലെ 54,55 എന്നീ വകുപ്പുകൾ അനുസരിച്ചുള്ള, നേരിട്ടല്ലാത്തതും കുഴപ്പംപിടിച്ചതുമായ നടപടിക്രമത്തിൽപോലും, എല്ലാ കോൺഗ്രസേതര പ്രതിപക്ഷപ്പാർട്ടികളും വ്യക്തികളും ഗ്രൂപ്പുകളും ജനങ്ങളുടെ പരമാധികാരം യഥാർഥവും ഫലപ്രദവുമാക്കാൻ യോജിക്കുകയാണെങ്കിൽ, പ്രസിഡന്റ് തിരഞ്ഞെടുപ്പിൽ ജനങ്ങളുടെ ഈ പരമാധികാരം പ്രകടമാകാനുള്ള സാധ്യതയുണ്ട്.

എന്നാൽ കേന്ദ്രത്തിൽ അധികാരം നടത്തുന്ന പാർട്ടിയുടെ ജിഹ്വയായും പാവയായും ഭൗതിക കാര്യങ്ങളിൽ പ്രവർത്തിക്കുന്ന ഒരു തലവനെ തെരഞ്ഞെടുക്കുകയെന്നത് മാത്രമായി പ്രസിഡൻറ് തിരഞ്ഞെടുപ്പിനെ കണക്കാക്കിയാൽ പോരാ. ദേശീയാടിയന്തരാവസ്ഥയിൽ മാത്രമല്ല, ഗവൺമെന്റിന്റെ ദൈനംദിന നടത്തിപ്പിൽത്തന്നെ ഭരണഘടന പ്രസിഡന്റിൽ വിപുലവും അടിസ്ഥാനപരവുമായ അധികാരങ്ങളും കടമകളും അർപ്പിച്ചിട്ടുണ്ട്. പ്രധാനമന്ത്രി വലിക്കുന്ന ചരടുകൾക്കനുസരിച്ച് പ്രവർത്തിക്കുന്ന ഒരു പാവയുടെ നിലയും കടമയുമാണ് തനിക്കുള്ളതെന്ന് വിചാരിക്കുന്ന ഒരു പ്രസിഡന്റിന് ഈ അധികാരങ്ങൾ ഫലപ്രദമായി ഉപയോഗിക്കാനും ഈ കടമകൾ ശരിയായി നിറവേറ്റാനും സാധിക്കയില്ല, ഭരണഘടനയുടെ ശരിയും ന്യായവും നിഷ്കൃഷ്ടവുമായ വിശകലനമനുസരിച്ച് ഒരു പാർട്ടി തെരഞ്ഞെടുത്ത ആളാണെങ്കിലും പ്രസിഡന്റ് സ്റ്റേറ്റിന്റെ തലവനും രാജ്യത്തിന്റെ വക്താവും, ജനങ്ങളുടെ നേതാവുമായിരിക്കണം.

കേന്ദ്രപാർലമെന്റിൽ അധികാരത്തിലുള്ള പാർട്ടിയുടെ അഭിപ്രായങ്ങൾ പ്രകടിപ്പിക്കുകയും നയങ്ങൾ നടപ്പിൽവരുത്തുകയും ചെയ്യുന്ന അശക്തനും എല്ലാറ്റിനും കീഴടങ്ങുന്നവനുമായ ഒരാൾക്ക് ഈ കടമകൾ നിറവേറ്റാൻ കഴിയില്ല. കേന്ദ്രത്തിലും സംസ്ഥാനങ്ങളിലും ഒരേ രാഷ്ട്രീയപ്പാർട്ടിക്കുമാത്രം ഭൂരിപക്ഷം ഉണ്ടാവുമെന്ന അടിസ്ഥാനത്തിലാണ് ഭരണഘടന തയാറാക്കിയതെന്നു തോന്നുന്നു. ഇത് അങ്ങേയറ്റം വാസ്തവവിരുദ്ധമാണ്. യൂണിയനിലെ വിവിധ സംസ്ഥാനങ്ങളിൽ അധികാരത്തിൽ വരുന്ന വ്യത്യസ്ത പാർട്ടികളെ നയിക്കുന്ന തത്വത്തിലും പ്രയോഗത്തിലും വ്യത്യാസമുണ്ടാകാനുള്ള സാധ്യത കണക്കാക്കാതിരിക്കുന്ന പ്രസിഡന്റ് ഭരണഘടനാപരമായ അസ്വാസ്ഥ്യത്തെയും ദേശീയമായ നാശത്തെയും ക്ഷണിക്കുകയാണ് ചെയ്യുന്നത്.

വേഗം മദോന്മത്തനാവുന്ന ഒരു രാഷ്ട്രീയചിന്തകന്റെ നേതൃത്വത്തിലുള്ള ഒരൊറ്റ പാർട്ടിയുടെ സ്വേച്ഛാധികാരം അഴിമതികളിലേക്കും അബദ്ധങ്ങളിലേക്കും രാജ്യത്തിന്റെ അടിയന്തരവും വിദൂരവുമായ താൽപ്പര്യങ്ങൾ ബലിയർപ്പിക്കുന്നതിലേക്കുമാണെത്തിക്കുകയെന്ന് കോൺഗ്രസ് ഏകാധിപത്യം സ്റ്റേറ്റുകളുടെ വിവിധ ശാഖകളിൽ അഞ്ചുകൊല്ലം നടത്തിയ രാജ്യഭരണം വ്യക്തമായും തെളിയിക്കുന്നു.

സ്വന്തം ഭരണഘടനയെപ്പറ്റി മാത്രമല്ല മറ്റു രാജ്യങ്ങളിലെ ഭരണഘടനകളുടെ പ്രവർത്തനത്തെപ്പറ്റിക്കൂടി അറിയുന്ന ഒരാളായിരിക്കണം പ്രസിഡന്റ്. അനവധികൊല്ലത്തെ അഗാധമായ പഠനത്തിന്റെയും ഗവേഷണത്തിന്റെയും ഫലമായി അദ്ദേഹത്തിന് രാജ്യത്തിന്റെ സാമ്പത്തികാവശ്യങ്ങളെപ്പറ്റിയും അത് ചുരുങ്ങിയ നിശ്ചിതസമയത്തിനുള്ളിൽ നിറവേറ്റാനുള്ള മാർഗത്തെപ്പറ്റിയും വിവരമുണ്ടായിരിക്കണം. ഉയർന്ന സാമ്പ

ത്തികകാര്യങ്ങളെപ്പറ്റി–സ്വകാര്യവും പബ്ലിക്കും–അദ്ദേഹത്തിന് നല്ല വൈദഗ്ധ്യം വേണം. സാർവദേശീയ നിയമത്തെപ്പറ്റിയും അദ്ദേഹം അറിഞ്ഞിരിക്കണം. എന്നാൽ മാത്രമേ പക്ഷംപിടിക്കുന്ന ഒരു രാഷ്ട്രീയചിന്തകന്റെ അമിതമായ ആവേശത്തിൽനിന്നും അസ്വാസ്ഥ്യത്തിൽനിന്നും വിട്ടുനിന്നുകൊണ്ട് അദ്ദേഹത്തിന് രാജ്യത്തിന്റെ ദൈനംദിന ഭരണത്തിന്റെ വിവിധ വശങ്ങളുടെ അടിസ്ഥാന നയരൂപീകരണത്തിന് മേൽനോട്ടം വഹിക്കാൻ കഴിയൂ.

ദേശാഭിമാനി, 1952 ഏപ്രിൽ 17

2

ഇന്നത്തെ ജനാഭിലാഷം രൂപാന്തരപ്പെടുത്തണം

ഒരു പുതിയ രംഗത്താണ് ഞാൻ പ്രവേശിച്ചിട്ടുള്ളത്. അതെന്താണെന്ന് നാട്ടുകാരെ അറിയിക്കണമെന്ന് എനിക്ക് ആഗ്രഹമുണ്ട്. പക്ഷേ, ഭാരിച്ച ജോലിത്തിരക്കുനിമിത്തം അത് ഇതുവരെ സാധിച്ചില്ല. എന്നാൽ ആഴ്ചയിലൊരിക്കലെങ്കിലും ഞാൻ ഇങ്ങനെ എഴുതാൻ ശ്രമിക്കാം.

ജൂൺ 18-ന് രാത്രി ഒരു മണിക്കാണ് കമ്യൂണിസ്റ്റ് പാർലമെന്ററി പാർട്ടി ആപ്പീസിലെത്തിയത്, ആപ്പീസിന്റെ പിന്നിലുള്ള മുറിയിലാണ് എന്റെ താമസം. ചൂട് സഹിക്കാൻ വയ്യ. മേലൊന്ന് കഴുകി ഞാൻ പുറത്തുകിടന്നുറങ്ങി. ഉറങ്ങാൻ രണ്ടുമണിയായി.

രാവിലെ 8.15നാണ് പാർലമെന്റ് തുടങ്ങുന്നത്. ആറുമണിക്ക് എന്നെ ആരോ വിളിച്ചു, കുറെ ആളുകൾ വന്നിരിക്കയാണ് കാണാൻ. ആ ദിവസം പാർലമെന്റ് വാദപ്രതിവാദത്തിൽ അവരുടെ കാര്യം വരും. അപ്പോൾ അവരെ സംബന്ധിച്ച് ചിലത് പറയണമെന്ന് അപേക്ഷിക്കാനാണ് വന്നത്. ഞാൻ കാര്യം ശ്രദ്ധിച്ചുകേട്ടു.

അപ്പോഴേക്കും ആപ്പീസിൽ കുറെ കമ്പികൾ വന്നുകിടപ്പുണ്ട്. പത്താൻകോട്ടയിൽ സാധുകൃഷിക്കാരെ സെമീന്ദാർമാർ മർദിച്ചകഥ, അഭയാർഥിയുടെ വീടിന്റെ കാര്യം മറ്റൊന്ന്, ആസാമിലെ പണിമുടക്കിന്റെ സംഭവം കാണിച്ച് വേറെയൊന്ന്, ഇങ്ങനെയൊരു ഡസൻ.

കുളിയും കാപ്പിയും കഴിഞ്ഞ് പാർലമെന്റിൽ പോകാൻ ഭാവിക്കുമ്പോഴേക്കും മറ്റൊരുസംഘം വന്നു. അവർ ദൽഹിയിലെ അഭയാർഥികളാണ്. അവർ ഹർത്താലനുഷ്ഠിച്ചിരിക്കുകയാണ്. അവരുടെ ഒരു ഘോഷയാത്ര പാർലമെന്റിന്റെ മുമ്പിൽ വരുന്നുണ്ട്; നിവേദനം സ്വീകരിക്കണം.

പാർലമെന്റിൽ എത്തി. അന്വേഷണ ആപ്പീസിൽ ഉണ്ട് വേറൊരു കൂട്ടം ആളുകൾ തൊഴിലാളികൾ, ഗുമസ്തന്മാർ, കച്ചവടക്കാർ, ചെറിയ കമ്പനി ഉടമസ്ഥന്മാർ തുടങ്ങിയവർ. അവർ ഓരോരുത്തരും ഓരോ

മെമ്മോറാണ്ടവുംകൊണ്ട് കുത്തിയിരിക്കുകയാണ്. അവരോട് അരമണിക്കൂർ സംസാരിച്ചു.

ഒരുമണിക്ക് സഹിക്കാൻവയ്യാത്ത വെയിലിൽ ആപ്പീസിലെത്തി, അവിടെ നാലാൾ കാത്തുനിൽപ്പുണ്ട്, വിമാനത്താവളതൊഴിലാളി യൂണിയന്റെ വാർഷികസമ്മേളനമുണ്ട്. അവർക്ക് പത്തു നിമിഷം കിട്ടാതെ തരമില്ല. തലവേദന സഹിക്കാൻ വയ്യ. എന്നാലും അവർ വിട്ടില്ല. ഒരുമണിക്കൂർ നേരം അവിടെ സംസാരിച്ചു. വീട്ടിലെത്തി ഭക്ഷണം കഴിച്ച് വിശ്രമിക്കാൻ ഭാവിക്കുമ്പോൾ ഒരുസംഘം ആളുകൾ ആപ്പീസിൽ; വിമാനത്താവള ആപ്പീസ് പ്രവൃത്തിക്കാർ അവരെ വീട്ടിൽനിന്ന് ഇറക്കിയിരിക്കയാണ്. പൊലീസ് വീട്ടുസാമാനം മുഴുവൻ പുറത്തുവച്ചിരിക്കുകയാണ്. അവരുടെ കമ്പനിമുതലാളി ദാൽമിയയും ഗവൺമെന്റുമായി എന്തോ തർക്കമുണ്ട്. അതിന് തൊഴിലാളികളെ കളിപ്പിക്കയാണ്.

നാലഞ്ച് ഇടത്തരക്കാരായ ചെറുപ്പക്കാർ എന്തെങ്കിലും ഒരു വഴി ഉണ്ടാക്കണമെന്ന് പറഞ്ഞ് കരയുകയാണ്. മന്ത്രിക്ക് ഫോൺ ചെയ്ത് അവരെ മന്ത്രിയുടെ അരികെ അയച്ചു. ആ ചെറുപ്പക്കാർക്കെല്ലാം സമാധാനമായി. കൃത്യം 4.30ന് പോസ്റ്റ് ആന്റ് ടെലഗ്രാഫ് പ്രവർത്തകരുടെ നിവേദനം വാങ്ങാൻ പോയി. എല്ലാ പാർട്ടിയിലുമുള്ള എം പിമാരും വന്നിട്ടുണ്ട്. അതുംകഴിഞ്ഞ് 6.30ന് വീട്ടിലെത്തി. പോസ്റ്റുമാൻ യൂണിയന്റെ ഭാരവാഹികൾ കാത്തുനിൽക്കുന്നു. അവർക്കുമുണ്ട് വലിയ ആവലാതികൾ. അവരുടെ വാർഷികം 20നാണ്. പോകാതെ തരമില്ല.

എന്റെ സെക്രട്ടറി വന്നു പറഞ്ഞു, രണ്ടാൾ കാണാൻ കാത്തിരിക്കുകയാണെന്ന്. മൂന്നുദിവസമായി വരുന്നു. കാണാതെ പോവില്ലത്രെ. ഐ എൻ എയിൽ പണിയെടുത്തവരാണ്. സിങ്കപ്പൂരിൽ നിന്നുവന്ന് ജോലി കിട്ടാതെ അലയുന്ന യുവാവും ഭാര്യയും കുട്ടിയും. ആവലാതി ഒന്നരമണിക്കൂർ പറഞ്ഞു. ഞാൻ അകത്തുപോയി. ഒരുവിധത്തിൽ രണ്ടുറുപ്പിക സഖാക്കളിൽനിന്ന് പിരിച്ചുകൊടുത്തു. അവർക്ക് തൃപ്തിയായില്ല.

ഇത് ഏറ്റവും ചുരുങ്ങിയ പരിപാടിയുള്ള ദിവസത്തെ ഡയറിയാണ്. കത്തുകൾ ധാരാളം വരുന്നു. മലബാറിൽ നിന്നുവരുന്ന കത്തുകളിൽ പണത്തിനും ആവശ്യപ്പെടുന്നുണ്ട്. ഓരോ ആൾക്കും ഓരോ ബുദ്ധിമുട്ട് –സ്കൂൾഫീസിനു വേണ്ടി; ജീവിക്കാൻ വഴിയില്ലാത്തതുകൊണ്ട്; ചികിത്സക്ക്; വിവാഹത്തിന്; മറ്റുപലതിനും

പാർലമെന്റ് മെമ്പറെപ്പറ്റി ജനങ്ങൾക്ക് എന്ത് പ്രതീക്ഷയാണ്! അതിർകവിഞ്ഞ പ്രതീക്ഷകൾ. പാർലമെന്റുമുഖേന തങ്ങളുടെ കാര്യങ്ങൾ മുഴുവൻ സാധിക്കാമെന്ന് വിചാരിച്ചാണോ? അല്ല, തങ്ങളുടെ ഇതുവരെയും കേൾക്കാത്ത ശബ്ദം അവിടെ ഉയർത്താൻ സാധിക്കുമെന്ന് വിചാരിച്ച്; അതിന് ആളുണ്ടെന്ന് വിചാരിച്ച്; ഗവൺമെന്റുചെയ്യുന്ന അനീതികൾ പുറത്തുവരട്ടെ എന്ന് വിചാരിച്ച്. അവരോട് സംസാരിക്കാനും അവരുടെ കാര്യം മനസിലാക്കാനും ഒരു വലിയ ആപ്പീസ് തന്നെ വേണം.

ഞങ്ങളുടെ പാർലമെന്റ് ആപ്പീസിൽ ആറു പേരുണ്ട്. എന്നിട്ടും

വരുന്ന കത്തുകൾ വായിച്ച് മറുപടി അയക്കാനോ പ്രശ്നങ്ങൾ മുഴുവൻ മനസിലാക്കാനോ കഴിയുന്നില്ല. മാസത്തിൽ 3000ക ആപ്പീസിന് ചെല വാക്കുന്നുണ്ട്. എന്നിട്ടും സാധിക്കുന്നില്ല. അതാണ് ഇന്നത്തെ നില. ഈ വമ്പിച്ച ജനാവലിയുടെ അഭിലാഷം ഒരു ശക്തിയേറിയ ജനാധി പത്യ മുന്നണിയായി രൂപാന്തരപ്പെടുത്തിയാൽ ഇന്നത്തെ പാർലമെന്റ് അവരുടെ പാർലമെന്റായിത്തീരും നിശ്ചയം.

(*ദേശാഭിമാനി*, 1952 ജൂൺ 24)

3

കാറ്റെങ്ങോട്ടു വീശുന്നു?

എനിക്കിവിടെ കിട്ടുന്ന നൂറുകണക്കായ എഴുത്തുകളിൽ ചിലത് ദിവസത്തിലൊന്നെങ്കിലും തലപുകഞ്ഞ ചില പുള്ളികളുടേതാണ്. നോക്കൂ: ഒരു കിഴവനായ റിട്ടയേർഡ് ഗവൺമെന്റുദ്യോഗസ്ഥൻ; ഇത് നൂറാമത്തെ കാർഡാണ് അയക്കുന്നത്. കാർഡിലെ ചില വരികൾ ഇതാണ്:

> ഇന്നു ഞാൻ ദൈവത്തോട് പ്രാർഥിക്കുന്നു; ഈ മന്ത്രിമാരെ ഇഴജന്തുക്കളായി മാറ്റാൻ. ഭദ്രകാളി ഇവരെ പുഴുക്കളാക്കാതിരിക്കില്ല. എന്റെ സ്വർണഖചിതമായ വാക്കിങ്ങ്സ്റ്റിക്ക് കട്ടുകൊണ്ടുപോയ ചെറ്റകൾ!

ഇതാ മറ്റൊന്ന് വരുന്നു, രാജസ്ഥാനിൽനിന്നാണ്:

> ഞാനെന്താണ് ചെയ്യേണ്ടതെന്ന് ഉപദേശിച്ചുതരണം. തീകൊണ്ടു കളിക്കാനാണ് ഞാൻ ഇഷ്ടപ്പെടുന്നത്. കൊലമരത്തിലേറാനാണ് എന്റെ ആഗ്രഹം. എന്റെ ജീവിതം നിഷ്ഫലമാക്കാൻ ഞാൻ വിചാരിക്കുന്നില്ല. ഇന്ത്യയിൽ അങ്ങുന്നു മാത്രമാണ് ഉപദേശിക്കാൻ കെൽപ്പുള്ള മഹാൻ. ഞാൻ കമ്യൂണിസ്റ്റ് പാർട്ടിയിൽ ചേരട്ടെയോ?

ഡബിൾ എം എ ഡിഗ്രിയെടുത്ത ഒരു യുവാവാണ് താൻ എന്നാണീ ലേഖകൻ എഴുതുന്നത്. എം എ ക്കാരെ ഭ്രാന്തന്മാരാക്കാനാണ് സർക്കാർ ഉദ്ദേശിക്കുന്നത്.

ഇങ്ങനെ ഡസൻകണക്കായ കത്തുകൾ വരാറുണ്ട്. ചിലത് വായിച്ച് ഞങ്ങൾ മണ്ണുകപ്പാറുണ്ട്. ഇതെല്ലാം എന്താണ് ചെയ്യേണ്ടതെന്നതിനെപ്പറ്റി എന്റെ സെക്രട്ടറി അപ്പനുവിന്റെ തലപുകയുകയാണ്.

ഇവിടെ കാണാൻ വരുന്ന ജനങ്ങൾക്കു കയ്യും കണക്കുമില്ല. എല്ലാ

വർക്കുമുണ്ട് ഗവൺമെന്റിനെതിരായി എന്തെങ്കിലുമൊന്നു പറയാൻ. കഴിഞ്ഞ ആഴ്ചയാണ്; ഞാൻ വിയർത്തൊലിച്ചുകൊണ്ട് പാർലമെന്റിൽ നിന്ന് ആപ്പീസിലേക്ക് വന്നുകയറി. അതിഥികളുടെ മുറിയിലുണ്ട് ഒരു ഡസൻ ദീർഘകായന്മാർ. എല്ലാം പഞ്ചാബിലെ ഗംഭീരമായ താടിയുള്ള ആജാനുബാഹുക്കൾ. നടുവിൽ, താടികളുടെ നടുവിലെന്നുതന്നെ പറയാം തീപ്പെട്ടിക്കോലുപോലുള്ള അപ്പനുവും. അപ്പനു നടുവിൽ ഉണ്ടെന്നുതന്നെ കണ്ടുപിടിക്കാൻ അഞ്ചുനിമിഷം വേണ്ടിവന്നു. എന്നെ കണ്ടതോടുകൂടി പന്ത്രണ്ടു പേരും ഒറ്റച്ചാട്ടത്തിനെഴുന്നേറ്റ് 'ചടപടാ' എന്ന് സല്യൂട്ട് ചെയ്ത് വടിപോലെ നിന്നു. ഞാൻ ഒന്ന് അമ്പരന്നു. അപ്പനുവിനെ തുറിച്ചുനോക്കി.

ഹോങ്കോങ്ങിൽ ജോലിയെടുത്ത ചില സിക്കു പൊലീസുകാരുടെ ഒരു നിവേദക സംഘമാണ്." അപ്പനു എന്നെ പറഞ്ഞു മനസിലാക്കി. അവരുടെ നിവേദനം ഇതാണ്:

ഹോങ്കോങ്ങിൽ ജോലിചെയ്ത ഇരുനൂറോളം വരുന്ന ഇന്ത്യൻ പൊലീസ്സേനയുടെ പ്രതിനിധികളാണിവർ. ഇവർക്ക് ഇനിയും 650കയോളം ഗവൺമെന്റിൽനിന്ന് പ്രതിഫലം വക കിട്ടാനുള്ളതിന്റെ ചില സർട്ടിഫിക്കറ്റുകളും പിടിച്ചുവെച്ചിരിക്കയാണ്. ഇതിനുത്തരവാദി ഉജാൻ സിങ്ങ് എന്ന ഹോങ്കോങ്ങ് ഗവൺമെന്റുദ്യോഗസ്ഥനാണത്രെ! ഇന്ത്യയിലേക്ക് തിരിച്ചുവന്ന ഇവരെ, ഇവർ ഗവൺമെന്റിൽ നിവേദനങ്ങളർപ്പിച്ചുവെന്ന കാരണത്താൽ ഹോങ്കോങ്ങിലേക്ക് തിരിച്ചുപോകാൻ അധികൃതർ അനുവദിക്കുന്നില്ല എന്നാണിവരുടെ ആവലാതി. ഇരുനൂറ് കുടുംബങ്ങൾ ഇങ്ങനെ തെരുവിലിറങ്ങിയിരിക്കുകയാണ്. കമ്യൂണിസ്റ്റുകാരെ മാത്രമേ ഇനി ഈ പൊലീസുകാർ വിശ്വസിക്കുകയുള്ളൂ എന്നാണ് ഇവർ ഒരൊറ്റസ്വരത്തിൽ പറഞ്ഞത്. ഇനിയുമിങ്ങനെ നീട്ടിക്കൊണ്ടുപോകാൻ പലതുമുണ്ട്. ഇനിയത്തെ ആഴ്ചയിലെഴുതാം.

പക്ഷേ, ഈ പുതിയ അനുഭവങ്ങൾ കാറ്റെങ്ങോട്ടാണടിക്കുന്നതെന്നതിന്റെ പ്രത്യേക ചിഹ്നങ്ങളാണ്. 'കമ്യൂണിസ്റ്റിമ്പാച്ചി' പാട്ടുകാർക്കുള്ള ചുട്ട അടികളാണ്.

അഭയാർഥികൾ ലക്ഷക്കണക്കായി പാകിസ്ഥാനിൽനിന്ന് നാടും വീടും വിട്ട് കുടുംബജീവിതം താറുമാറായി പ്രാണരക്ഷാർഥം ഇന്ത്യയിലേയ്ക്ക് തള്ളിക്കയറി; ആബാലവൃദ്ധം ജനങ്ങൾ, അന്ധമായ സാമുദായിക കലഹങ്ങൾക്ക് ഇന്ത്യയിലെ പടുകൂറ്റൻ പണക്കാരുടെ ചട്ടുകങ്ങളായിത്തീർന്നു; പാവങ്ങൾ, ഇന്നും പട്ടിണിയും പാടും നിത്യദാരിദ്ര്യവുമായിക്കഴിയുന്ന എത്രയോ അഭയാർഥികുടുംബങ്ങൾ–ഇവരെല്ലാം കമ്യൂണിസ്റ്റ്പാർട്ടിയെ ഉറ്റുനോക്കാൻ തുടങ്ങി.

ഒരു മധ്യാഹ്നത്തിൽ ഞാൻ എന്റെ മുറിയിലേക്ക് കടന്നുചെന്നപ്പോൾ മേശമേൽ മടക്കിവച്ചിട്ടുണ്ട് സിൽക്കുകൊണ്ട് ചിത്രവേലകൾ ചെയ്ത ഒരൊന്നാന്തരം തലയണ ഉറ. അതിന്മേൽ 'ഗുഡ്നൈറ്റ്' എന്ന് വലിയ ചുവന്ന അക്ഷരത്തിൽ തുന്നിപ്പിടിപ്പിച്ചിരിക്കുന്നു; ചുറ്റുപാടും പുഷ്പ

ങ്ങളും വള്ളികളും! ഞാനൊന്ന് അമ്പരന്നു. ആപ്പീസിൽ അന്വേഷിച്ചു. ആരാണ് ഇത് എന്റെ മേശമേൽവച്ചത്. ലീല (സുന്ദരയ്യയുടെ ഭാര്യ)യുണ്ട് പുഞ്ചിരിതൂകുന്നു. ഒരു അമ്മയും പുത്രിയും രാവിലെ ഇവിടെ വന്നുവത്രെ, അഭയാർഥികളാണ്. "എ കെ ജിയെ ഒന്ന് കാണണം" അത്ര മാത്രം. അവരുടെ വക സമ്മാനമാണ്. എനിക്ക് ഇരുപതുനാഴിക നടന്ന് തലയണ ഉറ തരാൻ വന്നവരാണവർ-കമ്യൂണിസ്റ്റ് പാർട്ടിയോടുള്ള ബഹുമാനവും സ്നേഹവും പ്രകടിപ്പിക്കാൻ. ഞാൻ ഒരുമണിക്കു ശേഷമേ പാർലമെന്റിൽനിന്നു വരികയുള്ളു എന്ന് ലീല പറഞ്ഞപ്പോൾ അവരുടെ അമ്മ പറഞ്ഞു: "എന്തുചെയ്യാനാണ്, ഞങ്ങൾക്ക് ഇന്നുതന്നെ തിരിച്ചുപോകണം. വൈകുന്നേരത്തിനിടയ്ക്ക് ക്യാമ്പിൽ (അഭയാർഥി ക്യാമ്പിൽ) എത്തണം. ഇത് (തലയണ ഉറ) എ കെ ജിക്ക് കൊടുക്കൂ. ഇനിയൊരവസരത്തിൽ വരാം. കമ്യൂണിസ്റ്റ് പാർട്ടി മാത്രമാണ് ഞങ്ങളുടെ കാര്യം പറയുന്നത്."

മറ്റൊരു സംഭവം മിനിഞ്ഞാന്ന് നടന്നു. വൈകുന്നേരം മൂന്നുമണിക്ക് യൂറോപ്യൻ രീതിയിൽ (ടൈയടക്കം) വസ്ത്രധാരണം ചെയ്ത ഒരു ചെറുപ്പക്കാരൻ ആപ്പീസിൽ കടന്നുവന്നു. ഇംഗ്ലണ്ടിലെല്ലാം പോയി ഉപരിപഠനം നടത്തി തിരിച്ചുവന്ന ഒരു ഡോക്ടറാണ് ചെറുപ്പക്കാരൻ. അനാരോഗ്യവും രോഗവും ബാധിച്ച് മഴപ്പാറ്റകളെപ്പോലെ ജനങ്ങൾ ചത്തൊടുങ്ങുന്ന നമ്മുടെ രാജ്യത്ത് ആത്മാർഥതയും ജീവകാരുണ്യവും ഉള്ള ഇത്തരം ഡോക്ടറെ കോൺഗ്രസ് ഗവൺമെന്റിനാവശ്യമില്ല. കാരണമെന്താണെന്നോ?

ഇദ്ദേഹം യുദ്ധമധ്യത്തിൽ വീണൊടുങ്ങുന്ന കൊറിയൻജനതയെ ശുശ്രൂഷിക്കാൻ മുന്നോട്ടുവന്നു. താനൊരു വളണ്ടിയറായി വടക്കൻ കൊറിയയിലേക്ക് പോകാൻ തയാറാണെന്ന് ഈ യുവാവ് ഇന്ത്യാഗവൺമെന്റിനെഴുതി. ഫലമോ? അദ്ദേഹത്തിന് പാസ്പോർട്ട് നിഷേധിച്ചു വെന്ന് മാത്രമല്ല, ഒരു ഡോക്ടറായി പ്രാക്ടീസ് ചെയ്യാനുള്ള സൗകര്യം കൂടി നിഷേധിച്ചു.

അപ്പനുവോട് ഈ ഡോക്ടർ വികാരഭരിതനായി പറഞ്ഞുവത്രേ:

"സഖാവ് എ കെ ഗോപാലനെ കാണാനാണ് ഞാൻ വന്നത്. എം പി എ കെ ഗോപാലനെയല്ല. കാരണം, എ കെ ജി യും അദ്ദേഹം പ്രതിനിധീകരിക്കുന്ന കമ്യൂണിസ്റ്റ് പാർട്ടിയും ഇന്ന് ജനതയുടെ ആശാദീപമായിക്കഴിഞ്ഞിരിക്കുന്നു."

(*ദേശാഭിമാനി*, 1952 ജുലായ് 13)
(*ചിന്ത*, 1984 ജനുവരി 6)

4

ഈ വ്യൂഹത്തിന്റെ മുമ്പിൽ മുട്ടുകുത്താത്തവരില്ല

കഴിഞ്ഞ ആഴ്ചയാണ് ഇത് നടന്നത്. ഉച്ചതിരിഞ്ഞ് മൂന്നുമണി കഴിഞ്ഞിരിക്കണം. രണ്ട് ദീർഘകായന്മാർ ആപ്പീസിലേക്ക് കടന്നുവന്നു. മഞ്ഞ തലക്കെട്ട്, നീണ്ട കോട്ട്, കാലോട് പറ്റിക്കിടക്കുന്ന കാലുറ, കൊമ്പൻമീശ–രജപുത്രന്മാരാണവരെന്ന് ഒരൊറ്റ നോട്ടത്തിൽ വിളിച്ചു പറയാം.

അവരുടെ ആവശ്യമെന്താണെന്നോ? രജപുത്താനയിലെ ഒരു പടുകൂറ്റൻ ജന്മിയും അയാളുടെ കാര്യസ്ഥനുമാണാഗതർ. കമ്യൂണിസ്റ്റ് പാർട്ടിക്കുവേണ്ടി സർവവും ബലികഴിക്കാൻ തയാറായി വന്നിരിക്കയാണ്. പക്ഷേ ഒരു കാര്യം മാത്രം പാർട്ടി ഏൽക്കണം. പാർട്ടി മതത്തെയും ജാതിയെയും തൊട്ടുകളിക്കരുത്. അത് ഞാൻ ഏൽക്കുമോ? ഏൽക്കുമെങ്കിൽ അവരുടെ ഭൂമി, സൈന്യം, ആയുധങ്ങൾ എന്നിവ പാർട്ടിക്ക് അടിയറ വയ്ക്കാൻ അവർ ഒരുങ്ങിയിരിക്കുകയാണ്. ഇതിന്റെ അർഥം വ്യക്തമാണ്. കോൺഗ്രസിന്റെ ഭാവിയെപ്പറ്റി പടുകൂറ്റൻ ജന്മിമാർക്കുകൂടി ഭയാശങ്കകൾ തുടങ്ങിയിരിക്കുകയാണെന്ന് അവർ എന്നോട് പരസ്യമായങ്ങ് പറഞ്ഞില്ലെന്നു മാത്രം. മതത്തിന്റെയും ജാതിയുടെയും തണലിൽ നിന്നുകൊണ്ട് മനുഷ്യസമൂഹത്തെ ഒരുപിടി ആളുകൾ ചൂഷണം ചെയ്യാൻ കമ്യൂണിസ്റ്റ് പാർട്ടി സമ്മതിക്കുകയില്ല എന്ന് ഞാൻ ആ മനുഷ്യരോട് അസന്ദിഗ്ധമായ ഭാഷയിൽ പറഞ്ഞു.

മറ്റുള്ളകാര്യങ്ങൾ രജപുത്താനാപാർട്ടിഘടകവുമായി ആലോചിച്ചു ചെയ്യാൻ ഞാൻ ഉപദേശിച്ചു. കമ്യൂണിസ്റ്റ് സാഹിത്യങ്ങൾ വായിക്കാൻ അവർ ആഗ്രഹം പ്രദർശിപ്പിച്ചു. അവർക്ക് ഞാൻ നമ്മുടെ ദൽഹി ബുക്ക്സ്റ്റാളിന്റെ അഡ്രസ് കൊടുത്തു. ബുക്ക്സ്റ്റാൾ സഖാവ് പിന്നീട് എന്നോട് പറയുകയുണ്ടായി. അവർ അവിടെനിന്ന് പതിനെട്ടിൽ ചില്വാനം ഉറുപ്പികയുടെ ഗ്രന്ഥങ്ങൾ വാങ്ങിയെന്ന്.

ഏതെല്ലാം വിഭാഗത്തിൽപ്പെട്ട ജനങ്ങളാണ് ഇന്ന് കമ്യൂണിസ്റ്റ് പാർട്ടിയെ ഉറ്റുനോക്കുന്നതെന്നതിന് മറ്റൊരുദാഹരണമിതാ: നാലുദിവസം മുമ്പ് അഞ്ചാറ് വയോവൃദ്ധന്മാർ ഒരു സന്ധ്യക്ക് ആപ്പീസിൽ കയറിവന്നു. *ഗീത*യുടെ ഭൗതികവശം പ്രതിപാദിക്കുന്ന ഒരു ഹിന്ദിഗ്രന്ഥം എഴുതിയ ഒരാളും ചങ്ങാതിമാരുമാണവർ. ഒരുമണിക്കൂർ നേരത്തോളം ഇവർ കോൺഗ്രസ് വിരുദ്ധ പ്രസംഗമാണ് നടത്തിയത്. കോൺഗ്രസിന്റെ ഇന്നത്തെ നയം *ഗീത*യെ ആദ്യവസാനം അവഹേളിക്കുകയാണെന്നാണവരുടെ വാദം. ഞാൻ എല്ലാം തലയാട്ടിക്കേട്ടു. മറ്റെന്തു ചെയ്യാനാണ്? ഒടുവിൽ അവർ സ്ഥാപിക്കാൻ ശ്രമിച്ചത് *ഗീത*യുടെ ഭൗതികവശമാണ് മാർക്സിസമെന്നായിരുന്നു.

കഴിഞ്ഞ ആഴ്ചയിലും പതിവുപോലെ നാട്ടിന്റെ നാനാഭാഗങ്ങളിൽ നിന്നും കിട്ടിയ എഴുത്തുകളിൽ ശ്രദ്ധേയമായ എത്രയോ ഭാഗങ്ങളുണ്ട്. പൂനയിൽ നിന്ന് എം എ ക്ക് പഠിക്കുന്ന ഒരു സർവകലാശാല വിദ്യാർഥി യെഴുതിയ കത്തിലെ ചില ഭാഗങ്ങൾ നോക്കൂ:

> എൺപത് പുസ്തകങ്ങളോളം പഠിക്കാൻ തന്നെയുണ്ട്. അതിനു പുറമെ മറ്റൊരു എൺപത് പുസ്തകത്തോളം അറിഞ്ഞിരിക്കേണ്ടതും അത്യാവശ്യമാണ്. എന്നാൽ എങ്ങനെ പഠിക്കണമെന്നോ എന്തെല്ലാം പഠിക്കണമെന്നോ പറഞ്ഞുതരാൻ ഇവിടെ ആരും ഇല്ല. പ്രൊഫസർമാർ എല്ലാംതന്നെ ക്ലാസ് തുടങ്ങുന്നതിന് അഞ്ചുമിനിട്ടുമുമ്പ് കാറിൽ വരും. ക്ലാസുകഴിഞ്ഞാൽ ഉടനെ പോവുകയും ചെയ്യും. അതുകൊണ്ട് അവരെക്കൊണ്ട് എന്തെങ്കിലും ചെയ്യാമെന്നു വച്ചാൽ അതും സാധ്യമല്ല.

ഇതിനെപ്പറ്റി ഒരു വിമർശനം ആവശ്യമുണ്ടോ? ഇന്നലെവരെ കോൺഗ്രസ് സ്വാർഥതാൽപ്പര്യക്കാരുടെ ചട്ടുകമായിരുന്ന ഒരു തൊഴിലാളിസംഘടന മധ്യഭാരതപ്രദേശത്തുനിന്ന് എനിക്കെഴുതിയ ഒരു കത്തിലെ വരികൾ ഞാൻ ചുവടെ കൊടുക്കുന്നു:

> നിങ്ങൾക്കും നിങ്ങളുടെ പാർട്ടിക്കും മാത്രമേ ഇക്കാര്യം ചെയ്യാൻ കഴിയുകയുള്ളൂ എന്ന് എനിക്ക് കൂടുതൽ കൂടുതൽ ബോധ്യപ്പെട്ടുകഴിഞ്ഞിരിക്കുന്നു. ഞങ്ങൾ ഇക്കാര്യത്തിൽ സമീപിക്കാത്ത കോൺഗ്രസ് എം പി മാരില്ല. ഫലം പൂജ്യം. അഞ്ചുകൊല്ലത്തെ നിസ്വാർഥമായ തൊഴിലാളിപ്രവർത്തനം കോൺഗ്രസുകാരുടെ തനിനിറം എനിക്ക് കാണിച്ചുതന്നു. കോൺഗ്രസുകാർ മുതലാളി ബന്ധുക്കൾ ആണെന്നുമാത്രമല്ല അവർ തടിച്ചുവീർക്കുന്നത് പാവപ്പെട്ട തൊഴിലാളികളുടെ ചോരയിന്മേലും വിയർപ്പിന്മേലുമാണെന്നും എനിക്ക് ബോധ്യം വന്നു. ഇന്ന് എൺപതുശതമാനം അധ്വാനിക്കുന്നവരും കമ്യൂണിസ്റ്റുകാരുടെ മിത്രങ്ങളാണ്.

തന്റെ തൊഴിലാളിയൂണിയൻ കാര്യങ്ങൾ വിവരിച്ചുകൊണ്ട് ഇദ്ദേഹം പറയുകയാണ്:

> സാമ്പത്തികമായ ചില വിഷമതകൾ മാത്രമാണ് ഞങ്ങളുടെ ഈ കോൺഗ്രസ് യൂണിയന്റെ ആയുസ്സ് നീട്ടിക്കൊണ്ടുപോകുന്നത്. കമ്യൂണിസ്റ്റ് പാർട്ടിക്ക് മാത്രമേ തൊഴിലാളിവർഗത്തിന്റെ വിമോചനത്തിന് സമരം ചെയ്യാൻ കഴിയുകയുള്ളൂ.

കൊച്ചുവിദ്യാർഥികൾ എന്നെ വിടില്ലെന്ന മട്ടാണുള്ളത്. ഓരോ ദിവസവും രണ്ടു വിദ്യാർഥികളെങ്കിലും എനിക്കെഴുതുന്നുണ്ട്. ചിലർക്ക് എന്റെ ഫോട്ടോയാണാവശ്യം. മറ്റു ചിലർക്ക് പുസ്തകം, ഫീസ് എന്നിവയും. വിദ്യാർഥികളനുഭവിക്കുന്ന ദുരിതങ്ങൾ ചിത്രീകരിക്കുന്ന രണ്ട് കത്തിലെ ചില ഭാഗങ്ങളിതാ:

> അമ്മ ചൂടി പിരിച്ചിട്ടാണ് ഞങ്ങളുടെ ജീവിതം കഴിയുന്നത്. പതിനെട്ട് വയസായാലേ എന്തെങ്കിലും പ്രവൃത്തിക്കെടുക്കുകയുള്ളൂ. ഞാൻ എന്തു ചെയ്യും? ഫീസാണെങ്കിൽ ഏഴ് ക, എട്ട് ക, ഒമ്പത് ക എന്നീ തോതുകളിലാണ്. നിങ്ങൾ ദയവുചെയ്ത് എന്നെ ഈ ദയനീയാവസ്ഥയിൽനിന്ന് രക്ഷിക്കാൻ വണക്കമായി യാചിക്കുന്നു.

13 വയസ്സ് പ്രായമുള്ള ഈ കൊച്ചനുജന്റെ അച്ഛൻ ഇലക്ഷനുശേഷം തൊഴിലൊന്നും കിട്ടാത്തതിനാൽ നാടു വിട്ടോടിപ്പോയി. അമ്മാവനായിരുന്നു ഈ കുട്ടിയെ ഇതുവരെ സഹായിച്ചത്. കഴിഞ്ഞവർഷം അയാളും ടൈഫോയ്ഡ് പിടിച്ചു മരിച്ചു!

"ലാൽസലാം" എന്ന് അഭിവാദ്യം ചെയ്തുകൊണ്ടാണ് രണ്ടാമത്തെ സഹോദരന്റെ പുറപ്പാട്. കൊല്ലത്തുനിന്ന് ഈ കൊച്ചുമിടുക്കൻ എഴുതുകയാണ്:

> കോളേജിൽ പഠിക്കുന്ന മൂന്നുപേർക്കും കൂടിത്തന്നെ പ്രതിമാസം നാൽപ്പത്താറ് രൂപ ഫീസ് കൊടുക്കണം. ഇതുപോലെ നിർധനരായ പലരുടെയും മക്കൾ നല്ല മാർക്കുവാങ്ങി പാസായിട്ടും പഠിക്കാൻ നിവൃത്തിയില്ലാതെയും തൊഴിലില്ലാതെയും അലഞ്ഞുതിരിഞ്ഞു നടക്കുന്നുണ്ട്.

പ്രജായത്തഭരണമര്യാദകളുടെ ഹരിശ്രീപോലും കളഞ്ഞുകുളിച്ചുകൊണ്ട് പൊലീസ് നരനായാട്ട് കെട്ടഴിച്ചുവിട്ട തിരു–കൊച്ചി സർക്കാരിന്റെ വിദ്യാഭ്യാസനയത്തെ ബാലസഹജമായ വീറോടുകൂടി വിമർശിച്ചുകൊണ്ട് എന്റെ കൊച്ചുലേഖകൻ പറയുകയാണ്:

> പണക്കാരുടെ മക്കൾ പഠിച്ചാൽ മതിയെന്നായിരിക്കും ഇന്നാട്ടിലെ കോൺഗ്രസ് മുതലാളി ഗവൺമെന്റിന്റെ വിചാരം!

ആ കൊച്ചു വിപ്ലവകാരി എന്നോട് ആവശ്യപ്പെടുന്നു:

> ഈ രാജ്യത്തെ പാവപ്പെട്ടവരുടെ നല്ലപോലെ പഠിക്കുന്ന മക്കൾക്ക് കൂടി പഠിക്കത്തവിധം പാർലമെന്റുവഴിയായി വാദിച്ച് സൗകര്യങ്ങൾ ഉണ്ടാക്കിയാൽ കൊള്ളാം!

തിരു–കൊച്ചിയിലെ പൊലീസ് പേക്കൂത്തിന്റെ കരിനിഴൽ അവിടത്തെ വിദ്യാലയാന്തർഭാഗങ്ങളിൽ വീശുന്നതിനെ അവജ്ഞയോടും രോഷത്തോടും കൂടി ആ കൊച്ചു സഹോദരൻ ചൂണ്ടിക്കാണിച്ചുകൊണ്ട് പറയുകയാണ്:

> ഒരാഴ്ചയായി ഇവിടത്തെ രണ്ട് കോളേജുകളിൽ പൊലീസുകാവലാണ്. പഠിത്തം നടക്കുന്നില്ല. പത്ത് കുട്ടികളെ അറസ്റ്റുചെയ്ത് ജയിലിലാക്കിയിട്ടുണ്ട്.

തിരു–കൊച്ചിയിലെ പൊലീസ് തേർവാഴ്ചയ്ക്കെതിരായി കൊച്ചുകരങ്ങളുടെ നീണ്ട നീണ്ട അണികളുയരാൻ തുടങ്ങിയിരിക്കുന്നു. ഏത് ഗവൺമെന്റാണീ വ്യൂഹത്തിനുമുമ്പിൽ മുട്ടുകുത്താതിരിക്കുക?

(*ദേശാഭിമാനി*, 1952 ജൂലായ് 23)

5

പാർലമെന്ററി വ്യാമോഹം ആപൽക്കരമല്ലേ?

കത്തുകളുടെ എണ്ണവും കാണാൻ വരുന്നവരുടെ എണ്ണവും ദിവസേന വർധിച്ചു വരുന്നുണ്ട്. രണ്ടു വിധത്തിലുള്ള ചിന്താഗതികൾ ഇവരുടെ കത്തുകളിൽ കാണാൻ സാധിക്കുന്നുണ്ട്: ഒന്ന് നിരാശ; മറ്റൊന്ന് പാർലമെന്റ് മുഖാന്തിരം ചിലതെല്ലാം ചെയ്യാൻ സാധിക്കുമെന്ന ആശ.

കൽക്കത്തെയിലെ സി കെ ചൗരി എന്ന യുവാവ് നീണ്ടൊരു കത്തെഴുതി. ഗവൺമെന്റിനെ നിശിതമായി വിമർശിച്ചശേഷം ഇയാൾ എഴുതുകയാണ്:

> പാർലമെന്റിൽ ഇക്കൂട്ടർ പാർട്ടിക്കെതിരായി കള്ളപ്രസ്താവനകൾ പറഞ്ഞുപരത്തുന്നു. അതിന് നിങ്ങൾ കൊടുക്കുന്ന മറുപടിയൊന്നും പത്രത്തിൽക്കൂടി കാണുന്നില്ല. നിങ്ങൾക്ക് സംസാരിക്കാനുള്ള സമയവും വളരെ കുറവാണ്. നിങ്ങൾ ഒരു വലിയ പ്രസ്താവന പുറപ്പെടുവിച്ച് എന്തുകൊണ്ട് രാജിവെച്ചു പുറത്തു വരുന്നില്ല. അതിനുള്ള സമയം അതിക്രമിച്ചിരിക്കുന്നു. രാജിവെച്ച് പുറത്തുവരിക.

ഗവൺമെന്റിനോടുള്ള അരിശവും കോപവും ഈ കത്തിൽ ഉടനീളം പ്രത്യക്ഷപ്പെട്ടുകാണാം.

രണ്ടാമത്തെ കത്ത് തൃശൂരിനടുത്തുള്ള മുളങ്കുന്നത്തുകാവിലെ കൊച്ചാമുവിന്റെ ഭാര്യയുടേതാണ്. അവരുടെ ഭർത്താവ് ആലുവയിലെ ഒരു റെയിൽവേ ഗാങ്മേനായ കെ നാരായണനുമായി ഒരു ഒത്തുമാറ്റത്തിന് ഹർജി കൊടുത്തു. നാരായണൻ തൃശൂർക്കാരനാണ്. പക്ഷേ റെയിൽവേത്തൊഴിലാളിയൂണിയനിലെ പഴയ മെമ്പറാണെന്ന കാരണത്താൽ ഇൻസ്പെക്ടർ അതനുവദിച്ചില്ല. ആരോ സംഗതി പത്രത്തിലെഴുതി. അതിനുശേഷം പി ഡബ്ല്യു ഇൻസ്പെക്ടർ വന്ന് പത്രത്തിലെഴു

തിയത് തെറ്റാണെന്നു പറഞ്ഞാൽ തൃശൂരിലേക്ക് മാറ്റം കൊടുക്കാമെന്ന് പറഞ്ഞുവത്രേ. അവരതിനു കൂട്ടാക്കിയില്ല. ".......അതുകൊണ്ട് താങ്കൾ ഈ കാര്യത്തിൽ ഇടപെട്ട് എന്റെ ഭർത്താവിനെ ഒരു ഒത്തുമാറ്റം ഏർപ്പാടു ചെയ്ത് ഞങ്ങളുടെ കുടുംബത്തെ രക്ഷിക്കണം"എന്നാണ് ഈ സാധു സഹോദരി എനിക്കെഴുതുന്നത്.

ഇങ്ങനെ അധികൃതരുടെ മർദനമേറ്റ് കഷ്ടപ്പെട്ട്, ആരോടാണ് തങ്ങളുടെ ദുരിതം പറയേണ്ടതെന്നറിയാതെ പാർലമെന്റിൽ അറിയിച്ചാൽ തങ്ങളുടെ പ്രതിനിധികൾ അവിടെ ഏത് വിധത്തിലെങ്കിലും പ്രസംഗിക്കുകയോ ചോദ്യം ചോദിക്കുകയോ ചെയ്യുമെന്നു വിചാരിക്കുന്ന പാവപ്പെട്ട ജനങ്ങൾ എത്രയോ ഉണ്ട്. എനിക്കു കിട്ടുന്ന കത്തുകളിലൊരു ഭാഗം ഇത്തരക്കാരുടേതാണ്.

മറ്റൊരു ശ്രദ്ധേയമായ കത്ത് ആഗ്രയിലെ സ്വർണക്കച്ചവടക്കാരുടേതാണ്. അവർ നാലഞ്ച് കമ്പിയടിച്ച ശേഷം എനിക്കയക്കുന്ന നീണ്ടൊരു കത്താണിത്. ഈ സ്വർണവ്യാപാരികൾ നെഹ്റുവിന് നൂറ് കമ്പി അടിച്ചു കഴിഞ്ഞുവത്രേ! മറുപടിയൊന്നും കിട്ടിയില്ലപോലും. അവരുടെ ആവലാതി മുംബൈയിലെ പടുകൂറ്റൻ സ്വർണവ്യാപാരികളെപ്പറ്റിയാണ്. സ്വർണക്കാർക്കും കമ്യൂണിസ്റ്റ് പാർലമെന്റ് മെമ്പർമാരുടെ സഹായം വേണമെന്ന ഈ യാഥാർഥ്യത്തിന്റെ പിന്നിൽ ഒരു ചെറിയ സ്വാർഥത്തിന്റെ നിഴലാട്ടമുണ്ടെങ്കിൽ അത് ശ്രദ്ധേയമാണുതാനും.

മറ്റൊരു കത്ത് നോക്കൂ. ഇത് പൊന്നാനി താലൂക്ക് തൃക്കണാപുരം അംശം വെളാഞ്ചേരിദേശത്ത് പടിക്കൽപറമ്പിൽ കുട്യപ്പ മകൻ കൊമ്മൻ ബോധിപ്പിക്കുന്ന ഹർജിയാണ്. ഗോപാലപ്പണിക്കരും ഗോവിന്ദപ്പണിക്കരും സർക്കിൾ ഇൻസ്പെക്ടറുടെ സഹായത്തോടുകൂടി പറമ്പൊഴിപ്പിക്കാൻ ചെയ്ത പരിശ്രമത്തെപ്പറ്റിയുള്ള ആവലാതിയാണ്. തന്റെ ദയനീയവസ്ഥ വിവരിച്ച ശേഷം ആ സാധു പറയുകയാണ്, "ഒരുമാസത്തിനുള്ളിൽ പറമ്പ് ഒഴിഞ്ഞുകൊടുത്തില്ലെങ്കിൽ കാണിച്ചുതരാം" എന്ന് ഇൻസ്പെക്ടർ താക്കീത് കൊടുക്കുകയുണ്ടായെന്ന് കൊമ്മനാവശ്യപ്പെടുന്നു, ഞാനതിനെന്തെങ്കിലും പരിഹാരമുണ്ടാക്കേണമെന്ന്.

നാട്ടുപ്രമാണിമാരും പൊലീസ്മേധാവികളും കൈകോർത്തു പിടിച്ച് ഇത്തരം എത്ര പാവപ്പെട്ടവരെയാണ് ഇങ്ങനെ ദ്രോഹിക്കുന്നതെന്നോ? നാട്ടിൽ നടക്കുന്ന ഇത്തരം അനീതികളെക്കുറിച്ച് ഹൃദയം പൊട്ടിപ്പോകുന്ന എത്രയോ വിവരങ്ങൾ എനിക്ക് കിട്ടിക്കൊണ്ടിരിക്കുന്നു. ഇതിനെപ്പറ്റിയെല്ലാം അപ്പപ്പോൾ ഞങ്ങൾ അധികൃതർക്ക് എഴുതുന്നുണ്ട്.

മറ്റൊന്ന് ദൽഹിക്കടുത്ത് ഒരു ഗ്രാമത്തിലുള്ള കിഷൻകുമാർ ഗോർവാലയുടെ കത്താണ്. അയാൾ ഡബിൾ ഡിഗ്രിക്കാരനാണ്–ഫസ്റ്റ് ക്ലാസ് എം എ; ജോലിയന്വേഷിച്ച് കിട്ടാതെ നിരാശനായിരിക്കുകയാണ് അയാൾ. എം പിമാർക്ക് ക്ലാർക്കുമാരെ ആവശ്യമുണ്ടെങ്കിൽ വരാമെന്നാണ് കത്ത്.

എങ്ങനെയെങ്കിലും പാർലമെന്റ് ആപ്പീസിൽ ഒരു ജോലി കിട്ടണം. ഇത്തരത്തിൽ മിടുക്കന്മാരായ ചെറുപ്പക്കാരുടെ കത്തുകൾ ധാരാളം വരുന്നുണ്ട്.

സന്ദർശകരുടെ ഇടയിലും പല തരക്കാരുണ്ട്. പാർലമെന്റിൽനിന്നും ആപ്പീസിലേക്ക് വരുമ്പോഴേക്കും കൂട്ടുകാർ തയാറുണ്ട്. മറ്റുള്ളവർക്ക് വിശപ്പുണ്ടെന്നോ ക്ഷീണമുണ്ടെന്നോ ഈ മനുഷ്യന്മാർ മറക്കുന്നുണ്ടെങ്കിൽ അത് ക്ഷന്തവ്യമാണ്. കാരണം, ജീവിതംതന്നെ അസഹനീയമായിത്തീർന്നവരാണ് ഇവരിൽ പലരും. ആരെയാണ് ആദ്യംകണ്ട് തങ്ങളുടെ കാര്യം പറയാൻ സാധിക്കുക എന്ന തിരക്കാണ് ഓരോരുത്തർക്കും.

ഈ സന്ദർശകർ വെസ്റ്റ് ഗോദാവരിയിൽനിന്ന് വന്നവരാണ്. തേങ്ങ കയറ്റിക്കൊണ്ടുപോകുന്നതിന് സൗകര്യം കിട്ടുന്നില്ല. റെയിൽവേ മന്ത്രിക്ക് കമ്പികളും കത്തുകളുമയച്ചു മടുത്തുകഴിഞ്ഞിരിക്കുന്നുവത്രേ. തേങ്ങാക്കച്ചവടം നിലച്ചിരിക്കുകയാണ്. കമ്യൂണിസ്റ്റുകാർ ഇക്കാര്യത്തിൽ വല്ലതും ചെയ്യണം.

മറ്റൊരു സന്ദർശകൻ കമലാപതിയെന്ന ഒരാളാണ്. കോൺപൂരിൽനിന്ന് എന്നെ കാണാൻ വന്നിരിക്കയാണ്. ഹിന്ദിസാഹിത്യത്തെ സംബന്ധിച്ച് വലിയ പാണ്ഡിത്യമുള്ളവനാണ് താനെന്നും ആ സാഹിത്യത്തിന്റെ നാനാവശങ്ങളെക്കുറിച്ച് എന്നോട് പ്രതിപാദിക്കാനുണ്ടെന്നുമാണ് അദ്ദേഹം പറഞ്ഞത്. സാഹിത്യവും ഞാനും എത്ര ദൂരെയാണ് നിലകൊള്ളുന്നതെന്ന് ആ മാന്യനറിഞ്ഞിരിക്കയില്ല?

അക്ഷമരായി പുറത്ത് താടിയും പിടിച്ചുവലിച്ചിരിക്കുന്ന സംഘക്കാർ ഹരിദ്വാരത്തുനിന്ന് വന്നവരാണ്. അവർ പുതുതായി തുടങ്ങിയ 'പ്രഗതി' സംഘത്തിന്റെ നേതാക്കന്മാരാണ്. കമ്യൂണിസത്തിലേക്ക് ജനങ്ങളെ വഴിതിരിക്കാൻ മതത്തിലൂടെയും 'പബ്ലിക്ക് ഹെൽത്ത് ട്രസ്റ്റ്' ഉണ്ടാക്കി അതിൽക്കൂടെയും പരിശ്രമിക്കുകയെന്നതാണവരുടെ ഉദ്ദേശ്യം. കമ്യൂണിസ്റ്റ് പാർട്ടിയുടെ അനുഗ്രഹത്തിന് വന്നിരിക്കയാണ് ഈ 'പ്രഗതി' സംഘക്കാർ.

സർവേന്ത്യാ പിന്നണിസമുദായ ഫെഡറേഷന്റെ സെക്രട്ടറി കെ എസ് നന്തർ പതിനഞ്ചുമിനിട്ട് സംസാരിച്ചിട്ടും തുടക്കമായിട്ടില്ല. അയാളെ വേലായുധന്റെ വീട്ടിലേക്കയച്ച് ഞാൻ തൽക്കാലം രക്ഷപ്പെട്ടുവെന്ന് പറയാം.

ഉടനെ വന്നു രണ്ട് ചെറുപ്പക്കാർ. ഇവർ ഇൻഡോർ കോളേജിലെ വിദ്യാർഥികളാണ്, മെഡിക്കൽ കോളേജ് വിദ്യാർഥികൾ. ഇവർ ക്യാപിറ്റേഷൻ ഫീ കൊടുക്കണമെന്ന് ഉത്തരവായി. 1500ക. കൊല്ലത്തിൽ കൊടുക്കാനൊട്ടവർക്ക് സാധ്യവുമല്ല. അവർക്ക് ഉടനെ ആരോഗ്യമന്ത്രിണിയെ കാണണം. അവരുടെ കൂടെ അപ്പോൾത്തന്നെ കാറിൽ പോയി മന്ത്രിണിയെ കണ്ട് വിവരം പറഞ്ഞു.

ഒരുദിവസം രാവിലെ ഉറങ്ങിയെഴുന്നേൽക്കുന്നതിനുമുമ്പ് എന്റെ കിടക്കയ്ക്കരികെ ഒരാൾ ഇരുന്ന് ഉച്ചത്തിൽ എന്തെല്ലാമോ സംസാരിക്കുന്നുണ്ട്. അയാൾ വിടാൻ ഭാവമില്ല. അതുപോലെ തന്നെ പ്രേമസാഗർ ഗുപ്തയും.

അയാൾക്ക് എന്തുവേണമെന്നോ? മീറത്തിൽ പോയി തിരിച്ചുവരുമ്പോഴേക്കും അയാളുടെ വീട് ജന്മി കയ്യേറി. ഭാര്യയും കുട്ടികളും തെരുവിലാണ്. അതുകൊണ്ട് പാർലമെന്റ് പാർട്ടിനേതാവ് ഒന്നുപോയി കാര്യം ശരിപ്പെടുത്തണം. അല്ലാതെ തരമില്ല. എന്നാൽ മാത്രമേ പൊലീസുകാർക്ക് ഭയമുണ്ടായിരിക്കുകയുള്ളു. കാര്യംപറഞ്ഞ അയാളെ സമാധനപ്പെടുത്തിയശേഷം നമ്മുടെ മറ്റൊരു പാർലമെന്റ് മെമ്പറെ അയാളുടെ കൂടെ വിട്ടു.

വിശ്രമലേശമില്ലാത്ത ജോലിയാണ്. എന്നാലും ഒരാശ്വാസവും സന്തോഷവും എനിക്കനുഭവപ്പെടുന്നുണ്ട്. നാട്ടിലുള്ള ജനങ്ങളുടെ കഷ്ടപ്പാടും ബുദ്ധിമുട്ടും മനസിലാക്കാൻ കഴിയുന്നുണ്ട്. നാട്ടുകാരുമായി ഇടതടവില്ലാതെ പരിചയപ്പെടാത്ത ഒരു പുതിയ വിഭാഗം ആളുകളുമായി എനിക്ക് ഇടപെടാൻ സാധിക്കുന്നുണ്ട്. പക്ഷേ പാർലമെന്റിൽ കുടി തങ്ങളുടെ കാര്യം മുഴുവനുമങ്ങ് നേടാൻ കഴിയുമെന്ന ആശ ആപൽക്കരമല്ലേ എന്ന ശങ്ക വർധിച്ചുവരുന്നുണ്ട്.

(*ദേശാഭിമാനി*, 1952 ജൂലായ് 28)

6

നമ്മുടെ നാട് എങ്ങോട്ട്?

ഞാൻ ഇന്ത്യയിൽ തിരിച്ചുവന്നതിനുശേഷം എനിക്ക് പുതിയ പല അനുഭവങ്ങളും ഉണ്ടായി. ഈ അനുഭവങ്ങൾ എന്നെ വ്യസനിപ്പിക്കുകയും പിടിച്ചുകുലുക്കുകയും ചെയ്യുന്നു. നമ്മുടെ നാട് എങ്ങോട്ട്? അതാണെന്നെ അലട്ടിക്കൊണ്ടിരിക്കുന്ന പ്രശ്നം.

ഞാൻ ദൽഹിയിലെത്തി അടുത്തനാൾ രാവിലെ എഴുന്നേൽക്കുന്നതിനു മുമ്പ് എന്റെ കട്ടിലിന് അൽപ്പം അകലെയായി ഒരാൾ ഇരിക്കുന്നത് ഞാൻ കണ്ടു. കറുത്തൊരു മനുഷ്യൻ. ചെറുപ്പക്കാരനാണ്. ശരീരം കണ്ടാൽ നല്ല കായികബലമുള്ള ആളാണെന്നു തോന്നും. പക്ഷേ ഇപ്പോൾ ഒരു ചട്ടക്കൂട് മാത്രമാണ് ഉള്ളത്. പാറിപ്പറക്കുന്ന ചുരുളൻ തലമുടി. മുഖത്തിന് ഒരു ഗൗരവഭാവം. അതോടൊപ്പംതന്നെ വ്യസനത്തിന്റെയും ചിന്തകളുടെയും ചാലുണ്ട്. മുഷിഞ്ഞു നാറിയ വസ്ത്രം. കുളിച്ചിട്ട് ദിവസങ്ങൾ വളരെയായിരിക്കണം. ദൽഹിയിലെ അത്യുഷ്ണത്തിന്റെ ഫലമായി വിയർപ്പിന്റെ നാറ്റം ദൂരെനിന്നു തന്നെ അനുഭവിക്കാൻ കഴിയും.

ഞാൻ എഴുന്നേറ്റിരുന്നതിനുശേഷം അയാൾ അരികത്തുവന്ന് കരയാൻ തുടങ്ങി. തന്റെ ചരിത്രം വിവരിച്ചു. അദ്ദേഹം തിരുവിതാംകൂറുകാരനാണ്. കയർകമ്പനിയിൽ പണി ചെയ്യുന്നൊരു തൊഴിലാളി. ജോലിയില്ലാത്തകാലം കൂടുതലായി. നാട്ടിൽ നിന്നുവിട്ടാൽ ജോലികിട്ടുമെന്ന വിശ്വാസത്താൽ വീട്ടിൽനിന്നിറങ്ങി. ചെന്നൈയിൽ ചുറ്റിത്തിരിഞ്ഞു. അവിടെനിന്ന് അലഞ്ഞ് പല പട്ടണങ്ങളിലും പോയി. അവസാനം ദൽഹിയിൽ എത്തിയിരിക്കുകയാണ്. നാടുവിട്ടാൽ ജോലികിട്ടുമെന്ന വ്യാമോഹം അവസാനിച്ചു. നാട്ടിൽ തിരിച്ചെത്തി മരിച്ചാൽ മതിയെന്നാണ് ഇപ്പോഴത്തെ ആശ. അയാൾക്ക് കാപ്പിയും പലഹാരങ്ങളും കൊടുത്തു. അവിടെയുണ്ടായിരുന്ന മറ്റുള്ളവരിൽനിന്ന് 10ക. പിരിച്ചുകൊടുത്ത് അയാൾ സന്തോഷത്തോടെ തിരിച്ചു.

ഞാൻ പാർലമെന്റിൽനിന്ന് തിരിച്ചുവരുമ്പോഴേക്കും എന്റെ മുറിയുടെ മുമ്പിൽ ഒരാൾ ഇരിക്കുന്നുണ്ട്. ആളെ നോക്കിയാൽ മലയാളിയാണെന്ന് എളുപ്പത്തിൽ മനസിലാകും. വസ്ത്രവും പ്രകൃതവുമെല്ലാം ഒന്നാമത്തെ ആളുടെമാതിരിതന്നെ. പക്ഷേ മുഖത്തുനോക്കിയാൽ നിരാശമൂത്ത് ശുണ്ഠിയായി പരിണമിച്ചിട്ടുണ്ടെന്ന് മനസിലാക്കാം. എന്നെ കണ്ട ഉടനെ അദ്ദേഹം "ഞാൻ മലയാളിയാണ്, ജോലിയന്വേഷിച്ച് വന്നതാണ്, നാലുദിവസമായി ഭക്ഷണം കഴിച്ചിട്ട്. ഒന്നുകിൽ ജോലിവാങ്ങിത്തരണം. അല്ലെങ്കിൽ പോകാൻ കാശുതരണം." എന്നങ്ങനെ ഗൗരവമായി പറഞ്ഞു. ഞാൻ സാവധാനത്തിൽ അയാളോട് സംസാരിക്കാൻ തുടങ്ങി. "ദൽഹിയിൽ ജോലി കിട്ടുമോ എന്നറിയാതെ വന്നതെന്തിനാണ്? ഇവിടെ വന്ന് ബുദ്ധിമുട്ടേണ്ടിവന്നല്ലോ. ഇങ്ങനെ വരുന്നവരെയെല്ലാം സഹായിക്കാൻ ആർക്ക് സാധിക്കും?" എന്നു പറഞ്ഞപ്പോഴേക്കും അയാൾക്ക് ശുണ്ഠി വന്നു. എന്നെ ചീത്തപറയുവാൻ തുടങ്ങി. മലയാളത്തിലാണല്ലോ. ആർക്കും മനസിലാവില്ല എന്നു വിചാരിച്ചു ഞാൻ ആശ്വസിച്ചു. എനിക്കും ശുണ്ഠി വന്നു. പക്ഷേ, പട്ടിണിയും നിരാശയും കൊണ്ട് കഷ്ടപ്പെടുന്ന ചെറുപ്പക്കാരന്റെ ഹൃദയവേദന മനസിലാക്കാതിരിക്കുന്ന എന്റെ നില ശരിയാണോ എന്ന് ഞാനാലോചിച്ചു. ആ ചെറുപ്പക്കാരൻ വീടിന്റെ മുമ്പിലുള്ള വലിയ പാർക്കിൽ പോയി മുഖത്തിന് കയ്യും വച്ച് ചിന്തിക്കുകയാണ്. എന്താണ് അയാളുടെ ചിന്ത എന്ന് എനിക്ക് മനസിലായി. ഒരു മലയാളി പാർലമെന്റ് മെമ്പറുടെ അരികെചെന്ന് ആവലാതി ബോധിപ്പിച്ചു. സമാധാനമില്ല. പാർലമെന്റ് മെമ്പർമാരെപ്പറ്റി പല വ്യാമോഹങ്ങളുമുണ്ട്. ജീവിതം എങ്ങനെ അവസാനിപ്പിക്കണമെന്നാണോ അയാൾ ചിന്തിക്കുന്നത്? ഞാൻ അയാളുടെ അരികെ പോയി സമാധാനിപ്പിച്ചു. വിശക്കുന്ന ആ ചെറുപ്പക്കാരനോട് തത്വശാസ്ത്രം പറയേണ്ടതില്ലല്ലോ എന്നെനിക്ക് തോന്നി. അയാൾക്ക് കാപ്പിയും പലഹാരങ്ങളും കൊടുത്ത് 5ക അവിടെയുണ്ടായിരുന്നവരോട് പിരിച്ചുണ്ടാക്കി കൊടുത്തപ്പോൾ അയാളുടെ മുഖമൊന്നു മാറി. "ഞാൻ ദേഷ്യപ്പെട്ടു പറഞ്ഞതിൽ മുഷിയരുത്. വ്യസനവും നിരാശയുംകൊണ്ട് പറഞ്ഞതാണ്. ഞാൻ പൊന്നാനിക്കാരനാണ്. ഒരു ബീഡിത്തൊഴിലാളിയാണ്. നിങ്ങളെ എനിക്ക് നല്ലപോലെ അറിയാം. സഖാവിനോട് പറയാൻ സാധിക്കുമല്ലോ എന്ന അധികാരത്തോടുകൂടി ഞാൻ സംസാരിച്ചതാണ്." ഇത്രയും പറഞ്ഞ് കണ്ണിൽനിന്ന് വീഴുന്ന കണ്ണുനീർ തുള്ളിയോടെ അയാൾ തിരിച്ചു.

ഞാൻ വല്ലാത്ത അസ്വസ്ഥതയോടെ മുറിയിലേക്ക് പോയിരുന്ന് ചിന്തിക്കാൻ തുടങ്ങി. ഇതിനെന്താണൊരു വഴി? ഇതെങ്ങനെ മാറ്റാൻ കഴിയും? ദിവസേന വരുന്നവരോട് എങ്ങനെ മറുപടി പറയും? എങ്ങനെ അവരെ സഹായിക്കാൻ കഴിയും? ആർക്ക് സാധിക്കും? ഭയങ്കരമായ സാമ്പത്തികാധഃപതനം: ഓരോ നിമിഷവും ഓരോ ദിവസവും അതിന് കട്ടി വയ്ക്കുന്നു.

അന്നുവൈകുന്നേരം ദൽഹിമലയാളികളുടെ വാർഷിക സമ്മേളനത്തിൽ ഞാൻ സംബന്ധിച്ചു. എന്റെ പ്രസംഗം കഴിഞ്ഞതിനുശേഷം ഞാൻ ബസ് കാത്ത് പുറത്തുനിന്നു. അതാ രണ്ടു മലയാളി ചെറുപ്പക്കാർ. ഉദ്യോഗം അന്വേഷിച്ചുവരുന്നവരായിരിക്കാം. അവർക്കും ഭക്ഷണത്തിന് കാശുകിട്ടണം. അല്ലെങ്കിൽ നാട്ടിൽപോകാനുള്ള കാശ്. അവരോട് ഞാനൊന്നും സമാധാനം പറഞ്ഞില്ല. തത്വശാസ്ത്രം പറയുന്നത് അബദ്ധമാണെന്നെനിക്ക് മനസിലായി. ഒന്നും ഉത്തരം പറയാതിരിക്കുന്നതാണ് നല്ലതെന്നു എനിക്കുതോന്നി. അവിടെ ഉണ്ടായിരുന്ന മലയാളിസുഹൃത്തുക്കളെ ചൂണ്ടിക്കാണിച്ചുകൊടുത്ത് ഞാൻ വേഗം താമസസ്ഥലത്തേക്ക് തിരിച്ചു.

ഇത്തരത്തിലുള്ള എത്രയോ അനുഭവങ്ങൾ ദൽഹിയിൽ നിന്നുണ്ടായി. ഞാൻ കേരളത്തിലേക്ക് തിരിച്ചു. വീട്ടിൽ നാലുദിവസം താമസിച്ചു. ഭൂമിയിൽനിന്ന് ഒഴിപ്പിക്കപ്പെട്ട കൃഷിക്കാരൻ കേസിനു പണത്തിനു വേണ്ടി, തന്റെ മകന് പുസ്തകം വാങ്ങാൻ കാശിനുവേണ്ടി–ഇങ്ങനെ പലരും ഈ കൂട്ടത്തിലുണ്ട്. നമ്മുടെ അമ്പു നല്ല കർഷകത്തൊഴിലാളിയാണ്. അധ്വാനിച്ച് വീടും പറമ്പും ഉണ്ടാക്കിയതാണ്. അതെല്ലാം ജന്മി തട്ടിയെടുത്തു. ഇന്ന് നിസ്സഹായനായ സന്യാസിയായി നടക്കുകയാണ്.

അവിടെയുള്ള പൊതുയോഗം കഴിഞ്ഞ് മടങ്ങുമ്പോൾ താടിക്കാരനായ ഒരാൾ വഴിയിൽവെച്ച് നമസ്കരിച്ചു. ചെറുപ്പക്കാരൻ, പഠിച്ച ആൾ; കൊല്ലത്തുകാരനാണ്. കമ്പനി പൂട്ടിയതുകൊണ്ട് ഇങ്ങോട്ട് വന്നതാണ്. അയാൾക്കും തിരിച്ചുപോകാൻ കാശുവേണം. പഴയ പല്ലവിതന്നെ.

ഞാൻ താമസിക്കുന്ന സ്ഥലത്തെത്തി. കണ്ണൂരിൽനിന്നും ഒരാൾ വന്നിട്ടുണ്ടെന്നും എന്നെ നേരിട്ടുകാണണമെന്ന് ആവശ്യപ്പെട്ടതായും അമ്പുനായർ പറഞ്ഞു. ഒരു മധ്യവയസ്കൻ. കണ്ണാടിപ്പറമ്പുകാരൻ. ജ്യോത്സ്യമാണ് ജോലി. അതുകൊണ്ട് ജീവിക്കാമെന്ന് വിചാരിച്ച് കർണാടകത്തിൽ വന്നതാണ്. പക്ഷേ സാധ്യമല്ലെന്ന് തോന്നിയതിനാൽ തിരിച്ചുപോകാൻ തീർച്ചപ്പെടുത്തി. രണ്ടു ദിവസമായി ഭക്ഷണം കഴിച്ചിട്ട്. തിരിച്ചുപോകാൻ കാശുവേണം – അതാണയാളുടെ ആവശ്യം.

ഒരുദിവസം ഞാൻ പൊതുയോഗത്തിനു പോയി തിരിച്ചുവരുമ്പോൾ ഞാനിരുന്ന സ്ഥലത്ത് കാറിൽ ഒരു കത്ത്. ആ കത്ത് ഞാൻ വായിച്ചു. ഒരു ഭാസ്കരൻ എഴുതിയതാണ്. അയാൾക്ക് പറയാനുള്ളതിതാണ്;

> ഞാൻ ജോലിയില്ലാതെ നട്ടംതിരിയുന്ന ചെറുപ്പക്കാരനാണ്. അഞ്ചാറുമാസമായി ഇങ്ങനെ നടക്കുകയാണ്. ഞാൻ വീട്ടിൽപോയാൽ, അമ്മയുടെയും അനുജന്മാരുടെയും കരച്ചിൽ കണ്ടാൽ, നാട്ടിൽനിന്ന് പോകുന്നതോ നന്നായിരിക്കുക എന്ന ആലോചനയാണ്. ഉടനെ ഞാൻ ചിന്തിക്കും, അവരോട് ചെയ്യുന്ന ഒരു തെറ്റാണതെന്ന്. വീട്ടിൽ പോയാൽ അമ്മയുടെയും കുട്ടികളുടെയും പട്ടിണി കാണാൻ നിവൃത്തിയില്ല. നിങ്ങൾ നല്ല ആളാണെന്ന് എനി

ക്കറിയാം. അതുകൊണ്ട് എനിക്ക് എന്തെങ്കിലും ഒരു ജോലി ഉണ്ടാക്കിത്തരണം.

ഇത്തരത്തിലുള്ള എത്രയോ കത്തുകൾ എനിക്ക് കിട്ടിക്കൊണ്ടിരിക്കുന്നുണ്ട്. ചില കത്തുകൾ വായിക്കാൻ തന്നെ സാധ്യമാകുന്നില്ല. എത്ര വേദനാജനകം; എത്ര ഭയാനകം.

ഞാൻ *ദേശാഭിമാനി* ആപ്പീസിൽ ഇരിക്കുകയായിരുന്നു. അതാ കല്ലാട്ട് കൃഷ്ണന്റെ കൂടെ ഒരാൾ വരുന്നു. ചെറുപ്പയിലെ ഒരു സാധു നമ്പീശൻ. അയാളെ പ്രസിദ്ധനായ പാറക്കുന്നത്ത് നമ്പൂതിരി വീട്ടിൽ നിന്ന് ഒഴിപ്പിച്ചിരിക്കുകയാണ്. അയാൾക്ക് കേസ് നടത്താൻ കാശു വേണം. താമസിക്കാൻ വീട് വേണം. അതാണാ വയോവൃദ്ധന്റെ ആവശ്യം.

ഒരുമണിക്കൂർ കഴിഞ്ഞ് കച്ചവടക്കാരനായ ഒരാൾ കച്ചവടമില്ല, കടമാണ്; പീടിക വിൽക്കാൻ തയാറാണ്; ഒരാളെ വീട് എടുപ്പിച്ച് അത് വിൽപ്പിച്ച് കാശ് ഉണ്ടാക്കിക്കൊടുക്കണം.

ഒഴിപ്പിക്കൽ കേസ് ധാരാളമാണ്. ദിവസേന വരുന്ന കത്തുകളിൽ പകുതി അതാണ്. 9–ന് ഒരു രജിസ്റ്റർ കത്ത്. ഈരായി കുഞ്ഞിപ്പെണ്ണ് എഴുതിയതാണ്. മുഴുക്കുന്നിൽ നിന്നാണാ കത്ത്. ആ കത്തിൽ ഇപ്രകാരം എഴുതി.

അതായത് ഞങ്ങൾ ഏകദേശം 70ൽ ചില്വാനം കൊല്ലമായി കൈവശം വച്ച് നടന്നുവരുന്നതും കൊല്ലംതോറും വാരം കൃത്യമായി അടയ്ക്കുന്നതുമായ എന്റെ കൃഷിസ്ഥലം ഇന്ന് കാവുമ്പടിക്കാരൻ ജന്മി പാറയിൽ കാതിരിഹാജി ഒഴിപ്പിക്കാൻ അന്യായപ്പെട്ടിരിക്കുന്നു. രണ്ടുകൊല്ലം വാരം കൊടുത്തത് ജന്മി വാങ്ങാത്തതിനാൽ മണിഓർഡർ ചെയ്തു. പക്ഷേ അത് സ്വീകരിക്കാതെയാണ് എന്നോട് നിലം ഒഴിയാൻ ആവശ്യപ്പെട്ടത്.

ഞാൻ ഒരു സ്ത്രീയാണ്. വീട്ടുകാര്യം നടത്താൻ എനിക്ക് സഹായം വെറും പെൺമക്കൾമാത്രമാണു താനും. എന്റെ മക്കളുടെ ഭർത്താക്കന്മാരിൽ ഒരാളെ, സി അനന്തനെ, കഴിഞ്ഞ 48ൽ എം എസ് പി തല്ലിക്കേരിയിൽവച്ച് കൊന്നുകളഞ്ഞു.

ഇന്നിതാ എന്നെ നിരാധാരയാക്കാൻ വീണ്ടും അന്യായപ്പെട്ടിരിക്കുകയാണ്. ഒഴിപ്പിക്കാനുള്ള എന്റെ പേരിലുള്ള കേസ് ഈ ജൂൺ 8നാണ്. ഞാൻ ഈ അയച്ചുതരുന്ന സങ്കടഹർജി ഗവൺമെന്റിനെ അറിയിക്കാൻ നിങ്ങൾക്ക് ഒരു തെളിവായിരിക്കട്ടെ. ഇതിന്റെ കോപ്പി താലൂക്ക് കിസാൻസംഘത്തിന് കൊടുത്തിട്ടുണ്ട്.

(*ദേശാഭിമാനി*, 1953 ജൂൺ 14)

7

ആന്ധ്ര: നമുക്കൊരു മാതൃക

ഞാൻ 12ന് മെയിൽ വണ്ടിക്ക് കോഴിക്കോട്ടുനിന്ന് ചെന്നൈക്ക് പോയി. വണ്ടി കുറെ താമസിച്ചാണെത്തിയത്. എനിക്കാവുന്നത്ര വേഗം ആന്ധ്രയിലെത്തണം. ഞാൻ പ്ലാറ്റ്ഫോറത്തിലിറങ്ങി. തൊട്ടപ്പുറത്ത് ദൽഹി എക്സ്പ്രസ് പുറപ്പെടാൻ ഒരുങ്ങി നിൽക്കുന്നു. അടയ്ക്ക നീറ്റിലിട്ടപോലെ ആളുകളെ കുത്തിനിറച്ച ഒരു കമ്പാർട്ടുമെന്റിൽ ഞാൻ പിടിച്ചുകയറി. വണ്ടി നീങ്ങി.

ആ വണ്ടിയിൽ ദൽഹിയിൽ ജോലി ചെയ്യുന്ന ഒരു റെയിൽവെ തൊഴിലാളിയും അയാളുടെ കുടുംബവും ഉണ്ടായിരുന്നു. അവർ എന്നെ തിരിച്ചറിഞ്ഞു. ഞങ്ങൾ പരിചയപ്പെട്ടു.

അടുത്ത സ്റ്റേഷനിൽ തുടങ്ങി വണ്ടി വിജയവാഡയിലെത്തുന്നതുവരെ എല്ലാ റെയിൽവെ സ്റ്റേഷനുകളിലും ജനങ്ങൾ ധാരാളം കൂടിയിരുന്നു. ആന്ധ്രസംസ്ഥാനത്തിന്റെ തലസ്ഥാനത്തെപ്പറ്റി, ചൈനയിലും സോവിയറ്റ് യൂണിയനിലും എനിക്കുണ്ടായ അനുഭവങ്ങളെപ്പറ്റി, ഇന്ന് നമ്മുടെ നാട്ടിൽ നാട്ടുകാരെ അഭിമുഖീകരിക്കുന്ന നൂറ് നൂറ് ജീവൻമരണ പ്രശ്നങ്ങളെപ്പറ്റി അവർക്ക് എന്നിൽനിന്ന് അറിയാനുണ്ട്. പലതും പലതും അവർക്ക് അറിയിക്കാനുമുണ്ട്. പക്ഷേ കുശലപ്രശ്നങ്ങൾ കഴിഞ്ഞ് എന്തെങ്കിലും സംസാരിക്കാൻ തുടങ്ങുമ്പോഴേക്കും ചൂളം വിളിക്കും. പ്ലാറ്റ്ഫോറത്തിൽനിന്ന് ഉയരുന്ന കൈകളും അവരുടെ കണ്ണുകളിലുള്ള ശുഭാപ്തിവിശ്വാസവും ഒരു പുതിയ ജീവിതത്തിനുള്ള അഭിലാഷപ്രകടനങ്ങളും കണ്ണിൽനിന്നും ചെവിയിൽനിന്നും മായുന്നതുവരെ നോക്കി നിൽക്കാനെ എനിക്ക് കഴിഞ്ഞുള്ളു.

ഗുണ്ടൂരിൽ ഞാൻ ഇറങ്ങി ഭക്ഷണം കഴിക്കാൻ റെയിൽവേഭോജനശാലയിലേക്ക് പോയി. വണ്ടി മുഴുവൻ അന്വേഷിച്ചു നടക്കുന്ന ഒരു വലിയ ജനക്കൂട്ടം ഞാൻ ഭോജനശാലയിലുണ്ടെന്ന് അറിഞ്ഞപ്പോൾ

അങ്ങോട്ട് കടന്നുവന്നു. ഞാൻ പുറത്തേക്ക് വരുന്നതുവരെ അവർ മുദ്രാവാക്യം മുഴക്കുകയായിരുന്നു, എന്നെ കണ്ടപാടെ അവർ വല്ലാത്തൊരു ദാഹത്തോടെ പലതും ചോദിക്കാൻ തുടങ്ങി. പ്രധാനമായും സോവിയറ്റ് നാട്ടിലും ജനകീയചൈനയിലും ഞാൻ കണ്ട കാര്യങ്ങളെപ്പറ്റി. നമ്മുടെ കൃഷിക്കാരുടെയും തൊഴിലാളികളുടെയും ഹൃദയത്തിൽ എത്ര അഗാധമായാണ് സോവിയറ്റ് യൂണിയനും ജനകീയചൈനയും അലിഞ്ഞു ചേർന്നിട്ടുള്ളത്! ഇടയ്ക്ക് ഒരാൾ കർണൂലോ വിജയവാഡയോ എവിടെയാണ് ആന്ധ്രയുടെ തലസ്ഥാനനഗരി വേണ്ടതെന്നാണ് എന്റെ അഭിപ്രായമെന്ന് ആരായുകയുണ്ടായി. "ആ ആ" എല്ലാവർക്കും ആ ചോദ്യം നല്ലപോലെ പിടിച്ചതുപോലെ തോന്നി. തലസ്ഥാനക്കാര്യം ഓരോ ആന്ധ്രക്കാരന്റെയും ഭാവിയെ സാരമായി സ്പർശിക്കുന്ന ഒന്നാണെന്ന് അവരുടെ വികാരങ്ങളിൽ നിന്ന് എനിക്ക് മനസിലായി. ആന്ധ്ര കമ്യൂണിസ്റ്റ് പാർട്ടി തലസ്ഥാനത്തെ സംബന്ധിച്ച് കൈക്കൊണ്ട നയമാണ് എന്റേതുമെന്ന് ഞാൻ പറഞ്ഞപ്പോൾ അവർ കരഘോഷം മുഴക്കി.

ഓങ്കോൽ സ്റ്റേഷനിലെ സ്വീകരണത്തിന് മുമ്പിൽനിന്ന് മുദ്രാവാക്യം മുഴക്കുന്ന ഒരു നാൽപ്പത്തെട്ടു വയസുകാരനുണ്ട്. തെലുങ്കിലുള്ള ആ വിളികൾക്ക് ഒരു പ്രത്യേക ഉഷാറുണ്ട്. ഒരാൾ എന്നോട് ആ മുദ്രാവാക്യക്കാരനെ കാണിച്ചുകൊണ്ട് പറഞ്ഞു: "ആൾ നിങ്ങളുടെ നാട്ടുകാരനാ, മലയാളി."

എന്നിലുള്ള മലയാളി അഭിമാനംകൊണ്ടു. ഞാൻ അദ്ദേഹത്തിനോട് മലയാളത്തിൽ കുശലപ്രശ്നം ചെയ്തു. അയാൾ അഴീക്കോടുകാരനാണ് – വടക്കേ മലബാറിൽ ചിറയ്ക്കൽ താലൂക്കിൽ. പതിനഞ്ചുകൊല്ലമായി നാടുവിട്ടിട്ട്. ഓങ്കോലിൽ ചായക്കച്ചവടമാണ്. പാർട്ടിയുടെ ഒരു സജീവ പ്രവർത്തകനുമാണ്. ആന്ധ്രസഖാക്കൾക്ക് അയാളെ വളരെ ഇഷ്ടമാണ്.

മലയാളി എവിടെച്ചെന്നാലും അവിടെയുള്ള പുരോഗമന പ്രസ്ഥാനത്തിന്റെ മുമ്പിലായിരിക്കും. ഓങ്കോലിലും അതുതന്നെയാണ് നില.

വണ്ടി ഓങ്കോൽവിട്ടു. കുറെ പോയപ്പോൾ വണ്ടി പെട്ടെന്ന് നിന്നു. ഞാൻ കരുതിയത് ചെറിയൊരു ഹാൾടിങ്ങ് സ്റ്റേഷനായിരിക്കുമെന്നാണ്. ഒരു ചെറിയ ഗ്രാമമാണിത്. അവിടെയുള്ളവർ ചിലർ ഓങ്കോലിൽവന്ന് വണ്ടികയറി, വണ്ടി ആ ഗ്രാമത്തിലെത്തിയപ്പോൾ അവിടെ ഒരു വലിയ ജനക്കൂട്ടമായിരുന്നു, സ്ത്രീകളും പുരുഷന്മാരും കുട്ടികളും. വണ്ടി അവിടെ നിൽക്കേണ്ടി വന്നു. എന്നെ അവർക്ക് കാണണം. സോവിയറ്റ് യൂണിയനെയും ചൈനയെയും പറ്റി രണ്ട് നിമിഷമെങ്കിലും ഞാൻ സംസാരിക്കണം. ഉടൻ ഗാർഡ് വന്നു. അതൊരു സ്റ്റേഷനല്ലെന്നും ജനക്കൂട്ടം വണ്ടി നിർത്തിയതാണെന്നും അറിയിച്ചു. ഞാനതറിഞ്ഞില്ലെന്നും വ്യസനിക്കുന്നെന്നും പറഞ്ഞു. അങ്ങനെ ചെയ്യുന്നത് തെറ്റാണെന്ന് ഞാൻ ജനങ്ങളോട് പറഞ്ഞപ്പോൾ അവർ തങ്ങൾ വിചാരിച്ചതുപോലെ കാര്യം നടന്ന ചാരിതാർഥ്യത്താലോ എന്തോ ഉച്ചത്തിൽ ജയാരവം മുഴക്കി. വണ്ടി മുന്നോട്ട് പായുമ്പോഴും അവർ മുദ്രാവാക്യം മുഴക്കുന്നുണ്ടായിരുന്നു.

കണ്ണിൽ നിന്ന് മറയുന്നതുവരെ ഞങ്ങൾ നോക്കിനിന്നു.

രാത്രി പത്തുമണിക്കായിരുന്നു വിജയവാഡയിലെത്തിയത്. രാത്രി തന്നെ കാർമാർഗം തണുക്കുവിലേക്ക് പുറപ്പെടണമെന്ന കമ്പി അവിടെ കാത്തുനിൽക്കുന്നുണ്ടായിരുന്നു. കുളിയും ഭക്ഷണവും കഴിഞ്ഞ് അവിടെയുള്ളവരോട് സംസാരിച്ചു നിൽക്കുമ്പോൾ കാറു വന്നു. മൂന്നുമണി. രാവിലെ ഏഴുമണിക്ക് തണുക്കുവിലെത്തി. ജനക്കൂട്ടം അവിടെയും വിട്ടില്ല. ഓരോ വലിയ സംഘം ആളുകൾ. അവർക്കോരോരുത്തർക്കും ചിലത് പറയാനുണ്ട്-സോവിയറ്റ് യൂണിയൻ, ചൈന എന്ന നാടുകളെപ്പറ്റിയും ആന്ധ്ര സംസ്ഥാനത്തെപ്പറ്റിയും.

ആന്ധ്ര കമ്യൂണിസ്റ്റ് പാർട്ടിയുടെ അഞ്ചാം സമ്മേളനമാണ് നടക്കുന്നത്. 14ാം തീയതിയായിരുന്നു സമാപന റാലി. നാലാം സമ്മേളനം നടന്ന് അഞ്ചുകൊല്ലം കഴിഞ്ഞു. ആ ചുരുങ്ങിയ കാലത്തിനിടയിൽ പല ഗംഭീരസമരങ്ങളും ആന്ധ്രയിൽ നടന്നു. മുന്നൂറ് പാർട്ടിമെമ്പർമാരെ കോൺഗ്രസിന്റെ അഹിംസാസേന വെടിവച്ചു കൊന്നു. ആയിരക്കണക്കിന് വീടുകൾ കൊള്ളചെയ്യപ്പെട്ടു. ലക്ഷക്കണക്കിന് ഉറുപ്പിക തീയിലെരിച്ചു. കമ്യൂണിസ്റ്റ് പാർട്ടി നശിച്ചുവെന്ന് അവർ ആഹ്ലാദിച്ചു. ഇനി കമ്യൂണിസ്റ്റുകാർ ഒരിക്കലും തല പൊക്കുകയില്ലെന്നും അവർ ആർത്തുവിളിച്ചു. പക്ഷേ ഈ സന്തോഷം ക്ഷണികമായിരുന്നു. കഴിഞ്ഞ തിരഞ്ഞെടുപ്പിൽ കമ്യൂണിസ്റ്റ് പാർട്ടിക്ക് 42 സീറ്റുകൾ കിട്ടി. ആന്ധ്രസംസ്ഥാനത്തിനുവേണ്ടിയുള്ള സമരത്തിലും പോട്ടിശ്രീരാമുലുവെപ്പോലെയുള്ള നമ്മുടെ സഖാക്കളും ജീവൻ ബലികഴിച്ചു.

തണുക്കു, ഗോദാവരി ജില്ലയിലെ ഒരു താലൂക്ക് പട്ടണമാണ്. ആന്ധ്രയിലെ ഏറ്റവും ഫലഭൂയിഷ്ഠമായ ഒരു പ്രദേശം. 2000 തുടങ്ങി 3000 വരെ ഏക്കർ ഭൂമിയുള്ള വലിയ ഭൂവുടമകളുണ്ടിവിടെ, ഇവിടെ വച്ചാണ് കമ്യൂണിസ്റ്റ് പാർട്ടി ആന്ധ്ര സംസ്ഥാനകമ്മിറ്റി മെമ്പറായ മൃത്യു ഞ്ജയലുവിനെ പൊലീസ് പട്ടാപ്പകൽ വെടിവെച്ചു കൊന്നത്. പൂർണ ചന്ദ്രറാവു എന്ന് ഡി സി മെമ്പറെയും ഇവിടെവെച്ചാണ് കൊന്നത്.

അവസരം കിട്ടിയപ്പോൾ ജനങ്ങൾ ഈ കൊലയ്ക്ക് ചുട്ട മറുപടി കൊടുത്തു. കഴിഞ്ഞ തിരഞ്ഞെടുപ്പിൽ അല്ലൂരി സത്യം എന്ന പ്രസിദ്ധ കോൺഗ്രസുകാരനെ ഒരു സാധാരണ പാർട്ടിമെമ്പറായ രാജു തോൽപ്പിച്ചു.

തണുക്കു പാർട്ടിസഖാക്കൾ സമ്മേളനത്തിനുവേണ്ട സകല ഒരുക്കങ്ങളും ചെയ്തു. ഒരു പ്രത്യേക പന്തൽ; ഭക്ഷണത്തിനുവേണ്ട പ്രത്യേക സ്ഥലം; നേതാക്കന്മാർക്കും അതിഥികൾക്കും പ്രത്യേക സൗകര്യങ്ങൾ – ഇവയെല്ലാം അവർ ചെയ്തിരിക്കുന്നു.

അവിടത്തെ വലിയ ജന്മി ഹരിശ്ചന്ദ്രപ്രസാദ് പി എസ് പി നേതാവാണ്. പി എസ് പി നേതാവായതുകൊണ്ട് കൃഷിക്കാരെ മർദിക്കുന്ന പാരമ്പര്യം ഹരിശ്ചന്ദ്രപ്രസാദ് ഉപേക്ഷിച്ചിട്ടില്ല. കെ എൽ പിക്കാരായ പലരും തണുക്കുവിലുണ്ട്. കൃഷിക്കാരെ മർദിക്കുന്നതിനും ചൂഷണം

ചെയ്യുന്നതിനും കിട്ടുന്ന സന്ദർഭങ്ങൾ ഒന്നുപോലും വെറുതെ വിടാറില്ല. പാർട്ടി സമ്മേളനത്തിനുള്ള ഒരുക്കങ്ങൾ അലങ്കോലപ്പെടുത്താൻ സ്ഥാപിതതാൽപ്പര്യക്കാർ ഒന്ന് ശ്രമിച്ചുനോക്കി. പക്ഷേ ജനങ്ങളുടെ സംഘടന അതെല്ലാം നിസ്സാരമാക്കി തള്ളി മുന്നോട്ടു പോയി. 6000ക, 50 ചാക്ക് അരി, തേങ്ങ, പച്ചക്കറി മുതലായവ വേണ്ടുവോളം അവർ സമ്മേളനാവശ്യാർഥം പിരിച്ചുണ്ടാക്കി.

സംസ്ഥാനസമ്മേളനത്തിന് മുമ്പായി താലൂക്ക്-ഡിസ്ട്രിക്ട് സമ്മേളനങ്ങൾ നടന്നു. അങ്ങനെ വിപുലമായ വാദപ്രതിവാദങ്ങളും വിമർശനങ്ങളും പാർട്ടിയുടെ അടിമുതൽ മുടിവരെ നടത്തിക്കൊണ്ടാണ് സംസ്ഥാനസമ്മേളനം നടന്നത്.

ഈ സമ്മേളനത്തിന് ഹാജരായവരിൽ ചിലർ എന്നെ കണ്ട് സംസാരിച്ചു. അനസൂയ-സ്മരിക്കപ്പെടേണ്ട ഒരു സഖാവാണവർ. ഭർത്താവിനെ വെടിവച്ച് കൊന്നിരുന്നു. സ്വത്തുമുഴുവൻ നശിപ്പിച്ചിരുന്നു. തിരഞ്ഞെടുപ്പുവരെ അവർ ഒളിവിലായിരുന്നു. ഞാനവരുടെ വീട്ടിൽ ഇതിന് മുമ്പൊരിക്കൽ പോയിട്ടുണ്ട്. ലേശംപോലും പരിഭ്രമമോ മനോവ്യഥയോ ഇല്ലാതെ അവർ സമ്മേളനപരിപാടികളിൽ സജീവമായി പങ്കുവഹിക്കുന്നത് എല്ലാവരെയും സന്തോഷഭരിതരാക്കി.

ഗംഗാധരറാവു മുടന്തൻ കാലോടുകൂടി അങ്ങോട്ടുമിങ്ങോട്ടും ചാടി നടക്കുന്നു. വെടിയേറ്റ കാലിന് മുടവ് പറ്റിയതാണ്. പൂർണചന്ദ്രറാവു പ്രതിനിധികളുടെ കൂട്ടത്തിൽ ഏറ്റവും മർദനം അനുഭവിച്ച സഖാവാണ്. തെലങ്കാനാ സമരത്തിന്റെ നേതാവായ വെങ്കിടേശ്വരറാവു അക്കൂട്ടത്തിലുണ്ടായിരുന്നു. ഗറില്ലനേതാവായ ബി എ എൻ ഉം അവരുടെ സഹോദരിയായ സ്വരാജ്യയും അക്കൂട്ടത്തിലുണ്ടായിരുന്നു. ഈ സ്വരാജ്യയെപ്പറ്റി പല കഥകളും നാം കേട്ടിട്ടുണ്ട്. അവർ കുതിരപ്പുറത്ത് അവിടെയൊക്കെ സഞ്ചരിച്ചിരുന്നു. അവരുടെ പേര് തെലങ്കാനയിലുള്ള ശത്രുക്കളെ കിടിലംകൊള്ളിച്ചിരുന്നു. "ലേതണ്ഡവാ കാതണ്ഡവാ മറികോമേദവാ" എന്ന അവരുടെ പാട്ട് എല്ലാവരെയും ആവേശംകൊള്ളിച്ചു. ഒറീസയിലെ രാമചന്ദ്രമിശ്ര, തമിഴ്നാട്ടിലെ എം ആർ വെങ്കിട്ടരാമൻ, ശ്രീനിവാസറാവു എന്നിവരും സമ്മേളനത്തിൽ സന്നിഹിതരായിരുന്നു. അഞ്ചുപേരടങ്ങിയ ഒരു പ്രസീഡിയം ആയിരുന്നു സമ്മേളനം നടത്തിയത്.

അക്കൂട്ടത്തിൽ ഒരു സംഭവം ഉണ്ടായി. ഒരു ചെറുപ്പക്കാരൻ -പ്രതിനിധികളിലൊരാൾ - വാദപ്രതിവാദമുണ്ടായ സമയത്ത് തെലുങ്കിൽ നന്നായി സംസാരിക്കുന്നത് ഞാൻ കേട്ടു. സംസാരം കേട്ടാൽ തെലുങ്കുദേശത്ത് ജനിച്ചുവളർന്ന ഒരാളല്ലെന്ന് മനസിലാകും. വാദപ്രതിവാദം നിർത്തിവെച്ച സമയത്ത് ഒരു സഖാവ് അയാളെ എനിക്ക് പരിചയപ്പെടുത്തി. അയാൾ പാലക്കാട്ടടുത്തുള്ള ഒരാളാണ്. പത്തുകൊല്ലമായി തണുക്കുവിൽ ചായക്കച്ചവടമാണ്. തെലുങ്കിൽ സംസാരിക്കാനും വായിക്കാനും സാധിക്കും. നല്ല ഉശിരൻ ചെറുപ്പക്കാരൻ. എനിക്കഭിമാനം തോന്നി. മലയാളി എവിടെപ്പോയാലും ആ നാട്ടിലെ പുരോഗമനപ്രസ്ഥാനത്തിൽ പങ്കെ

ടുക്കുകയും മുന്നിട്ട് നിൽക്കുകയും ചെയ്യും എന്ന പരമാർഥത്തിന്റെ തെളിവാണ് ആന്ധ്ര കമ്യൂണിസ്റ്റ് പാർട്ടിയുടെ സംസ്ഥാന സമ്മേളന പ്രതിനിധികളിലൊരാളായ അയാൾ. മലയാളി അങ്ങനെയാണ്.

രാത്രി എട്ടുമണിക്ക് റാലി തുടങ്ങി. നാൽപ്പതിനായിരം ആളുകൾ റാലിയിൽ സംബന്ധിച്ചിരുന്നു. രാവിലെ തുടങ്ങി അടുത്ത ഗ്രാമത്തിൽനിന്ന് കാളവണ്ടിയിൽ ചെമപ്പുകൊടിയും കുത്തി അമ്മമാരും വൃദ്ധന്മാരും കുട്ടികളും വരുന്ന കാഴ്ച ആഹ്ലാദകരമായിരുന്നു. ഓരോ സംഘവും വന്നാൽ ഞങ്ങൾ താമസിക്കുന്ന ടി ബിയിൽ വന്ന് ഞങ്ങളെ ഒന്ന് നോക്കിക്കണ്ടല്ലാതെ അവർ പോവുകയില്ല. അവരുടെ ഘോഷയാത്രയും പ്രകടനവും ഞങ്ങളെ ഒന്ന് കാണിച്ചേവിടു എന്ന വാശി. സാധാരണ ഉൾനാടുകളിൽ ഉത്സവത്തിന് കൊണ്ടുപോകുന്ന മുടിപോലെ ഒരു വലിയ സാധനം. അതിൽ മുമ്പെല്ലാം ദൈവത്തിന്റെ പടമാണ് വയ്ക്കുക. ഇന്ന് രക്തസാക്ഷികളുടെ ചിത്രം. നടുക്ക് സ്റ്റാലിന്റെയും ലെനിന്റെയും പടം. രാവിലെ തുടങ്ങി വൈകുന്നേരം വരെ ഗ്രാമത്തിൽനിന്നുള്ള ജനങ്ങളുടെ വരവ് ആവേശകരമായിരുന്നു. അതാ വരുന്നു, ഒരു സംഘം, അവരുടെ നാടൻ സംഗീതം. കൊട്ട്, പാട്ട് എന്നിവ: നല്ല നാടൻ പാട്ട്. അതാ വരുന്നു, തെക്കുനിന്ന് മറ്റൊരുസംഘം, അതിന്റെ മുമ്പിൽ നിൽക്കുന്നത് കൊടിയും പിടിച്ചുള്ള അമ്മമാരാണ്. എന്തൊരു ഉഷാർ! എന്തൊരു വാശി!! കലാപരിപാടികൾ നന്നായിരുന്നു; ആവേശകരവും ജനങ്ങളെ ചിന്തിപ്പിക്കുന്നതും. രാത്രി പന്ത്രണ്ടുമണിക്ക് റാലി അവസാനിച്ചു.

ആന്ധ്ര സംസ്ഥാനത്തെപ്പറ്റിയുള്ള നാഗിറെഡ്ഡിയുടെയും സുന്ദരയ്യയുടെയും രാജേശ്വരറാവുവിന്റെയും പ്രസംഗങ്ങൾ ജനങ്ങളെ ആവേശം കൊള്ളിച്ചു. ആന്ധ്രമാതാവിന്റെ സന്താനങ്ങൾ–ഭാഷാടിസ്ഥാനത്തിൽ അവർക്കൊരു സംസ്ഥാനം കിട്ടി. അവർ അതിനർഹരാണ്. അവരുടെ സമരസന്നദ്ധത; യോജിപ്പ്; രാജ്യസ്നേഹം; ദേശാഭിമാനം – അതിനൊരു കുപ്പുകൈ.

ആന്ധ്ര നമുക്കൊരു മാതൃകയായിത്തീരട്ടെ.

(*ദേശാഭിമാനി*, 1953 ജൂൺ 28)

8

എന്റെ തിരു–കൊച്ചി പര്യടനം

കഴിഞ്ഞ 18–നാണ് ഞാനെന്റെ തിരു–കൊച്ചി പര്യടനം ആരംഭിച്ചത്. ഇതിനിടക്ക് എനിക്ക് പല അനുഭവങ്ങളുമുണ്ടായി. നാട്ടുകാരെങ്ങനെ ജീവിക്കുന്നുവെന്നെനിക്ക് നേരിട്ട് മനസിലാക്കാൻ സാധിച്ചു.

തൃശൂരിലായിരുന്നു ഒന്നാമത്തെ പരിപാടി. വൈകുന്നേരത്തെ ചർച്ചായോഗത്തിന് ധാരാളം വിദ്യാർഥികൾ പങ്കെടുത്തു. സോവിയറ്റ് യൂണിയനെ സംബന്ധിച്ചും ചൈനയെ സംബന്ധിച്ചും കാര്യങ്ങൾ മനസിലാക്കാനുള്ള ആഗ്രഹം ജനങ്ങൾക്ക് കലശലായുണ്ട്. രണ്ടുമണിക്കൂർ നേരം ചോദ്യത്തിനുത്തരം പറയേണ്ടിവന്നു. കമ്യൂണിസ്റ്റ് വിരുദ്ധമുന്നണിയുടെ കേന്ദ്രമാണ് തൃശൂർ: വിരുദ്ധന്മാർ ചില പ്രകടനങ്ങൾ നടത്താനാലോചിച്ചിരുന്നു. ഒന്നും കണ്ടില്ല.

അടുത്തദിവസം തൃശൂരിന് ചുറ്റുപാടുമുള്ള സ്ഥലങ്ങളിൽ സഞ്ചരിച്ച് വൈകുന്നേരം അന്തിക്കാട്ടെത്തി. ഓട്ടുകമ്പനികളും മറ്റു ചെറിയ വ്യവസായങ്ങളുമുണ്ട്. പക്ഷേ അവയിൽ ചിലതെല്ലാം പൂട്ടിയിരിക്കുകയാണ്. ഇരിങ്ങാലക്കുടയിലെ കശുവണ്ടിക്കമ്പനി പൂട്ടിയിട്ട് രണ്ട് വർഷമായി. ഇപ്പോൾ കമ്പനിതന്നെ ലേലത്തിനുവെച്ചിരിക്കയാണ്. മറ്റു ചിലതിൽ ആഴ്ചക്ക് രണ്ടോ മൂന്നോ ദിവസം മാത്രമേ ജോലിയുള്ളു. ഭയങ്കരമായ തൊഴിലില്ലായ്മയും ക്ഷാമവും പടർന്നുപിടിച്ചിരിക്കയാണ്.

അന്തിക്കാട് ഗംഭീരമായ ഘോഷയാത്രയും പൊതുയോഗവുമാണ് നടന്നത്. കോൺഗ്രസ് പ്രസിഡന്റിന്റെ ഒരു നോട്ടീസുണ്ടായിരുന്നു. ആ നോട്ടീസിൽ തങ്ങൾ കറുപ്പുകൊടിപ്രകടനം നടത്താൻ തീർച്ചപ്പെടുത്തിയിട്ടില്ലെന്നും അങ്ങനെ ഉണ്ടാകുമെന്ന് പറഞ്ഞത് തെറ്റാണെന്നും കാണിച്ചിരുന്നു. 'അച്ഛൻ പത്തായത്തിലില്ല' എന്ന കഥയാണെനിക്ക് ഓർമവന്നത്. നാട്ടുകാരുടെ ശക്തി നിമിത്തം കോൺഗ്രസിന് അതിന്റെ മരണക്കളി കാണിക്കാൻ സാധിച്ചില്ല.

അടുത്തദിവസം ആലുവയിലെത്തി, അവിടെനിന്ന് പന്ത്രണ്ടുമണിക്ക് ഏലൂർ വഴി മഞ്ഞുമ്മൽ പോയി. റോഡിനരികെ കാർ നിർത്തി. ഉടനെ ഒരു വൃദ്ധയായ അമ്മ എന്റെ അരികെ വന്നു. അവരെന്നെ ഹാരമണിയിച്ച് കരയാൻ തുടങ്ങി. ജീവപര്യന്തം ശിക്ഷിക്കപ്പെട്ട ഇടപ്പള്ളിക്കേസിലെ പ്രതിയായ കൃഷ്ണൻകുട്ടിയുടെ അമ്മയാണത്. അവർ റോഡിനരികെയാണ് താമസം. ഞാനവരെ സമാധാനിപ്പിച്ചു; ഇത്തരത്തിൽ എത്രയോ അമ്മമാർ മക്കളുടെ ജയിൽവാസം നിമിത്തം കഷ്ടപ്പെടുന്നവരായിട്ടുണ്ട്! അവരുടെ അരികെ ഒരു ചെറുപ്പക്കാരി നിൽക്കുന്നു. ഉഷാർ. അവരാണ് കെ സി മാത്യുവിന്റെ ഭാര്യ. നല്ല വിപ്ലവബോധമുള്ള പെൺകിടാവ്. കരച്ചിലില്ല. നിലവിളിയില്ല. തന്റെ ഭർത്താവിന്റെ ദേശാഭിമാനത്തിൽ അവർ അഭിമാനം കൊള്ളുന്നു. ഭർത്താവിനെപ്പോലെയല്ലെങ്കിലും അവരും ചിലതെല്ലാം പ്രവർത്തിക്കുന്നുണ്ട്. മേരി എന്നാണവരുടെ പേർ. അവരുടെയരികെയുണ്ട് ഫിലോമിന. പൊലീസിന്റെ മർദനമേറ്റവർ. മകനെ ഭർത്താവായി ഉപയോഗിക്കണമെന്ന് പറഞ്ഞ് പൊലീസ് അടിച്ച് ഭേദിപ്പിച്ച് അങ്ങനെ ചെയ്യാൻ നിർബന്ധിതരായവർ. ലേശം പോലും പതറാതെ കൂസാതെ അവരിന്നും ജോലി ചെയ്യുന്നു.

സ്വൽപ്പനേരം സംസാരിച്ചശേഷം ഞങ്ങൾ കാറിൽ യാത്രയായി. അടുത്തായി കാണുന്ന പോളിടെക്നിക് സ്കൂളിൽ പഠിക്കുന്ന ചില വിദ്യാർഥികളെ സ്ഥലത്തെ വിരുദ്ധമുന്നണിക്കാർ ഏതാനും മാസങ്ങൾക്കുമുമ്പ് കുത്തി പരുക്കേൽപ്പിച്ചു എന്ന് നാട്ടുകാർ എന്നോട് പറഞ്ഞു. അപ്പോഴാണ് കമ്യൂണിസ്റ്റ് വിരുദ്ധമുന്നണിയുടെ തനിനിറം മനസിലായത്.

ഞങ്ങൾ ഏലൂരിലെത്തി, വിരുദ്ധമുന്നണിനേതാവിന്റെ അമ്മയായ ത്രേസ്യ എന്നെ സ്വീകരിച്ചു. ഞാൻ സ്വൽപ്പനേരം അവിടെ നിന്നു. സ്വൽപ്പം അകലെയായി പത്തുമുപ്പത് ആളുകൾ കറുത്ത കൊടിയുമായി നിൽക്കുന്നത് ഞാൻ കണ്ടു. പൊലീസ് ഉദ്യോഗസ്ഥന്മാർ സ്ഥലത്തുണ്ടായിരുന്നു.

കറുപ്പുകൊടിക്കാരിൽ ഭൂരിപക്ഷവും സാധു കൃഷിക്കാരും ജോലിയില്ലാത്തവരുമാണ്. നാറിക്കീറിയ വസ്ത്രം. ക്ഷൗരം ചെയ്യാത്ത മുഖം. പട്ടിണികൊണ്ട് ക്ഷീണിച്ച ശരീരം. പക്ഷേ അതിൽ അൽപ്പം പഠിച്ച രണ്ടുമൂന്ന് ചെറുപ്പക്കാരുമുണ്ട്. സോവിയറ്റ് യൂണിയനെപ്പറ്റി പറഞ്ഞുവിട്ട നുണകൾ ഇവരിൽ ചിലരെ ബാധിച്ചിട്ടുണ്ട്. ഞാൻ നേരെ അതിനടുത്ത തിയേറ്ററിൽ ചർച്ചായോഗത്തിനു പോയി. യോഗം നടക്കുമ്പോൾ വിരുദ്ധമുന്നണിക്കാർ ആ വഴിക്ക് പ്രകടനം നടത്തിപ്പോയി. ഈ പ്രകടനക്കാർ നൂറു ശതമാനവും കത്തോലിക്കാ ക്രിസ്ത്യാനികളാണ്. പള്ളി അച്ചന്മാരാണിതിന്റെ നേതാക്കൾ.

നമ്മുടെ ബാലപ്പന്റെ വീട്ടിൽ പോയി. ബാലപ്പൻപിള്ള ഇടപ്പള്ളിക്കേസിലെ പ്രതിയാണ്. അയാളുടെ അച്ഛൻ അറുപത്തഞ്ചുവയസായ വൃദ്ധൻ കരയാതിരിക്കാൻ ശ്രമിച്ചു; പക്ഷേ സാധിച്ചില്ല. കണ്ണുനീർത്തുള്ളികൾ

വന്നു. ഞാൻ അൽപ്പം സംസാരിച്ച ശേഷം പുറത്തുവന്നു. അതിനടുത്താണ് ഗോവിന്ദന്റെ വീട്. അയാൾ മർദനമേറ്റ് മരിച്ച ആളാണ്. ജയിലിൽനിന്ന് വിട്ടശേഷം ഭ്രാന്തനായി മരിച്ചു. ജ്യേഷ്ഠനെയും അമ്മയെയും കണ്ടു. ചർച്ചായോഗം കഴിഞ്ഞ് മാധവന്റെ വീട്ടിൽ പോയി. ഒരു ചെറുപ്പക്കാരൻ; തൊഴിലാളി, രോഗശയ്യയിലാണ്. നടക്കാൻ വയ്യ. ഇത്തരത്തിൽ നാട്ടിൽ മുഴുവൻ എത്രയോ ധീരന്മാരായ യുവാക്കൾ സ്വാതന്ത്ര്യസമരത്തിൽ പങ്കെടുത്ത് രോഗികളായി ചികിത്സിക്കാൻ വയ്യാതെ കിടപ്പുണ്ട്. പലരും ഭക്ഷണമില്ലാതെ, രോഗത്തിന് ചികിത്സയില്ലാതെ മരിച്ചുപോകുന്നുമുണ്ട്!

അടുത്തദിവസം ഞങ്ങൾ മൂവാറ്റുപുഴയിലെത്തി. ഉത്സാഹംകൊണ്ട് മതിമറന്ന കൃഷിക്കാരും നാട്ടുകാരും. അവിടെ ടി ബിയിലാണ് താമസിച്ചത്. അവിടെവന്ന കൃഷിക്കാരോട് ഞാൻ സംസാരിച്ചു. ഉലഹന്നാൻ എന്ന ക്രിസ്ത്യാനി കർഷകൻ അവരുടെ കുടുംബത്തിലെ നില എന്നോട് വിവരിച്ചു. ഒരു ഇടത്തരം കൃഷിക്കാരനാണയാൾ. നാലേക്കർ പുരയിടമുണ്ട്. എന്നാലും കൃഷിച്ചെലവിനും കുട്ടികളെ പഠിപ്പിക്കാനും എല്ലാം കൂടി ചുരുങ്ങിയത് ആയിരം ക. വർഷത്തിൽ വേണം. അയാൾക്ക് വരവ് കഷ്ടിച്ച് അഞ്ഞൂറു ക യാണ്. അതുതന്നെ തേങ്ങയ്ക്കും കുരുമുളകിനും വിലയുണ്ടെങ്കിൽ. അങ്ങനെ അവിടെ വന്ന കൃഷിക്കാരിൽ നിന്ന് അവരെങ്ങനെ ജീവിക്കുന്നു എന്ന് എനിക്ക് മനസിലായി.

ചർച്ചായോഗം കഴിഞ്ഞ് പൊതുയോഗം തുടങ്ങുന്നതിനുമുമ്പ് ഞാൻ വൈദ്യരുടെ വീട്ടിൽ പോയി. ആ സഖാവ് ജൂൺ 3ന് മരിച്ചുപോയി. സേനൻവൈദ്യൻ സ്റ്റേറ്റ് കോൺഗ്രസ് കാലത്തെ ഒരു നല്ല പ്രവർത്തകനും പിന്നീട് പാർട്ടിയിൽ ചേർന്ന ആളുമാണ്. ഒരു നല്ല പ്രവർത്തകൻ. ഒരു കത്തോലിക്ക സ്ത്രീയെയാണ് വിവാഹം കഴിച്ചത്. അവർക്ക് നാല് കുട്ടികളുമുണ്ട്. ഒരു കാലുമുറിച്ച് അവശനായി കിടക്കുന്ന ആ നിലയിലും ആ സഖാവിന്റെ മുഖത്ത് ഒരു വിപ്ലവകാരിയുടെ ശൗര്യമുണ്ടായിരുന്നു. ആ പാവപ്പെട്ട കുടുംബത്തിന് പത്ത് ക കൊടുത്തു. യോഗത്തിൽനിന്ന് അറുപത്തൊന്ന് ക. പിരിച്ചുകൊടുത്തു. എന്നിട്ടും ആ സഖാവിന്റെ ജീവനെ രക്ഷിക്കാൻ കഴിഞ്ഞില്ല. എത്രയോ സഖാക്കൾ ഇത്തരത്തിൽ വിപ്ലവകാരികളായുണ്ട്. പക്ഷേ അവരെ പോറ്റാനും അവരുടെ രോഗം മാറ്റാനുമുള്ള സംഘടനാബലം നമുക്കില്ല. എത്രയോ ധീരയോദ്ധാക്കൾ നമുക്ക് നഷ്ടപ്പെട്ടു. ഇനിയും നഷ്ടപ്പെടേണ്ടതായുംവരും. മൂവാറ്റുപുഴയിലെ പൊതുയോഗം ആ നാട്ടിലെ ജനാധിപത്യപ്രസ്ഥാനത്തിന്റെ ശക്തി നന്നായി തെളിയിക്കുന്നുണ്ട്.

അടുത്തദിവസം രാവിലെ ഞാൻ താമസിച്ച വീട്ടിൽ ജോലിചെയ്യുന്ന കർഷക തൊഴിലാളി മത്തായിയെ കണ്ടു. ആ ഉശിരൻയുവാവുമായി ഞാൻ ദീർഘനേരം സംസാരിച്ചു. മത്തായി പിറവത്തുകാരനാണ്. കുടുംബത്തിൽ ആകെ പത്ത് ആളുകളുണ്ട്. അവർക്കാകെയുള്ള സ്വത്ത് കുടികിടപ്പ് ഒന്നര ഏക്കർ ഭൂമിയാണ്. അയാൾക്ക് പന്ത്രണ്ട് അണ കൂലി

യാണ് കിട്ടുന്നത്; സ്ത്രീകൾക്ക് ഒമ്പത് അണയും. കഷ്ടിച്ച് ആറുമാസം ജോലിയുണ്ടാകും. രാവിലെ കാപ്പിയാണ് കഴിക്കുക. ആ കാപ്പിക്ക് 'മത്തായിക്കാപ്പി' എന്നാണ് പേർ. പഞ്ചസാരയില്ല, പാലില്ല, കാപ്പിപ്പൊടിയുമില്ല. കാപ്പിക്കുരു എടുത്ത് ആ തൊണ്ട് – കാപ്പിത്തൊണ്ട്–കൊണ്ട് കാപ്പി. രാത്രി ഒരുനേരം ചോറ്. ഒരു തോർത്തും ബനിയനും മുണ്ടും; പള്ളിക്ക് പോകാൻ വേറൊരു തോർത്തും മുണ്ടും. മത്തായിയെ ആ നാട്ടുകാർക്കെല്ലാം അറിയാം.

മത്തായിയും അയാളുടെ ജ്യേഷ്ഠനും കൂടി ഒമ്പതുദിവസം ആ നാട്ടിൽ ജോലി ചെയ്തു. കത്തോലിക്കൻ പുളിവെയിൽ മത്തായിയുടെ വീട്ടിലായിരുന്നു ജോലി ചെയ്തത്. കൂലി ചോദിച്ചപ്പോൾ ഒരുമാസം കൂടി വേലചെയ്യണമെന്ന് പറഞ്ഞു. അപ്പോൾ പതിനഞ്ച് ക. തരാമെന്നും അല്ലെങ്കിൽ പോകണമെന്നും പറഞ്ഞു. ചെയ്തജോലിക്ക് മുഴുവൻ കൂലിതരാതെ സാധ്യമല്ലെന്ന് മത്തായി ഉറപ്പിച്ചുപറഞ്ഞു. ഉടനെ വലിയ വടി കൊണ്ടുവന്ന് അടിച്ചു. മത്തായി ജീവരക്ഷക്കായി ഓടി. പൊലീസിൽ പോയി ഹർജികൊടുത്തു. പക്ഷേ ഇൻസ്പെക്ടർ ഒന്നും ചെയ്തില്ല. ഒരാഴ്ചകഴിഞ്ഞ് അയാളുടെ വീടിന്റെ പടിക്കൽ മത്തായി സത്യാഗ്രഹം തുടങ്ങി. ആരും പറഞ്ഞല്ല അങ്ങനെ ചെയ്തത്. മത്തായി കർഷകസംഘത്തിലും അംഗമല്ല. എന്നാലും ഈ അന്യായത്തെ എതിർക്കണമെന്ന ബോധത്തിന്റെ അടിസ്ഥാനത്തിലാണയാൾ അത് ചെയ്തത്. മത്തായിയെ അറസ്റ്റ് ചെയ്തു. മത്തായി ജയിലിനകത്തും നിരാഹരവ്രതം തുടങ്ങി. ജയിലിൽനിന്ന് വിട്ടു. വീണ്ടും സത്യാഗ്രഹം തുടങ്ങുമെന്ന് നോട്ടീസ് കൊടുത്തു. പണിയെടുത്ത മുഴുവൻ കൂലിയും തല്ലിന് അമ്പത് ക. പിഴയും കിട്ടി.

ഒരു ഉശിരൻ തൊഴിലാളി! സംഘമൊന്നുമില്ലെങ്കിലും തന്റെ ആവശ്യം സാധിക്കാൻ അങ്ങേയറ്റം വരെ സമരംചെയ്ത യുവാവ്!! മത്തായി പത്രം ക്രമമായി വായിക്കാറുണ്ട്. അതിൽനിന്ന് സത്യാഗ്രഹ സമരത്തെപ്പറ്റിയും പണിമുടക്കുകളെപ്പറ്റിയും മത്തായിക്ക് മനസിലാക്കാൻ സാധിച്ചിട്ടുണ്ട്.

പത്ത് മണിക്ക് തൊടുപുഴയിലെ രക്തസാക്ഷിയായ കെ എസ് കൃഷ്ണപിള്ളയുടെ വീട്ടിൽ പോയി. തൊടുപുഴ ലോക്കപ്പിലെ മർദനം ഹേതുവായി മരിച്ച ആളാണ് അയാൾ. ആ രക്തസാക്ഷിയുടെ കുടുംബങ്ങളെ കണ്ടു സംസാരിക്കുകയുണ്ടായി.

നവലോകം, 1953 ജൂലായ് 12

II

കോട്ടയത്ത് എത്തിയ ഉടനെ പൊലീസ് തേർവാഴ്ചയുടെ അന്തരീക്ഷമാണ് ഞാൻ കണ്ടത്.

സിമന്റ് വർക്കേഴ്സ് യൂണിയൻ സെക്രട്ടറി വാസുദേവക്കുറുപ്പ് ഒരു

ബി എസ് സിക്കാരനാണ്; ചെറുപ്പക്കാരൻ. അയാളുടെ വീട്ടിൽ പോയപ്പോൾ സഖാവ് നടക്കാൻ പാടില്ലാതെ കിടക്കുന്നതായി കണ്ടു. സർക്കിൾ ഇൻസ്പെക്ടർ വേണുഗോപാലന്റെ ചവിട്ടുകൊണ്ട് മർദനമേറ്റ് കിടക്കുകയാണ്. ഒരു മാന്യകുടുംബത്തിൽപ്പെട്ട യുവാവ്: ബി എസ്സി പാസായ യുവാവ്; ഒരു തൊഴിലാളി സംഘത്തിന്റെ സെക്രട്ടറി; എം എൽ എ രാഘവക്കുറുപ്പിന്റെ സഹോദരൻ– ഇത്തരത്തിലുള്ള ഒരാളെപ്പോലും പരസ്യമായി റോഡിൽ വച്ച് ചവിട്ടുന്നു. അപ്പോൾപ്പിന്നെ സാധാരണ തൊഴിലാളിയുടെ സ്ഥിതി പറയാനുണ്ടോ? ഇതൊരു സ്വതന്ത്ര ഗവൺമെന്റാണത്രേ. ജനാധിപത്യമാണത്രേ ഇവിടെ നടക്കുന്നത്. ഉദ്യോഗസ്ഥമേധാവിത്വത്തിന്റെ ലക്കുംലഗാനുമില്ലാത്ത ധിക്കാരവും അഹംഭാവവുമല്ലാതെ മറ്റെന്താണിത്?

അടുത്തദിവസം പൊൻകുന്നംവഴി മുണ്ടക്കയത്ത് പോയി. പൊൻകുന്നത്ത് നമ്മുടെ പുന്നൂസിന്റെ കൊച്ചുകുഞ്ഞ് ഒരു പ്രസംഗം ചെയ്തു. യാതൊരു പരിഭ്രമവും കൂടാതെ സംസാരിച്ചു. അച്ഛനെക്കാൾ കേമനായ മകൻ! മുണ്ടക്കയത്തെ ഗംഭീരമായ യോഗത്തിനുശേഷം രാത്രി ഒമ്പതു മണിക്ക് പാമ്പാടിയിൽ ഒരു യോഗം ചേർന്ന് കോട്ടയം വഴി എറണാകുളത്തെത്തി.

ഐക്യകേരളത്തിന്റെ പ്രക്ഷോഭം ശക്തിപ്പെട്ടുവരുന്നതോടൊപ്പം ജനങ്ങളുടെ ഇടയിൽ ഐക്യകേരളത്തെപ്പറ്റിയുള്ള ചിന്താഗതിയും ശക്തിപ്പെട്ടുവരുന്നുണ്ട്. എനിക്ക് കിട്ടുന്ന കത്തുകളിൽ ചിലവ അതു കാണിക്കുന്നുണ്ട്. സിലോണിലെ ട്രിങ്കോമലിയിൽനിന്ന് വന്ന കത്താണൊന്ന്. ആ കത്തിൽ ഇപ്രകാരം എഴുതി:

> താങ്കളുടെ അനുദിനമെന്നോണമുള്ള പത്രറിപ്പോർട്ട് വായിച്ച് സന്തോഷ സംതൃപ്തികളോടെയാണ് ഞങ്ങൾ നാൾ കഴിക്കുന്നത്. താങ്കൾ കുറച്ചു ദിവസത്തിനു മുമ്പ് ഐക്യകേരളത്തിനുവേണ്ടി എത്രപേരാണ് മരിക്കേണ്ടത് എന്ന് ചോദിക്കാൻ തയാറായതായി പ്രസ്താവിച്ചതായറിയുന്നു. എത്രവേണമെന്ന് തീരുമാനമെടുത്താൽ അത്രയും മരിക്കാം. ബാക്കിയുള്ളവർക്കെങ്കിലും ഐക്യകേരളം കിട്ടി സുഖമായിരിക്കാമല്ലൊ. നമ്മൾ ഒന്നേകാൽ കോടി മലയാളികളുണ്ടല്ലൊ. സിലോണിൽ യു എൻ പി ഭരണത്തിൽ ജീവിക്കുന്നതിനേക്കാൾ ഐക്യകേരളത്തിനുവേണ്ടി മരിക്കുന്നതാണ് ഉത്തമം. ഐക്യകേരളം പ്രധാനമായും ആവശ്യമായത് മറുനാടൻ മലയാളികൾക്കാണ്. ഐക്യകേരളത്തിനായി ഒരു സമര ഐക്യമുന്നണി കെട്ടപ്പടുക്കേണ്ട സമയം അതിക്രമിച്ചിരിക്കുന്നു. സമരത്തിൽക്കൂടെയല്ലാതെ നെഹ്റു ഗവൺമെന്റ് ഐക്യകേരളം പ്രദാനം ചെയ്യുമെന്ന് തോന്നുന്നില്ല. ഐക്യകേരളത്തിനുവേണ്ടി നിങ്ങളുടെ കൂടെ അണിനിരക്കാൻ ഞങ്ങൾ സദാ സന്നദ്ധരാണ്. സിലോണിലെ കഷ്ടപ്പെടുന്ന മലയാളികളുടെ ശബ്ദമാണിത്.

മറ്റൊരു കത്ത് ആര്യവൈദ്യന്റേതാണ്. ആ കത്തിന്റെ ഭാഗം ഇതാണ്:

> നമ്മുടെ ഇന്ത്യൻ മെഡിക്കൽ ഡിപ്പാർട്ടുമെന്റ് മറ്റു ഗവൺമെന്റ് ഡിപ്പാർട്ടുമെന്റുകളെപ്പോലെതന്നെ അങ്ങേയറ്റം ഉദ്യോഗസ്ഥമേധാവിത്വമുള്ളതും, അത് എന്തിന്റെ അഭിവൃദ്ധിക്കാണോ സ്വയം സ്ഥിതിചെയ്യുന്നതായി നടിക്കുന്നത്, ആ വിഷയത്തിൽ കഴിയുന്നത്ര ദ്രോഹം സൃഷ്ടിക്കാൻ വേണ്ടി പ്രവർത്തിക്കുന്നതുമാണെന്നാണ് പൊതുവെ വൈദ്യന്മാരുടെ ഇടയിലുള്ള വിശ്വാസം. ഒന്നാമതായി ചെന്നൈയിലുള്ള ഈ ഡിപ്പാർട്ടുമെന്റ് മേധാവികളിൽ ഭൂരിഭാഗവും തമിഴരോ ആന്ധ്രക്കാരോ ആണ്. അവർക്കാണെങ്കിൽ ആസവാരിഷ്ടങ്ങളെക്കുറിച്ച് ഒരു പിടിയുമില്ല. അവരുടെയിടയിൽ മലയാളത്തിലേതുപോലെ നടപ്പുള്ളതുമല്ല. നമ്മുടെ പഴനിസ്വാമി ഗൗണ്ടർ ഇങ്ങനെ ഒരു സാധനമുണ്ടെന്നുതന്നെ നിവേദനം ചെന്നപ്പോഴാണ് അറിയുന്നത്. നിങ്ങൾ ഓർക്കുന്നുണ്ടായിരിക്കുമല്ലോ? ഒരൈക്യകേരള സംസ്ഥാനമുണ്ടായിരുന്നെങ്കിൽ എത്ര നന്നായിരുന്നു.

ചേർത്തലയ്ക്കു പോകുന്ന വഴി തൊഴിലാളികളെക്കണ്ട് സംസാരിക്കാൻ സാധിച്ചു. ഏറ്റവും ഭയങ്കരമായ പട്ടിണി ബാധിച്ച സ്ഥലങ്ങളാണവ. ഭയങ്കരമായ തൊഴിലില്ലായ്മയും ഭക്ഷണക്ഷാമവും പടർന്നുപിടിച്ചിരിക്കുന്നു. കപ്പയ്ക്ക് റാത്തലിന് അഞ്ചരയണ വിലയായതുകൊണ്ട് വാങ്ങാൻ കഴിയുന്നില്ല. ജനങ്ങളുടെ ഭക്ഷണം കപ്പലണ്ടിപ്പിണ്ണാക്കാണ്. ഒരു സ്ഥലത്തുനിന്ന് എനിക്ക് ഒരു പൊതി കപ്പലണ്ടിപ്പിണ്ണാക്ക് തന്നു. “സാറെ, ഇതൊന്ന് നെഹ്റുവിനെയും മന്ത്രിമാരെയും കാണിക്കണേ, അവർക്ക് ഒരു തുണ്ടം കൊടുത്ത് തിന്നുനോക്കാൻ പറയണേ” എന്നാണ് ഒരു വയസൻ തൊഴിലാളി എന്നോട് പറഞ്ഞത്. ചേർത്തല പൊതുയോഗം കഴിഞ്ഞ് അടുത്തദിവസം രാവിലെ വയലാറിൽ പോയി. പോകുന്ന വഴിക്ക് വയലാർ കായലിൽ സ്ത്രീകൾ കക്ക വാരുന്നത് കണ്ടു. പത്മാക്ഷി എന്നുപേരുള്ള പതിമൂന്നു വയസുള്ള ഒരു കുട്ടി കക്കവാരുകയാണ്. അതികലശലായ തണുപ്പിലാണ് കക്കവാരുന്നത്. അമ്മാൾ, ഭാരതി, നാരായണി എന്നീ മൂന്നു സ്ത്രീകൾ വേറെയുമുണ്ട്. രാവിലെ തുടങ്ങി വൈകുന്നേരം വരെ വെള്ളത്തിൽ മുങ്ങിയാൽ പന്ത്രണ്ട് അണയുടെ കക്ക കിട്ടും. വയലാറിൽ ഞാൻ രവീന്ദ്രൻ നായരെ കണ്ടു. തിരുവനന്തപുരം സ്വദേശി. പതിനാറുവയസുള്ള ചെറുക്കൻ. അയാളുടെ വീട്ടിൽ ഒമ്പതുപേരുണ്ട്. അച്ഛന് ജോലിയില്ല. അച്ഛൻ പട്ടാളത്തിൽ ആയിരുന്നു. രണ്ട് അമ്മാവന്മാരുണ്ട്. അവരുടെ സഹായംകൊണ്ടാണ് ഇന്ന് ജീവിക്കുന്നത്. രവീന്ദ്രൻ ഒരു വീട്ടിൽ വേലക്കാരനായി ജോലിചെയ്യുകയാണ്.

ചേർത്തലയിൽനിന്ന് ആലപ്പുഴയ്ക്ക് പോകുന്നവഴിക്ക് പല ചെറിയ കയർ കമ്പനികളുടെയും നില എനിക്ക് മനസിലാക്കാൻ സാധിച്ചു.

ആദ്യംതന്നെ ചേർത്തല താലൂക്കിലെ പെരുനീർമംഗലത്തുള്ള ഡൊമിനിയൻ കയർ മാനുഫാക്ചേഴ്സ് കമ്പനിയുടെ വിവരങ്ങൾ ഞാൻ മനസിലാക്കി. ഈ കമ്പനിയിൽ 1948–ലും 1950–ലും എണ്ണൂറുപേർക്ക് തൊഴിലുണ്ടായിരുന്നു. അതിനുശേഷം ഒരു കൊല്ലം യാതൊരു തൊഴിലുമില്ലായിരുന്നു. ഇപ്പോൾ ഇവിടെ ഇരുനൂറുപേർ ജോലിചെയ്യുന്നുണ്ട്. ഞാൻ തൊഴിലാളികളോട് സംസാരിക്കുമ്പോൾ വേലുകൊച്ചുകൃഷ്ണൻ എന്നൊരാൾ പെട്ടെന്ന് പൊട്ടിക്കരഞ്ഞു. അയാൾ കമ്പനിയിൽ ഏഴു വർഷം ജോലിനോക്കിയ ആളാണ്. കഴിഞ്ഞ ഒമ്പതുമാസമായി അദ്ദേഹത്തിന് നിശ്ശേഷം ജോലിയില്ല. നാലു കുട്ടികളുണ്ട്; വീട്ടിൽ ആകെ ആറുപേർ. കിട്ടൻ മൂപ്പൻ എന്ന ആളെയും ഞാൻ കണ്ടു. ആ ഫാക്ടറി തുടങ്ങിയിട്ട് ഇരുപതുകൊല്ലമായി. അന്നുമുതൽ അവിടെ ജോലി ചെയ്യുന്ന ആളാണ് കിട്ടൻ മൂപ്പൻ. വീട്ടിൽ ആകെ എട്ടുപേരുണ്ട്. ആറു കുട്ടികളാണ് കിട്ടൻ മൂപ്പന്. ഇന്റർമീഡിയറ്റിന് പഠിച്ച മകന്റെ പഠിത്തം നിർത്തി. രണ്ടുകുട്ടികൾ ആറാം തരത്തിൽ പഠിക്കുന്നു. ഒരാളുടെ പഠിത്തം നിർത്തി. 46 സെന്റ് സ്ഥലം ഉണ്ട്. ശരാശരി 20 നാളികേരം കാണും. യാതൊരു സമ്പാദ്യവും ഇല്ല. 1000ക. കടമുണ്ട്. ആ കമ്പനിയിൽ ഏറ്റവും ശമ്പളക്കൂടുതലുള്ള ആളാണ് അയാൾ. ദിവസം രണ്ടുരൂപ അഞ്ചണ കൂലിയുണ്ട്. എന്നിട്ടും അയാളുടെ നിലയിതാണ്. ഇതാണ് മിക്ക കമ്പനികളിലെയും നില. ചേർത്തലയ്ക്കു സമീപം തറ എന്ന സ്ഥലത്ത് എത്തിയപ്പോൾ ഒരു സാധുകർഷകത്തൊഴിലാളി ഇങ്ങനെ ആവലാതിപ്പെട്ടു: "തിരഞ്ഞെടുപ്പിൽ കോൺഗ്രസിന് വോട്ടു ചെയ്യാത്തതിനാൽ തെങ്ങുകയറ്റത്തിനു സമ്മതിക്കുന്നില്ല." തിരഞ്ഞെടുപ്പ് കഴിഞ്ഞതിനു ശേഷം ഈ സ്ഥലങ്ങളിൽ സാമൂഹ്യബഹിഷ്കരണം തുടങ്ങി. ഇവിടെ കർഷകത്തൊഴിലാളികളാണ് കൂടുതൽ. വർഷത്തിൽ നാലുമാസം മാത്രമാണ് ജോലി. ഇപ്പോൾ പ്രധാനപ്പെട്ട ആഹാരം കപ്പലണ്ടിപ്പിണ്ണാക്കാണ്. അതിന്റെ വില റാത്തലിന് മൂന്നണ. കപ്പയ്ക്ക് റാത്തലിന് അഞ്ചര അണ വിലയാണ്. ഈ പ്രദേശത്ത് മുമ്പ് 4000 പേർക്ക് ജോലിയുണ്ടായിരുന്നു. ഇപ്പോൾ 1500 പേർക്ക് മാത്രം. ചേർത്തലത്തോടിനെപ്പറ്റി ഞാൻ അന്വേഷിച്ചു. പെട്ടെന്ന് ഒരു കർഷകത്തൊഴിലാളി പറഞ്ഞു: "അത് ഈയാണ്ടിൽ രണ്ടുമൂന്ന് ഫർലോങ് വെട്ടി. അത് തന്നെ നികന്നുപോയി. 35 കൊല്ലമായി തോട് വെട്ടിത്തുടങ്ങിയിട്ട്. ഇനിയും പൂർത്തിയായിട്ടില്ല. മാത്രമല്ല, ഇത് കൃഷിക്കും നാശമാണ്. മുക്കാൽഭാഗവും വെട്ടാതെ കിടക്കുന്നു.

ആലപ്പുഴയിൽ വിരുദ്ധമുന്നണിക്കാരുടെ ഒരു ചെറിയ പ്രകടനം ഉണ്ടായിരുന്നു. വിരുദ്ധമുന്നണിയുടെ കേന്ദ്രം ആലപ്പുഴയായിരിക്കയാണ്. അവിടെ തൊഴിലാളികളെ ഭിന്നിപ്പിക്കുകയും അവരുടെ സംഘടനയിൽ കുഴപ്പമുണ്ടാക്കുകയാണ് അവരുടെ ജോലി. ഈ വിരുദ്ധമുന്നണിക്കാർ കത്തോലിക്കാക്രിസ്ത്യാനികളാണ്. പ്രകടനം പലപ്പോഴും പള്ളിയുടെ മുമ്പിൽവെച്ചാണ്. അച്ചന്മാരാണ് ഇതിന് നേതൃത്വം നൽകുന്നത്. ആലപ്പുഴയിൽ ഐ എൻ ടി യു സിയും വിരുദ്ധമുന്നണിയും കൂടിയാണ്.

പ്രവർത്തനം. പഞ്ചായത്ത് തിരഞ്ഞെടുപ്പിലും മറ്റ് കോൺഗ്രസ് പൊതുയോഗങ്ങളിലും വിരുദ്ധമുന്നണിക്കാരാണ് പ്രസംഗകർ. വിരുദ്ധമുന്നണി കോൺഗ്രസിന്റെ ശക്തിയായ മുന്നണിയാണ്. ഏറ്റവും ആഭാസമായ ഭാഷയിലാണ് അവരുടെ പ്രസംഗം. പ്രസംഗം കമ്യൂണിസ്റ്റുകാരുടെ കുടുംബത്തെപ്പറ്റിയും മറ്റുമാണ്. ഇത്തരത്തിൽ സംസ്കാരഹീനവും പുരോഗമനവിരുദ്ധവുമായ ഒരു സംഘമാണത്. അവർക്ക് പണത്തിന് ബുദ്ധിമുട്ടില്ല. വിരുദ്ധമുന്നണിക്കാരുടെ സമ്മേളനം തന്നെ പള്ളിയുടെ, പള്ളിക്കൂടത്തിന്റെ ഉള്ളിൽവെച്ചാണ് നടന്നത്.

ഈ സംഘത്തെ സഹായിക്കുകയും പ്രോത്സാഹിപ്പിക്കുകയും ചെയ്യുന്ന കോൺഗ്രസ് അതിന്റെ പഴയ പാരമ്പര്യം തീരെ നശിപ്പിച്ചുകളയുകയാണ്. എന്റെ യാത്രയിൽ കറുപ്പുകൊടിപ്രകടനങ്ങളും അങ്ങിങ്ങായി ഉണ്ടായിരുന്നു.

നൂറനാട് കുഷ്ഠരോഗികളുടെ ആശുപത്രി ഞാൻ സന്ദർശിച്ചു. അവിടത്തെ ഡോക്ടറുമായി ഞാൻ സ്ഥലം നടന്നുകണ്ടു. അവരുടെ വായനശാല, അവരുണ്ടാക്കിയ അലമാര മുതലായവ കണ്ടു. അവരിൽ വളരെ നല്ല കരകൗശലക്കാരുണ്ട്. അവസാനം അവരെല്ലാം ഒരു ഹാളിൽ കൂടി. അവരുടെ കൂട്ടത്തിൽ ചെറുപ്പക്കാരുണ്ട്; പിഞ്ചു പൈതങ്ങളുണ്ട്. അവരെനിക്കൊരു മെമ്മോറാണ്ടം തന്നു. അതിൽ പറയുന്നതിതാണ്.

> ഞങ്ങൾ ബഹിഷ്കരിക്കപ്പെട്ടവരാണ്. ഞങ്ങൾക്ക് സാമൂഹ്യജീവിതം അസാധ്യമാണ്. ഞങ്ങൾക്ക് രോഗം മാറിയാലും മറ്റുള്ളവരുടെ കൂടെ താമസിക്കാൻ വയ്യ. ഞങ്ങൾ നല്ല ജോലിചെയ്യുന്നവരാണ്. എന്നിട്ടും ഞങ്ങൾക്ക് യാതൊരു പ്രോത്സാഹനവും ഇല്ല.

ഞാനവരോട് 10 നിമിഷം സംസാരിച്ചു. എന്തു സംസാരിക്കാനാണ്? അവരുടെ രോഗം അത്തരത്തിലുള്ളതല്ലെ? സമൂഹം തന്നെ അവരെ ബഹിഷ്കരിച്ചിരിക്കയാണ് അവിടെ 800 രോഗികളുണ്ട്.

ഞങ്ങൾ രാവിലെ പത്തുമണിക്ക് ശൂരനാട് പോകുമെന്നായിരുന്നു തീർച്ചപ്പെടുത്തിയത്. പക്ഷേ കാറിന്റെ തകരാറുകൊണ്ട് അവിടെ വൈകുന്നേരം ആറുമണിക്കാണ് എത്തിയത്. ശൂരനാട്ടെ രക്തസാക്ഷികളുടെ കുടുംബങ്ങളിൽ ചിലരെ കണ്ടു. അടുത്ത അവസരത്തിൽ ഒരുദിവസം വരാമെന്ന വാഗ്ദാനത്തോടെ ഞാനവിടെനിന്ന് സ്ഥലം വിട്ടു. പാവപ്പെട്ട കൃഷിക്കാരാണവിടെ ഭൂരിപക്ഷവും. നൂറനാട്ടിനടുത്ത ഒരു സ്ഥലത്ത് കുറെ മുസ്ലിംകുട്ടികൾ ഓടി വന്നു. സാധുകുട്ടികൾ. അവരും സിന്ദാബാദ് വിളിച്ച് ഓടുകയായിരുന്നു. അവരുടെകൂടെ ഞാൻ അഞ്ചു നിമിഷം കഴിച്ചുകൂട്ടി.

കോട്ടാത്തല സുരേന്ദ്രന്റെ നാട്ടിൽ ഞാൻ പോയി. വലിയ ജനക്കൂട്ടം, ആ കൂട്ടത്തിൽ സുരേന്ദ്രന്റെ അച്ഛനും അമ്മയും ഭാര്യയും ഉണ്ടായിരുന്നു. അവരുമായി ഞാൻ സംസാരിച്ചു.

പുനലൂരിലെ വാളണ്ടിയർമാർ, ഞങ്ങൾ രണ്ടുമണിക്കൂർ താമസി

ച്ചെങ്കിലും ഞങ്ങളെ കാത്തുനിന്നു. അവരുടെ ഗംഭീരമായ വളണ്ടിയർമാർച്ചും അച്ചടക്കവും വൈകുന്നേരത്തെ വമ്പിച്ച പൊതുയോഗവും തൊഴിലാളികളുടെ നേതൃസാധ്യത പ്രത്യേകിച്ച് കാണിക്കുന്നുണ്ട്. മുണ്ടക്കയത്തെ തോട്ടം തൊഴിലാളികൾ വമ്പിച്ച മർദനത്തിനെതിരായി പോരാടിയവരാണ്. ഇന്നും പോരാടുന്നുണ്ട്. അവരുടെ സംഘടന ശക്തിപ്പെടുത്താനവർ അത്യധ്വാനം ചെയ്യുന്നുണ്ട്. മുണ്ടക്കയത്തുചേർന്ന വമ്പിച്ച പൊതുയോഗവും എന്നെ വളരെ സന്തോഷിപ്പിച്ചു.

മറക്കാനാവാത്ത വേറൊരു സംഭവം. ആറ്റിങ്ങലെ പൊതുയോഗവും മറ്റേർപ്പാടുകളും വളരെ ഗംഭീരമായിരുന്നു. അതിനിടയിൽ പാർട്ടി ആപ്പീസിന്റെ മുമ്പിൽ നാലഞ്ചു പിഞ്ചുകുട്ടികൾ പാളകളുമായി നിൽക്കുന്നുണ്ടായിരുന്നു. അവർ പിച്ചക്കാരാണ്. കുറെ വെള്ളവും നാലഞ്ച് വറ്റും നിറഞ്ഞ കുത്തുപാളകൾ അവരുടെ കൈയിലുണ്ട്. അതാണ് അവർക്ക് 'അന്നു കിട്ടിയ ധർമം'. മൂന്നും നാലും വയസായ ഈ പിഞ്ചുപൈതങ്ങൾക്ക് യാചിച്ചിട്ടുവേണം ജീവിക്കാൻ. അതാണ് നമ്മുടെ നാട്ടിലെ നില. യാചിച്ചാലും അവർക്ക് കിട്ടാനൊന്നുമില്ല. നാട്ടിൽ അത്രയ്ക്ക് ദാരിദ്ര്യമുണ്ട്.

നെടുമങ്ങാട് സ്കൂൾകുട്ടികളുടെ ഒരു യോഗത്തിൽ ഞാനൽപ്പം സംസാരിച്ചു. കുട്ടികൾക്ക് പഠിക്കാനുള്ള സന്ദർഭത്തിൽ രാഷ്ട്രീയകാര്യങ്ങൾ നല്ലപോലെ പഠിക്കണമെന്ന് ഞാനവരോട് പറഞ്ഞു. പക്ഷേ നമ്മുടെ പത്രക്കാർ 'രാഷ്ട്രീയകാര്യങ്ങളിൽ കുട്ടികൾ പങ്കെടുക്കരുതെന്ന്' ഞാൻ പറഞ്ഞതായി വെണ്ടയ്ക്കാ അക്ഷരത്തിൽ പ്രസിദ്ധം ചെയ്തു. നെടുമങ്ങാട്ട് വലിയ ഉത്സാഹവും ഉണർവും കാണാൻ സാധിച്ചു. റഷീദിന്റെ പാട്ടും പണ്ടാരത്തിലിന്റെ മട്ടും എല്ലാം നന്നായി.

നാഗർകോവിലിലെ ടി ബി ആശുപത്രിയിൽ ഞാൻ പോയി. 250 കിടക്കയാണവിടെയുള്ളത്. നിലത്തും ധാരാളമാളുകൾ കിടക്കുന്നുണ്ട്. പുന്നപ്ര–വയലാറിലെ ജീവപര്യന്തക്കാരായ ജോൺകുട്ടിയെയും ഗോവിന്ദനെയും കണ്ടു. ബുദ്ധിമുട്ടിന്റെ നടുവിൽപ്പോലും പ്രസന്നവദനരായിട്ടാണ് അവരെ കണ്ടത്. എന്തെങ്കിലും രോഗം വന്നാലും ഗവൺമെന്റിന് എഴുതിയിട്ടു വേണം മരുന്നുകിട്ടാൻ. അതാണ് ആശുപത്രിയിലെ സമ്പ്രദായം. ഗവൺമെന്റിന്റെ സമ്മതം കിട്ടുമ്പോളെക്കും ചിലപ്പോൾ രോഗി മരിച്ചെന്നുവരും. ഇങ്ങനെയുണ്ടോ ഒരു സമ്പ്രദായം? ഈ രോഗികളിൽ വലിയ ശതമാനം വിദ്യാർഥികളാണ്. വിദ്യാർഥി നേതാവ് ഗോവിന്ദപ്പിള്ള ആ കൂട്ടത്തിലുണ്ട്. നമ്മുടെ നാട്ടിലെ യുവാക്കന്മാരിൽ പലരും ക്ഷയരോഗികളായിത്തീർന്നിരിക്കയാണ്. ശരിയായ ആഹാരമില്ലാതെ പട്ടിണി കിടന്ന് നാടിനുവേണ്ടി കഷ്ടപ്പെട്ട എത്രയോ സ്നേഹിതന്മാർ ഇന്ന് ക്ഷയരോഗികളായി ചികിത്സക്ക് സാധ്യതയില്ലാതെ അൽപ്പാൽപ്പമായി മരിക്കുകയാണ്. അത്തരത്തിലുള്ള അനവധിപേർ എനിക്ക് ദിവസേന കത്തയക്കുന്നുണ്ട്. അവർക്ക് ചികിത്സക്ക് സൗകര്യം വേണം. കേരളത്തിലെ രോഗികളിൽ ഒരു വലിയ വിഭാഗം ക്ഷയരോഗികളാണ്. കുറ്റിക്കാട് നാരാ

യണപിള്ളയും അവിടെയുണ്ട്. കുമ്പളത്ത് ശങ്കുപ്പിള്ളയുടെ മർദനമേറ്റ് ചികിത്സക്കായിവന്നതാണ് ആ മാന്യൻ. അദ്ദേഹം ഈ ടി ബി ആശുപത്രിയിൽനിന്ന് ചികിത്സ കഴിഞ്ഞ് പോയ ആളാണ്. ഞാൻ അവിടത്തെ ഡോക്ടറെ കണ്ട് സംസാരിച്ചു. അടിയന്തിരമായി രോഗത്തിന് മരുന്നു വാങ്ങാനുള്ള റിസർവ്ഫണ്ടുകൂടി ഗവൺമെന്റിന്റെ കയ്യിലാണെന്നും തനിക്ക് എന്തെങ്കിലും മരുന്ന് വാങ്ങണമെങ്കിൽ ഗവൺമെന്റിന്റെ അനുവാദം വേണമെന്നും അദ്ദേഹം പറഞ്ഞു. 20–25 കൊല്ലം ശിക്ഷിക്കപ്പെട്ട തടവുകാർക്ക് അടിയന്തിരമായി ചികിത്സിക്കാൻ പോലും ഗവൺമെന്റിന്റെ അനുവാദം കിട്ടിയാലെ സാധിക്കൂ എന്നുവന്നാൽ രോഗികൾ മരിക്കുകയല്ലാതെ നിവൃത്തിയില്ല.

തിരുവനന്തപുരത്തെ യോഗം മഴയത്തായിരുന്നു. അടുത്തദിവസം കന്യാകുമാരിവരെ പോയി. അവിടെയുള്ള സ്ഥലങ്ങളെല്ലാം കണ്ടു. സൂര്യോദയവും വിവേകാനന്ദപ്പാറയും മറ്റ് സ്ഥലങ്ങളും കണ്ടു.

കൊല്ലത്തുവന്നു ചവറ–കരുനാഗപ്പള്ളി വഴിയായി ഞങ്ങൾ കായംകുളത്തെത്തി. കായംകുളത്തെ വളണ്ടിയർമാർച്ചും സമ്മേളനവും ജനാധിപത്യപ്രസ്ഥാനത്തിന്റെ ശക്തി തികച്ചും കാണിക്കുന്നുണ്ട്. മഴയായിരുന്നെങ്കിലും ഓച്ചിറ യോഗം ഗംഭീരമായിരുന്നു. കെ പി എ സി യുടെ ഗായകസംഘത്തിന്റെ പാട്ടുകൾ എന്നെ വളരെ ആകർഷിച്ചു. നല്ല പാട്ടുകാരും നടന്മാരും അതിലുണ്ട്. *നിങ്ങളെന്ന കമ്യൂണിസ്റ്റാക്കി* എന്ന നാടകം എനിക്ക് കാണാൻ കഴിഞ്ഞില്ല. അതിൽ എനിക്ക് വ്യസനമുണ്ട്. കായംകുളത്ത് ഒരു പുതിയ ഉണർവും ഉത്സാഹവും കാണാനുണ്ട്. ചവറ മുതലായ സ്ഥലങ്ങളിൽ കുമ്പളത്ത് ശങ്കുപ്പിള്ളയും മറ്റ് കോൺഗ്രസുകാരും നടത്തിയ ആക്രമണങ്ങളുടെ ഫലമായും പൊലീസ് മർദനത്തിന്റെ ഫലമായും ജനങ്ങളിൽ വല്ലാത്ത ഒരിളക്കമുണ്ടായിട്ടുണ്ട്. ഒന്ന് ശക്തിയായി സംഘടിക്കാതെ തരമില്ല എന്നാണവരുടെ നില.

ചങ്ങനാശേരിക്കടുത്ത് ഒരു കോൺഗ്രസ് യോഗം ചേർന്നു. മുഖ്യമന്ത്രി എ ജെ ജോണിന്റെ നേതൃത്വത്തിലായിരുന്നു അത്. ജനാധിപത്യ മുന്നണിയുടെ ഒരു ജാഥ ആ വഴിക്ക് പോകുകയായിരുന്നു. അപ്പോൾ തുരുത്തിപ്പള്ളിയുടെ മുമ്പിൽവെച്ച് പൊലീസുകാർ ആ ജാഥയെ അടിച്ച് പരിക്കേൽപ്പിച്ചു. ഒരാളുടെ തലയ്ക്ക് സാരമായ പരിക്കു പറ്റി. ബാക്കിയുള്ളവർക്കും പരിക്കുപറ്റി, പുന്നൂസ് അന്നുതന്നെ അവിടെ പോയി. അയാളും മർദനമേറ്റവരെ കണ്ടു. തിരു–കൊച്ചി സംസ്ഥാനം ഇന്ന് പൊലീസ്–വിരുദ്ധ മുന്നണി വീരന്മാരുടെ ഒരു നായാട്ടുരംഗമായി മാറിയിരിക്കുകയാണ്. സ്ത്രീകൾക്കും രക്ഷയില്ല. മൂവാറ്റുപുഴയിലെ ഒരമ്മയെയും സ്കൂൾഫൈനൽ ക്ലാസിൽ പഠിക്കുന്ന മകളെയും ലോക്കപ്പിൽകൊണ്ടുപോയി മാനം കെടുത്തി രാവിലെ വിട്ടയച്ചു. അവർ മൂവാറ്റുപുഴ എന്റെ മീറ്റിങ്ങിനുവന്ന് തിരിച്ചുപോകുമ്പോഴാണിത് സംഭവിച്ചത്.

ഞാൻ തിരിച്ച് എറണാകുളത്തെത്തി. ഒരു വൃദ്ധബ്രാഹ്മണൻ പി സി ആപ്പീസിന്റെ മുമ്പിൽ നിന്ന് കരയുന്നു. തൃപ്പൂണിത്തുറക്കാരൻ ഒര

ധ്യാപകനായിരുന്നു. അയാൾ 36 കൊല്ലം ജോലിചെയ്തു. പെൻഷനും പ്രോവിഡന്റ് ഫണ്ടും ഇല്ല. നാല് പെൺമക്കൾ. ഭക്ഷണത്തിന് വകയില്ല. "ഞാൻ യാചിക്കാനിടവരുമെന്ന് ആലോചിച്ചിരുന്നില്ല, ഇന്നതും വന്നു" എന്നു പറഞ്ഞ് വാവിട്ടുകരയാൻ തുടങ്ങി.

രാജാജി പറയുന്നു, നാട്ടിലെല്ലാം സുഖമാണെന്ന്; ഈ സാധു ബ്രാഹ്മണന്റെ നില അയാളറിയുമോ? ഇത്തരത്തിൽ എത്രയെത്ര പാവങ്ങൾ നമ്മുടെ നാട്ടിലുണ്ട്. ആരും കാണാതെയും കേൾക്കാതെയും പട്ടിണി കിടക്കുന്നവർ! നെല്ലിന് വില കയറുന്നു. സാധാരണ ജനങ്ങൾ ഭയങ്കരമായ പട്ടിണിയുടെ നടുവിലാണ്. ഉണക്കുനിമിത്തവും ക്രമക്കേടായ വർഷം നിമിത്തവും അവർ ബുദ്ധിമുട്ടുന്നു. നാട് എങ്ങോട്ട് എന്നാണ് ചോദ്യം. മുമ്പൊന്നും കാണാത്തവിധത്തിലുള്ള തൊഴിലില്ലായ്മയും പട്ടിണിയും ആണ് നമ്മുടെ നാട്ടിൽ നടമാടുന്നത്. അതിനൊരൊറ്റ പ്രതിവിധി ജനാധിപത്യശക്തികളുടെ മുന്നേറ്റം മാത്രമാണ്. യോജിക്കുക; സംഘടിക്കുക; ശക്തിപ്പെടുക; സമരത്തിന് തയാറാവുക–അല്ലാതെ വേറെ പോംവഴിയില്ല.

(*ദേശാഭിമാനി*, 1953 ജൂലായ് 19)

9

ബോർണിയൊവിലെ മലയാളികൾ

മലബാറിൽനിന്ന് ദൽഹിയിലെത്തിയ ഉടനെ, യാത്രാമധ്യേ എനിക്കുണ്ടായ പല അനുഭവങ്ങളും *ദേശാഭിമാനി*യിലേക്ക് എഴുതണമെന്ന് തീരുമാനിച്ചിരുന്നു. പക്ഷേ ഡയറി എഴുതാനിരിക്കുന്നതിനുമുമ്പേ, എന്റെ മേൽവിലാസത്തിൽ ഒരു കത്തു കിട്ടി.

കറുത്ത മഷിയിൽ നാൽപ്പതും അമ്പതും വരികൾ ഉൾക്കൊള്ളിച്ചുകൊണ്ട് ചെറിയ അക്ഷരങ്ങളിലെഴുതിയ അഞ്ച് കാൽപായ കടലാസുകൾ–അതും വർണക്കടലാസുപോലെ അത്രയും നേരിയത്.

ബോർണിയൊവിൽനിന്ന് വന്നതാണ്. സിറിയ എണ്ണക്കമ്പനിയിലെ പ്രവൃത്തിക്കാരായ ഒരുകൂട്ടം ഇന്ത്യാക്കാർ എഴുതിയതാണ് – നമ്മുടെ മലയാളികൾ!

ഞാനാ എഴുത്ത് വായിച്ചുതീർന്നപ്പോൾ, എന്റെ യാത്രാനുഭവങ്ങൾക്കുപകരം ഈ കത്ത് *ദേശാഭിമാനി*ക്കയക്കാനാണ് തോന്നിയത്. കാരണം അത് അത്രയധികം എന്റെ ഹൃദയത്തെ ഉലച്ചുകളഞ്ഞു. എനിക്ക് കരയാൻതന്നെ തോന്നി.

സ്വന്തം നാട്ടിൽനിന്ന് കടലുംകടന്ന് ജീവിക്കാനും വീട്ടിലുള്ളവരെ ജീവിപ്പിക്കാനും പോയവരാണവർ. അവരെ റിക്രൂട്ട് ചെയ്തവർ പറഞ്ഞു: "ബോർണിയൊവിൽ എത്തിയാൽ മതി, കോരിയാലും തീരാത്ത ശമ്പളം, വിഭവസമൃദ്ധമായ ഭക്ഷണം, സൗജന്യമായ പാർപ്പിടം, വൈദ്യശുശ്രൂഷ എന്നിവയെല്ലാം കിട്ടും. തേനൂറുന്ന ഒരു വാഗ്ദാനമാണിത്. തൊഴിലില്ലാതെ തെണ്ടിത്തിരിയുന്നവർ വാഗ്ദാനത്തിൽ മയങ്ങുന്നതിൽ അത്ഭുതമില്ല. അവർ പോയി. ഹൃദയം നിറച്ചും ഒരായിരം പ്രതീക്ഷകളുമായി അവർ കപ്പൽ കയറി. എന്നിട്ടോ?

ഇതാ അവർ തന്നെ ആ കഥ പറയട്ടെ:

"പ്രിയ സഖാവെ,"

ഈ നാട്ടിൽ വന്ന്, മരുഭൂമിക്ക് സമമായ സ്ഥലത്ത് രാത്രിസമയത്തെ ശ്മശാനത്തിലെ വിശ്രമമൊഴിച്ച് വേറെ ഒരു ഒഴിവും ഇല്ലാതെ കഷ്ടപ്പെട്ട് പണിയെടുത്ത് ജീവിക്കേണ്ടിവരുന്ന ഈ സാധുക്കളായ ഇന്ത്യക്കാരുടെ–മലയാളികളാണ് ജാസ്തി–ദുരിതങ്ങളും ക്ലേശങ്ങളും പല പ്രാവശ്യം ഞങ്ങൾ ഇന്ത്യാഗവൺമെന്റിനും പ്രത്യേകിച്ചും നമ്മുടെ പ്രധാനമന്ത്രിക്കും എഴുതിയയച്ചിട്ടും ഇതുവരെ യാതൊന്നും ചെയ്തില്ലെന്നു മാത്രമല്ല, ദിനംദിനം ആളുകളെ ഇവിടത്തെ വാസ്തവസ്ഥിതിഗതി മറച്ചുവെച്ച് കയറ്റി അയക്കുന്നു.

ഈ കമ്പനിയുടെ ഒരു കങ്കാണി ചെന്നൈയിൽവെച്ച് കാണിക്കുന്ന കുത്തുകൾക്ക് കേൾവിയും ചോദ്യവുമില്ലേ? ഞങ്ങൾ അത്ഭുതപ്പെടുകയാണ്. നമ്മുടെ നാട്ടിൽ ഒരു ഗവൺമെന്റും ഇല്ലെന്നുവന്നിരിക്കുന്നുവോ? ഇതാണോ സ്വതന്ത്രഇന്ത്യയിൽ പൗരന്മാർക്ക് കിട്ടുന്ന സമ്മാനങ്ങൾ. ഇവിടത്തെ സ്ഥിതിഗതികളും സംഗതികളും ഇന്ത്യാക്കാർ അനുഭവിക്കുന്ന ദുരിതങ്ങളും ചുരുക്കത്തിൽ മാത്രമെ ഞങ്ങൾ എഴുതുന്നുള്ളു. ഈ എഴുത്തുതന്നെ നിങ്ങളുടെ കൈവശം കിട്ടുന്ന കാര്യം സംശയമാണ്. പോസ്റ്റാപ്പീസും എന്നുവേണ്ട പേരിനുമാത്രം ഇവിടങ്ങളിൽ കാണുന്ന സർവ അധികാരത്തുറകളും ഉദ്യോഗസ്ഥന്മാരും എല്ലാം ഇവിടത്തെ കമ്പനിയുടെ ആവശ്യത്തിനായിട്ട് നിലനിർത്തുന്നതാണ്. ഈ രാജ്യത്തെ വരുമാനം തന്നെ കമ്പനിയുടെ റോയൽറ്റിയാണ്.

സുൽത്താൻ വെറും പാവ മാത്രം. വെള്ളക്കാർ ഇന്ത്യയിൽനിന്നൊഴിഞ്ഞുമാറിയപ്പോൾ നാം സന്തോഷിച്ചു. പക്ഷേ, ദാരിദ്ര്യത്തിന്റെ കാഠിന്യം കാരണം ഇവിടെ പ്രവർത്തിക്കുന്നവന് ഇന്ത്യാക്കാരോടുള്ള ഇവിടത്തെ വെള്ളക്കാരായ മേധാവികളുടെ പെരുമാറ്റം കഠോരമാണ്; പണ്ടത്തെക്കാളും പതിന്മടങ്ങ് ക്രൂരതയോടു കൂടിയാണ്. വേറെ ഒരു രാജ്യക്കാരോടും ഈ തരത്തിൽ പെരുമാറുന്നത് ഇവിടെ കാണില്ല.

ഹോങ്കോങ്ങിൽ നിന്നുവരുന്ന ചീനക്കാരെ വളരെ സൂക്ഷിച്ചും ഭയന്നും ആണ് ഇവിടത്തെ ഉദ്യോഗസ്ഥന്മാർ വീക്ഷിക്കുന്നത്: പിന്നെ നമ്മുടെ പാവനമായ രാജ്യത്തുനിന്നല്ലാതെ, വേറെ കിഴക്കുള്ള ഇതര രാജ്യങ്ങളിൽ എവിടെനിന്നും ഇങ്ങനെ നിർലജ്ജമായി ആളുകളെ കയറ്റി അയക്കുന്നില്ല. ഞങ്ങൾക്ക് ജോലി വേണ്ട; ഞങ്ങളെ തിരികെ നാട്ടിൽ കൊണ്ടുപോയി വിട്ടാൽ മതി, അവിടെ പട്ടിണികിടന്നു ചാകാമല്ലോ. പക്ഷേ, അതും കോൺട്രാക്ട് സമയം കഴിയാതെ ചെയ്യില്ല. പിന്നെ വല്ല ദേഹോപദ്രവവും ഏൽപ്പിച്ചാൽ ഇവിടെ ഞങ്ങൾക്ക് യാതൊരു ശരണവും ഇല്ല.

അവിടെ നിന്നും ആളുകളെ കൂലിവേലയ്ക്കും ക്രാണിവേലയ്ക്കും (ക്ലാർക്ക്) ആയിട്ടാണ് ചെന്നൈയിൽനിന്നും ഒരു പിള്ള (ആർ ആർ പിള്ള: മലയാളിയോ തമിഴനോ–അറിയാൻ വയ്യ) കയറ്റി പേർഷ്യ യിലേക്കയക്കുന്നത്. ഇവിടത്തെ കമ്പനി അധികാരപ്പെടുത്തിയ ഒരേജന്റാണയാൾ. ഇവിടെവന്നാൽ താമസവസതി, നല്ല വെള്ളം, ശുദ്ധവായു, ചികിത്സാസൗകര്യങ്ങൾ എന്നുവേണ്ട ഒരു ചെറിയ ദേവലോകം തന്നെ കിട്ടുമെന്ന് ധരിപ്പിച്ചിട്ടാണ് പാവങ്ങളായ ഇന്ത്യാക്കാരെ ഈ വിദ്വാൻ റിക്രൂട്ട് ചെയ്തത്.

ഒരു ഉടമ്പടിയിൽ ഒപ്പുവെപ്പിച്ച് ഇങ്ങോട്ടു തള്ളിനീക്കുകയാണ്. യാതൊരു മാർഗവുമില്ലാതെ കഷ്ടപ്പെടുമ്പോൾ ഇതൊക്കെ കേട്ടാൽ സന്തോഷം കൊണ്ടു തുളുമ്പി നമ്മുടെ ആളുകൾ വീണ്ടാ ലോചനയില്ലാതെ വരാൻ ഒരുമ്പെടുന്നു. കാരണം, നാം ഒരു സ്വതന്ത്രരാജ്യമല്ലെ? നമ്മുടെ രാജ്യത്തെ ജനങ്ങളെപ്പറ്റി നമ്മുടെ ഗവൺമെന്റ് വേണ്ടത്ര അന്വേഷണങ്ങൾ നടത്തി, ഗവൺ മെന്റിന്റെ പ്രതിനിധി മുഖാന്തിരം ഇതര രാജ്യങ്ങളിലെ സ്ഥിതിഗ തികൾ തൃപ്തികരമാണെന്ന് ബോധ്യപ്പെട്ടശേഷമേ ജനങ്ങൾക്ക് പാസ്പോർട്ടും കയറ്റി അയക്കാനുള്ള സമ്മതവും കൊടുക്കുക യുള്ളൂ എന്നാണ് സർവരുടെയും ബോധ്യം.

അമ്മപെറ്റ മക്കൾ പട്ടിണി കിടന്നുമരിച്ചാലും ശരി എത്രയും ദുരി തങ്ങൾ നിറഞ്ഞ മുംബൈ പട്ടണത്തിലെ അഞ്ചടിപ്പാതയിൽ കിടന്നു യാചിച്ചാലും ശരി. ഇവിടെ വന്നിറങ്ങി ഇവിടത്തെ സ്ഥിതി കണ്ടാൽ ഇവിടങ്ങളിൽ ഒരുദിവസംപോലും ഇരിക്കില്ല. വന്നിറങ്ങിയ ഉടനെ സർവസ്വാതന്ത്ര്യങ്ങളും കെട്ടിവെച്ചു. വെറും പഴയ കാലത്തെ അടി മവ്യാപാരമില്ലേ, അന്നത്തേതുപോലെ രാഷ്ട്രീയമായോ സാമുദാ യികമായോ നമ്മുടെ രാജ്യത്തെപ്പറ്റി യാതൊന്നും ശബ്ദിക്കാൻ വയ്യ. കാലത്ത് അഞ്ചുമണിക്ക് നേരെ മൃഗങ്ങളെ കുടുക്കിയിടുന്ന മാതിരി പണിസ്ഥലങ്ങളിലേക്ക് കൊണ്ടുപോകും. പന്ത്രണ്ടു മണിക്ക് മടക്കിക്കൊണ്ടുപോരും, ഒരുമണിക്ക് പിന്നെയും പോകും, അഞ്ചുമണിക്ക് മടങ്ങും. ഹാ! കഷ്ടം, കഷ്ടപ്പാടുകൾ ഓരോന്നാ യിട്ടു പറയാം.

1. പാർപ്പിടം: നമ്മുടെ നാട്ടിൽ കോഴികളെയോ ആടുകളെയോ താമസിപ്പിക്കാൻ നാം മടിക്കുന്നമാതിരി വൃത്തികെട്ട, വെളിച്ചമി ല്ലാത്ത, ഓലകൊണ്ട് നാലുഭാഗവും മേഞ്ഞ ഒരു ചെറിയ ഗുഹ. മഴ ഏതുകാലത്തും പെയ്യും. വീട്ടിലേക്ക് കടക്കാനോ പുറത്തേക്ക് പോകാനോ യാതൊരു മാർഗവും ഇല്ല. മുട്ടിന് വെള്ളം ചെളി നിറഞ്ഞു നിൽക്കുന്നുണ്ടാകും, ഒരു ആന മേഞ്ഞാൽ കാണാൻ സാധ്യമല്ലാത്ത ചെടികളും പുല്ലുകളും നിബിഡമായി നിൽക്കുന്ന

സ്ഥലത്തിന്റെ നടുക്കാണ് ഈ പറയുന്ന വീടുകൾ. ഇതൊന്നു മല്ല അവിടെനിന്ന് ഞങ്ങളോട് പറഞ്ഞത്. പിന്നെ കുടുംബങ്ങളെ കൊണ്ടുവരാൻ രണ്ട് കൊല്ലമായിട്ടുകൂടി യാതൊന്നും സൗകര്യ പ്പെടുത്തിയിട്ടില്ല.

2. കുടിക്കുന്ന വെള്ളം ചളി നിറഞ്ഞ്, എണ്ണ പരന്ന് കലങ്ങിനാറി, രോഗബീജങ്ങൾ മൂടിയതാണ്. ഒന്ന് വന്നു കാണുകതന്നെ വേണം. അത് ശുദ്ധീകരിക്കാതെയാണ് ഞങ്ങൾക്ക് കുടിക്കാൻ തരുന്നത്. ചികിത്സക്ക് ആശുപത്രിയുണ്ടെന്നും മറ്റുമാണ് ഞങ്ങളെ ധരിപ്പി ച്ചത്. അത് കമ്പനിച്ചെലവിലാണെന്ന് പറഞ്ഞ് കരാറിൽ ഞങ്ങ ളെക്കൊണ്ട് ആ കങ്കാണിപ്പിള്ള ഒപ്പുവെപ്പിച്ചു. ഇവിടെ വന്നാൽ ഒരുദിവസം കിടന്നാൽ ഭക്ഷണം– ഇന്ത്യാക്കാരുടെ ശാപ്പാട്–ഇല്ല തന്നെ. ചീനക്കാരുടെ ഭക്ഷണം നമുക്ക് പെട്ടെന്ന് ഇഷ്ടപ്പെടുന്ന കാര്യം ബുദ്ധിമുട്ടാണ്. അതിന് രണ്ട് വെള്ളി ദിവസംതോറും ശമ്പ ളത്തിൽനിന്ന് പിടിക്കും. എന്നാലും വെള്ളക്കാർക്ക് അല്ലാതെ ഇന്ത്യാക്കാർക്കൊന്നും യാതൊരു ചികിത്സാ സൗകര്യവും ഇല്ല. വെറും നായ്ക്കളോടെന്നപോലെയാണ് വെള്ളക്കാർ ഇന്ത്യാക്കാ രായ ഡോക്ടർമാരോട് പെരുമാറുന്നത്.

3. പിന്നെ ശമ്പളം, അവിടെ ചെന്നൈയിൽ കേട്ടാൽ ഉറുപ്പിക തോതിൽ ജാസ്തി തോന്നും. പക്ഷേ ഇവിടെ വന്നാലല്ലേ കള്ളി അറിയത്തുള്ളൂ. ഒരു കോഴിമുട്ടയ്ക്ക് എട്ടണ വില; പഴത്തിന് രണ്ടണ; പച്ചക്കറിക്ക് മൂന്നണ; അപാര വില. മാംസം ഒരു റാത്ത ലിന് പത്തു ക വരും. പിന്നെ എന്തുകഴിച്ചാണ് ഞങ്ങൾ ജീവി ക്കുക? മിച്ചം ഒന്നും കാണില്ല. സുഖക്കേട് വല്ലതും കിട്ടിയാൽ അതുമിച്ചം. അവിടെ നിന്ന് എട്ടു ഗ്രേഡ്, ഒമ്പതു ഗ്രേഡ് എന്നൊക്കെ പറഞ്ഞ് ആളുകളെ എടുക്കും. ഇവിടെവന്നാൽ അത് വെട്ടിച്ചുരുക്കി 5.3 മുതലായതാക്കും. ആരോട് പറയാനാണ്.

4. പൊതുവിൽ പെരുമാറ്റം: യൂറോപ്യന്മാർ ഇന്ത്യാക്കാരെ പൊതു വിൽ, പണ്ട് ഇന്ത്യയിൽ നമ്മളെ കാണിച്ചിരുന്നതിനെക്കാട്ടിലും എത്രയോ നീചമായാണ് കരുതുന്നത്. ഇതാണോ സ്വതന്ത്ര ഇന്ത്യ യിലെ ജനങ്ങളുടെ വിധി? ഇതിനായിട്ട് ഇങ്ങനെ ആളുകളെ കയറ്റി അയക്കാൻ സമ്മതിക്കുന്ന ഗവൺമെന്റിന് ഒരു ഉത്തരവാദിത്വ ബോധമില്ലേ? ഇതൊന്നും ചോദ്യംചെയ്യാൻ ഇവിടെ ആളില്ലേ? പഴ യകാലത്തെപ്പോലെ ഇനിയും യാതൊരു സ്വാഭിമാനവും രാഷ്ട്രീ യബോധവും ഇല്ലാതെ നമ്മുടെ ജനങ്ങളെ വെള്ളക്കാർക്ക് അടി മകളാക്കി അയക്കാൻ വല്ല ഉടമ്പടിയും നമ്മുടെ ഭരണഘടനയിൽ എവിടെയെങ്കിലും ഉണ്ടോ?

സിറിയയിലെ ഇന്ത്യാക്കാരുടെ കാര്യം നോക്കാൻ നമ്മുടെ ഇന്ത്യാ ഗവൺമെന്റിന്റെ ബർമയിലെ പ്രതിനിധിയെന്നഭിമാനിക്കുന്ന ഒരു (മലബാറുകാരൻ) മനുഷ്യൻ ഉണ്ടെന്നാണ് പറയുന്നത്. എം ഗോപാലമേനോൻ. (ഇന്ത്യാ ഗവൺമെന്റിന്റെ സിങ്കപ്പൂർ ഏജന്റ്) ബാല്യം മുതൽക്കേ വെള്ളക്കാരുടെ സേവകനായി സൗകര്യം വന്നപ്പോൾ ഒരു കോൺഗ്രസുകാരനായി ഉദ്യോഗം കയ്യിലാക്കിയ ആളാണെന്ന നിലയ്ക്കാണ്, അല്ലാതെ ഇദ്ദേഹത്തിന്റെ റിപ്പോർട്ടുകളാസ്പദിച്ചല്ല, നമ്മുടെ ഗവൺമെന്റ് ഇങ്ങോട്ട് ആളുകളെ കയറ്റുമതി ചെയ്യുന്നത്. ഇവിടെ വാസ്തവസ്ഥിതിഗതികളും ഇദ്ദേഹത്തിന്റെ റിപ്പോർട്ടുകളും തമ്മിൽ യാതൊരു പൊരുത്തവുമില്ല. ഇടയ്ക്കിടക്ക് ഇവിടത്തെ വലിയ യുറോപ്യൻ ഉദ്യോഗസ്ഥന്മാർ മേനോനെ സിങ്കപ്പൂരിൽ പോയി കണ്ട് എല്ലാം ശരിയാക്കി വരും. ഒരിക്കൽപ്പോലും, അയാൾ ഇവിടെവന്ന സമയത്ത്, ഈ വന്ദ്യനേതാവിന് ഇന്ത്യാക്കാർ താമസിക്കുന്ന സ്ഥലങ്ങളിൽ വരാനോ അവരെ ഒന്നിച്ചുകാണാനോ സൗകര്യം കിട്ടിയില്ല. ആവശ്യപ്പെട്ടപ്പോൾ അതിന് സമ്മതംകൂടി തന്നില്ല.

കമ്പനിയുടെ യുറോപ്യന്മാർ ഇരിക്കുന്ന വലിയവീട്ടിൽ നല്ല വിരുന്നുസൽക്കാരം സ്വീകരിച്ച് കമ്പനി പറഞ്ഞപ്രകാരം പറയാൻ ഏൽപ്പിച്ച പ്രായംചെന്ന രണ്ട് ഇന്ത്യാക്കാരെ അദ്ദേഹത്തിന്റെ അടുക്കലേക്ക് അയച്ച് ഇന്ത്യാക്കാർക്ക് ഒക്കെ ഇവിടെ പരമസുഖമാണെന്ന് പറയിപ്പിച്ചു. ഇതാണോ ഒരു ചുമതലാബോധമുള്ള ഗവൺമെന്റുദ്യോഗസ്ഥന്റെ പെരുമാറ്റവും കൃത്യബോധവും എന്നു ഞങ്ങൾ അത്ഭുതപ്പെടുകയാണ്. ഇന്ത്യാക്കാരുടെ താൽപ്പര്യം സംരക്ഷിക്കാനല്ലേ ഇദ്ദേഹം കനത്ത ശമ്പളം വാങ്ങി ഈ ഉദ്യോഗത്തിൽ നിയമിതനായത്? പ്രധാനമന്ത്രിയും പാർലമെന്റ് മെമ്പർമാരായ നിങ്ങളുമാണ് ഇതിനുത്തരം പറയേണ്ടത്.

മറ്റെആൾ ചെന്നൈയിൽ കമ്പനിയുടെ ഏജന്റാണ്. ഇയാളെ ഉടനെ ക്രിമിനൽ നടപടി എടുപ്പിച്ച്, ഈ കങ്കാണിവേല ചെയ്തു സമ്പാദിക്കുന്നതിന് ജയിലിൽ അടയ്ക്കേണ്ടതാണെന്ന് ഞങ്ങൾക്കഭിപ്രായമുണ്ട്. കുറച്ചു കാശിനുവേണ്ടി സ്വന്തം നാട്ടുകാരെ മൃഗങ്ങളെപ്പോലെ വേട്ടയാടാൻ വിട്ടയക്കുന്ന ഈ മഹാപാപിയെ ഒന്നു ശിക്ഷിപ്പിക്കുക തന്നെ വേണം.

ഇനിയും നമ്മുടെ സ്വതന്ത്ര ഇന്ത്യ ആളുകളെ അന്യരാജ്യക്കാരുടെ കൂലിവേലയ്ക്കായി വിട്ടയക്കുന്നതാണ് കഷ്ടം. ഇനി ഇവിടങ്ങളിൽ ബർമയിലെപ്പോലെ വരും. ഇവിടങ്ങളിൽ ബർമക്കാരോ സമ്മാമത്തുകാരോ, ഇന്ത്യാ-ചൈനാക്കാരോ ആയ യാതൊരു

ആളെയും വേലയ്ക്കായി ആ രാജ്യത്തെ ഗവൺമെന്റ് അയക്കില്ല; അയച്ചിട്ടുമില്ല. നമ്മളോട് എത്രയോ അപമാനകരമായിട്ടാണ് ഈ നാട്ടുകാർ പെരുമാറുന്നത്. പിന്നെ ഞങ്ങളുടെ സങ്കടം ഒരു യോജിച്ച മെമ്മോറാണ്ടമായിട്ടൊന്നും കൊടുക്കാൻ പാടില്ല. ഉടനെ തലവെട്ടും. യൂണിയനും മറ്റും ശബ്ദിച്ചുപോകരുത്.

സഖാവേ, ഇത്രയുംകൊണ്ട് ഒരുമാതിരി മനസിലാകുമല്ലോ? ഈ എഴുത്ത് നിങ്ങളുടെ കയ്യിൽ കിട്ടുമോ എന്ന് സംശയം. ഇവിടെ ഇന്ത്യയിലേക്ക് പോകുന്ന കത്തുകൾക്കു പുറമെ സി ഐ ഡി യുണ്ട്– ഉടനെ നമ്മുടെ പ്രധാനമന്ത്രിയെ കണ്ട് കാര്യങ്ങൾ ധരിപ്പിക്കുകയും ഞങ്ങളെ എല്ലാവരെയും മടക്കിവിളിപ്പിക്കുകയും ഉടനെ ഇവിടേക്കുള്ള റിക്രൂട്ട് നിർത്തുകയും ഈ പറഞ്ഞ രണ്ടാളുകളുടെ പേരിൽ നടപടി എടുപ്പിക്കുകയും വേണം.

പിന്നെ, ചെന്നൈയിലും ദൽഹിയിലും പൊതുയോഗങ്ങൾ കൂടിയും സർവ വർത്തമാനപത്രങ്ങളിലും നല്ലപോലെ പ്രസിദ്ധീകരണം നൽകിയും പാർലമെന്റിൽ തകർപ്പനായി ചോദ്യങ്ങൾ ചെയ്തും രാജ്യത്തെ മുഴുവനും ഈ പിള്ളയുടെയും മേനോന്റെയും ചെയ്തികൾ കൊട്ടി അറിയിക്കുകയും വേണം. പ്രിയ സുഹൃത്തെ, നിങ്ങൾ ഞങ്ങളിൽ ഒരാളെന്ന പൂർണവിശ്വാസത്തിലാണ് ഇത് അയക്കുന്നത്. മടങ്ങി വന്നാൽ ഞങ്ങൾ എവിടെ വേണമെങ്കിലും ഇവിടത്തെ ശരിയായ കാര്യങ്ങൾ പറഞ്ഞുതരാം.

ഞങ്ങളുടെ സുഹൃത്തും എപ്പോഴും ഞങ്ങളെ സഹായിക്കാൻ സന്നദ്ധനാവുന്ന ഒരു ദേഹവുമാണ് സഖാവെന്ന് ഞങ്ങൾക്കറിയാം. അതുകൊണ്ടാണ് ഞങ്ങൾ ഞങ്ങളുടെ അനുഭവങ്ങൾ വ്യസനസമേതം എഴുതുന്നത്. പ്രിയ സഖാവേ, വേണ്ടത് പ്രവർത്തിക്കാൻ ഞങ്ങൾ ഉള്ളഴിഞ്ഞു നിങ്ങളോട് അപേക്ഷിക്കുന്നു. ഞങ്ങൾക്ക് വേറെ സഹായത്തിനാരുമില്ല. പല എഴുത്തുകളും ഇന്ത്യയിലെ ഉദ്യോഗസ്ഥവൃന്ദങ്ങൾക്ക് എഴുതിയിട്ട് ഇതുവരെ യാതൊരു പ്രയോജനവുമുണ്ടായില്ല. ഇനി ഇതും വൃഥാവിലാകുന്നതായാൽ ഞങ്ങൾ വെറും അടിമകളെപ്പോലെ ഇതൊക്കെ സഹിച്ച് ഇവിടെ മരിക്കുക തന്നെ വേണ്ടിവരും. ഒരു അന്വേഷണക്കമ്മിറ്റി ഉടനെ വന്നാൽ ഈ സിങ്കപ്പൂർ ഏജന്റിന്റെ കള്ളി പുറത്താകും, ഇത്രയും എഴുതി നിർത്തട്ടെ.

എന്ന് സിറിയയിലെ ഇന്ത്യാക്കാർ.

ഞാൻ എഴുത്ത് വായിച്ചുതീർന്നപ്പോൾ എന്റെ കൺമുമ്പിലൂടെ കടന്നുപോയത് ദക്ഷിണാഫ്രിക്കയിലെയും സിലോണിലെയും മലയയിലെ

യും ബർമയിലെയും ഇന്ത്യാക്കാരാണ്. വെള്ളക്കാരുടെ എണ്ണക്കമ്പനികളിലും ചായത്തോട്ടങ്ങളിലും റബർത്തോട്ടങ്ങളിലും സ്വർണഖനികളിലും അടിമകളെപ്പോലെ വേലയെടുക്കുന്ന ഇന്ത്യാക്കാർ!

ഐക്യകേരളം പ്രായോഗികമല്ലെന്ന് വിളിച്ചു കൂവുന്നവർ ബോർണിയൊവിലെ ഈ മലയാളിസഹോദരന്മാരെ ഒന്നു കണ്ടെങ്കിൽ എന്ന് ഞാൻ ആശിച്ചുപോവുകയാണ്.

(*ദേശാഭിമാനി*, 1953 ആഗസ്ത് 2)

10

കൽക്കത്തെയുടെ പാഠം

ഈ മാസം 23നാണ് ഞാൻ ദൽഹിയിലെത്തിയത്. കാലാവസ്ഥയുടെ കാര്യത്തിൽ എന്തൊരു വ്യത്യാസമാണ് നമ്മുടെ നാടും ഈ നാടും തമ്മിലെന്നോ! ഒരു സ്ഥലത്ത് കോരിച്ചൊരിയുന്ന മഴ; മറ്റൊരു സ്ഥലത്ത് ഉഷ്ണം, അത്യുഷ്ണം.

പാർലമെന്റ് തുടങ്ങാറായി. മെമ്പർമാർ ഓരോരുത്തരായി പിരിയാൻ തുടങ്ങി. പത്രറിപ്പോർട്ടർമാർ അങ്ങുമിങ്ങും ഓടിനടക്കുന്നു. എന്തെങ്കിലും പുതിയ വർത്തമാനങ്ങൾ കിട്ടാൻ പ്രധാനമന്ത്രി നെഹ്റു കറാച്ചിയിൽ നിന്നും തിരിച്ചുവരുന്നത് കാത്തിരിക്കയാണവർ.

ഹിന്ദുമഹാസഭക്കാർ (ജമ്മു) പ്രക്ഷോഭം നിർത്തിയെങ്കിലും ശ്യാമ ബാബുവിന്റെ മരണം അടിസ്ഥാനമാക്കി ജമ്മു പ്രക്ഷോഭത്തെ ശക്തിപ്പെടുത്താമെന്ന് വിചാരിച്ച് പല പുതിയ വിദ്യകൾക്കും അങ്ങോട്ടുമിങ്ങോട്ടും ഓടി നടക്കുകയാണ്. പാർലമെന്റ് തുടങ്ങിയാൽ എന്തോ ചില വെടിമരുന്നു പ്രയോഗങ്ങൾക്ക് ആലോചനയുണ്ട്. കാശ്മീരിനെ അമേരിക്കൻ സാമ്രാജ്യത്വത്തിന് അടിയറവെപ്പിക്കുകയായിരിക്കും ഫലം. അമേരിക്കക്കാരും അതിന് കിണഞ്ഞ് പരിശ്രമിക്കുന്നുണ്ട്.

കമ്പികളും കത്തുകളും ആപ്പീസിൽ ധാരാളം വരാൻ തുടങ്ങി. കന്യാകുമാരി തുടങ്ങി കാശ്മീർ വരെയുള്ള സ്ഥലത്തുനിന്നു കത്തുകൾ വരുന്നുണ്ട്. വിജയവാഡ–മുണ്ടൂർ തലസ്ഥാനത്തെപ്പറ്റി പാർലമെന്റിൽ വാദിക്കാൻ ഒരു ഭാഗത്ത് കമ്പി. കണ്ണൂർകാരുടെ കമ്പി വേറെ. ബെല്ലാരി പ്രക്ഷോഭക്കാരുടെ കത്തും കമ്പിയും. അതിനിടയ്ക്ക് വടകരയിൽ റെയിൽവേ സ്റ്റേഷൻ നന്നാക്കാൻ ഉള്ള കത്തും ഒലവക്കോട് റെയിൽവേ തൊഴിലാളികൾക്ക് ആശുപത്രിയും വായനശാലയും വെച്ച് കിട്ടാനുള്ള ഹർജിയുടെ കോപ്പിയും വന്നിട്ടുണ്ട്. കമ്പിയും കത്തും വരുന്നുണ്ട്

ഒരു മെമ്മോറാണ്ടവുമായി ഞാൻ 29ന് തൊഴിൽമന്ത്രി ഗിരിയെ

കാണാൻ പോയി. ചെന്നൈയിൽ, പ്രത്യേകിച്ച് മലബാറിൽ, നടക്കുന്ന പിരിച്ചുവിടലിനെയുംമറ്റും പറ്റി ഞാൻ സംസാരിച്ചു. സംസ്ഥാന ഗവൺമെന്റുകളുടെ കാര്യത്തിൽ ഇടപെടാനുള്ള ഒരു നിസ്സഹായതയാണ് ഞാൻ കണ്ടത്. തൊഴിലില്ലായ്മ വർധിച്ചുവരുന്നു. എന്നിട്ടും ദിവസേന കമ്പനികൾ അടച്ചിടുന്ന പരിപാടിയാണ് മുതലാളിമാർ സ്വീകരിച്ചത്.

ഇതിനിടയിൽ ഒരു വൃദ്ധനും ഒരു കൊച്ചു വിദ്യാർഥിയും അയച്ച രണ്ടു കത്തുകൾ എന്നെ വ്യസനിപ്പിച്ചു. നാടിന്റെ നില എന്താണെന്ന് അതിൽനിന്ന് മനസിലാകും. അത്ര ദയനീയമാണ് ആ കത്തുകൾ! അതിലെ വാചകങ്ങൾ ഉദ്ധരിക്കാം. കുട്ടി എഴുതുകയാണ്:

> എന്റെ അച്ഛൻ പുളക്കാത്തുശേരിൽ കുഞ്ചുപ്പണിക്കർ അവർകൾ ഒരു സ്കൂൾമാസ്റ്ററും അന്തസ്സോടും അഭിമാനത്തോടുംകൂടി ജീവിതം നയിച്ചുവന്ന ദേഹവും ആണ്. ഓർമയിരിക്കുമ്പോൾ അച്ഛന് ധാരാളം ശത്രുക്കൾ ഉണ്ടാവുകയും അവർ അച്ഛനെ കൊല്ലാൻ ശ്രമിക്കുകയും ചെയ്തു. അവരുടെ കയ്യിൽനിന്ന് രക്ഷപ്പെടാൻ ചെയ്ത ശ്രമത്തിൽ, ഒരു ശത്രു മരിച്ചുപോയി എന്ന കുറ്റത്തിന് ബഹുമാനപ്പെട്ട ഗവൺമെന്റ് അച്ഛനെയും എന്റെ ജ്യേഷ്ഠനെയും ജീവപര്യന്തം (ഇരുപതുകൊല്ലം) ശിക്ഷിച്ച് ജയിലിലടച്ചു. കൂടാതെ ഞങ്ങൾ അനുഭവിച്ചുകൊണ്ടിരിക്കുന്ന അച്ഛന്റെ വക ഒമ്പത് ഏക്കർ നിലം പുരയിടങ്ങളിൽ ഒന്നു പകുതി സിവിൽ ഡിക്രികൾ മൂലവും ഒന്നു വെറും കൈക്കരുത്ത് പ്രയോഗിച്ചും ശത്രുക്കൾ കൈവശപ്പെടുത്തി. സിവിൽ ഡിക്രികൾ മൂലം താമസിച്ച കെട്ടിടംപോലും പൊളിച്ചെടുത്തുകൊണ്ട് അമ്മയെയും സഹോദരങ്ങളെയും വഴിയിലാക്കി. എന്തിന്, കാലക്ഷേപത്തിന് മതിയാകുന്നിടത്തോളം വസ്തുവകകൾ ഉള്ള ഞങ്ങൾക്ക് കിടക്കാൻ ഒരു വീടോ അനുഭവിക്കാൻ ഒരു സെന്റ് ഭൂമിയോ ഇല്ലാതെ സ്ഥലം വിടേണ്ടിവന്നു. ഞങ്ങൾ ഇപ്പോൾ ഒരു നായർ ഗൃഹസ്ഥനായ തോപ്പിൽ നാരായണപിള്ളയുടെ പറമ്പിൽ (ചക്കീരാലിൽ) താമസിച്ചു വരുന്നു. ഇപ്രകാരമെല്ലാം ഞങ്ങളെ ദ്രോഹിക്കുന്നതിന് പൊലീസിന്റെ സഹായം അവർക്കുണ്ടായിരുന്നു എന്നുള്ള വിവരം പകൽപോലെ സത്യമാണ്.
>
> ഈ സമയത്ത് ഞങ്ങളെല്ലാം പഠിച്ചുകൊണ്ടിരിക്കുകയായിരുന്നു. എന്നാൽ എന്റെ ജ്യേഷ്ഠൻ അനിരുദ്ധൻ ഫീസുകൊടുക്കാൻ നിവൃത്തിയില്ലാത്തതിനാൽ ഇംഗ്ലീഷ് സ്കൂൾ പ്രാരംഭക്ലാസിൽനിന്നും നീക്കപ്പെട്ടു. ഞാൻ പ്രാഥമിക വിദ്യാഭ്യാസം പൂർത്തിയാക്കിയതിനുശേഷം ഉപരിവിദ്യാഭ്യാസത്തിനുള്ള ആഗ്രഹത്താലും ഫീസുകൊടുക്കാൻ നിവൃത്തിയില്ലായ്കയാലും നാട്ടിൽ ഭേദപ്പെട്ട ആളുകളെക്കണ്ട് വിവരം പറയുകയും അവർ ചില സഹായങ്ങൾ ചെയ്ത് എന്നെ സ്കൂളിൽ പോകുന്നതിന് പ്രേരിപ്പിക്കുകയും

ചെയ്തു. അങ്ങനെ അവരുടെ സഹായത്താലും ഗവൺമെന്റിൽ നിന്നും പകുതി ഫീസ് അനുവദിച്ചതിനാലും ഞാൻ മിഡിൽസ്കൂൾ വിദ്യാഭ്യാസം പൂർത്തിയാക്കി. അതിനുശേഷം ഹൈസ്കൂൾ വിദ്യാഭ്യാസത്തിന് നിവൃത്തിയില്ലാതെ എനിക്ക് ഫീസ് സൗജന്യമാക്കിത്തരണമെന്നപേക്ഷിച്ചുകൊണ്ട് വിദ്യാഭ്യാസമന്ത്രി സമക്ഷത്തിലേക്ക് അമ്മ എഴുതി. എന്നാൽ അതിന്റെ ഫലമായി അവിടെ നിന്നും ഒരു മെമ്മോ അയച്ചു. അതിൽ പറഞ്ഞത് ഫീസ് സൗജന്യമാക്കുക എന്നത് നിയമവിരുദ്ധമാണ്എന്നും അത് അനുവദനീയമല്ലെന്നും അതുകൊണ്ട് നിയമപ്രകാരം ഹെഡ്മാസ്റ്റർ സമക്ഷം പകുതി ഫീസിനു വേണ്ടി അപേക്ഷിച്ചുകൊള്ളണം എന്നും ആയിരുന്നു.

അതിനാൽ കഴിഞ്ഞ കൊല്ലവും ഞാൻ പകുതി ഫീസിന് അപേക്ഷ കൊടുത്തു. എന്നാൽ കൈക്കൂലി കൊടുക്കുന്നതിനോ ശുപാർശചെയ്യുന്നതിനോ എനിക്ക് സാധിക്കായ്കയാൽ ഫീസാനുകൂല്യം ലഭിച്ചില്ല. അതിന്റെ ഫലമായി എന്റെ വിദ്യാഭ്യാസം നഷ്ടമാകും എന്ന നിലയിലെത്തിയപ്പോൾ ഞാൻ കായംകുളം പട്ടണത്തിൽ നടന്നു യാചിച്ചു. ഒരുവിധത്തിൽ പട്ടിണികിടന്ന് എട്ടുമാസത്തെ ഫീസും കൊടുത്തു. അങ്ങനെ ഫോർത്തുഫോറം പാസായി. ഇനി രണ്ട് ക്ലാസുകൂടെയെങ്കിലും പഠിക്കണമെന്നാണ് എന്റെ ആഗ്രഹം. അതിന് എന്റെ അച്ഛൻ തിരിച്ചുവരുന്നതുവരെയോ ഞങ്ങളുടെ വസ്തുക്കൾ തിരിച്ചുകിട്ടുന്നതുവരെയോ എനിക്ക് ഭിക്ഷയെടുക്കാതെ സാധിക്കുകയില്ല എന്നതാണ് നില. അതുകൊണ്ട് ബഹുമാനപ്പെട്ട സഖാവേ! ഈ എളിയ സഹോദരനെ സഹായിക്കണേ, എന്നെ ഇനിയും യാചിക്കാൻ അനുവദിക്കരുതേ! അതിനാൽ ഗവൺമെന്റിനോട് വിവരം ധരിപ്പിച്ച് എനിക്ക് ഫീസ് സൗജന്യം ആക്കിത്തരണമെന്ന് അപേക്ഷിക്കുന്നു. ഈ എഴുത്ത് അങ്ങയുടെ കയ്യിൽ കിട്ടിയാലുടൻ ഈ വിവരം അറിയിക്കുമെന്നും ഫീസ് സൗജന്യത്തിനുവേണ്ടി അങ്ങു വേണ്ടനടപടികൾ കൈക്കൊള്ളുമെന്നും വിശ്വസിക്കുന്നു. ഈ എഴുത്തിൽ എന്തെങ്കിലും തെറ്റുകളുണ്ടെങ്കിൽ അങ്ങയുടെ സഹോദരനെപ്പോലെ വിചാരിച്ച് ക്ഷമിക്കണമെന്നപേക്ഷ.

ഈ എഴുത്തയ്ക്കാൻ ചെലവായ രണ്ടണയും ഒരാൾ എനിക്ക് സംഭാവന ചെയ്തതാണെന്നുള്ള കാര്യവും അങ്ങ് ഓർക്കുമെന്ന് വിശ്വസിക്കുന്നു.

വൃദ്ധന്റെ കത്തിലെ വാചകങ്ങളാണ് ചുവടെ ഉദ്ധരിക്കുന്നത്:
..........കാർത്തികപ്പള്ളി താലൂക്കിലെ അതിപ്രശസ്തമായിരുന്ന ഒരീഴവകുടുംബത്തിൽ ഞാൻ ജനിച്ചു. വിദ്യാഭ്യാസവിഷയത്തിൽ

മടിയനായതിനാൽ പതിനേഴാമത്തെ വയസിൽ ഒരു ഗ്രാന്റ് സ്കൂൾ അധ്യാപകന്റെ ഗ്രേഡിൽ അഞ്ചുരൂപ മാസശമ്പളക്കാരനായിത്തീർന്നു. ഏതാണ്ടേഴുവർഷമായി ഞാനും എന്റെ കുടുംബവും അനുഭവിച്ചുപോരുന്ന നരകീയമായ ദാരിദ്ര്യയാതനയേക്കാളും ഭേദമായിരുന്നു അധ്യാപകവൃത്തിയിൽ കഴിഞ്ഞ ആ രണ്ടുവർഷം എന്ന് ഇപ്പോഴും എനിക്ക് തോന്നാറുണ്ട്. ഏതായാലും അധഃകൃതോദ്ധാരക പടനായകനായ ടി കെ മാധവൻ അവർകളുടെ എസ് എൻ ഡി പി സംഘടന അധ്യാപക പ്രവൃത്തിയിൽനിന്നും എന്നെന്നേക്കുമായി എനിക്ക് മോചനം നൽകി.

ധർമഭടനായി രംഗപ്രവേശം ചെയ്ത എനിക്ക് ആ പ്രസ്ഥാനത്തിന്റെ കീഴിൽ ഇരുപതുവർഷം അങ്ങോളം വിവിധ നിലകളിൽ നാട്ടിന്റെ നാനാഭാഗങ്ങളിൽ സേവനമനുഷ്ഠിക്കുന്നതിന് സൗകര്യം ലഭിച്ചു. പക്ഷേ, നിഷ്കളങ്കവും ആത്മാർഥവുമായ ആ സേവനവും അതിനിടയിൽക്കൂടി പങ്കെടുത്ത് ചില വ്യവസായപ്രസ്ഥാനങ്ങളും കൂടി വിടുപണികൾക്കും ഭിക്ഷാടനത്തിനും തയാറില്ലാത്ത എന്നെയും എന്റെ സംരക്ഷണയിൽപ്പെട്ട ഭാര്യാപുത്രാദികളെയും നിർധനരാക്കിത്തീർത്തിട്ട് ഇപ്പോൾ വർഷങ്ങൾ ഏഴു കഴിഞ്ഞിരിക്കുന്നു.

ഒരു വയസുമുതൽ പതിമൂന്നു വയസുവരെ പ്രായമുള്ള അഞ്ചു കുട്ടികളും ഭാര്യയുമടങ്ങുന്ന എന്റെ കുടുംബത്തിന്റെ ദയനീയതയെ സമഗ്രമായി വിവരിച്ചുകൊണ്ട് പാർപ്പിനും കൃഷിക്കും ഭൂമിക്കും വേണ്ടി തിരു–കൊച്ചി ജനകീയ സർക്കാരിൽ കൊടുത്ത അപേക്ഷകൾ അനവധിയും സമാധാനം പൂജ്യവുമായിരിക്കുകയാണ്. ഈ രാജ്യത്തിലെ വനഭൂമികളിൽനിന്നും ലക്ഷക്കണക്കിനേക്കർ ഭൂമി മന്ത്രിമാരുടെ ബന്ധുക്കൾക്കും പാർശ്വവർത്തികൾക്കും മറ്റുമായി വിട്ടുകൊടുത്തിരിക്കുമ്പോൾ, കിടന്നുചാകാൻപോലും സ്വന്തം ഭൂമിയില്ലാത്ത ഒരു കുടുംബത്തിന്റെ ആയിരക്കണക്കായ അപേക്ഷകൾക്കും നിവേദനങ്ങൾക്കും പരിഹാരം വരുത്താത്ത ജനകീയസർക്കാരിന്റെ ഉത്തരവാദിത്വം എനിക്ക് മനസിലാകുന്നില്ല. അനുഭവപ്പെട്ട ഈ വസ്തുതയിൽ കഴിഞ്ഞൊന്നും അവരിൽനിന്നും പ്രതീക്ഷിക്കാനുമില്ല.

ഞാൻ നിർധനനും, തദ്വാരാ നിരാശക്കാരനുമാണെങ്കിലും ഒരു രാഷ്ട്രീയ ചരിത്രം എനിക്കുമുണ്ടായിരുന്നു. തിരുവിതാംകൂർ നിവർത്തനപ്രക്ഷോഭം തുടങ്ങി ജനകീയസർക്കാർ രൂപമെടുക്കുന്നതുവരെയുണ്ടായ എല്ലാ രാഷ്ട്രീയപരിപാടികളിലും ആവുംവിധമുള്ള പങ്കുകൾ എനിക്കുമുണ്ടായിരുന്നു, ഇടതുപക്ഷാടിസ്ഥാനത്തിൽ മധ്യതിരുവിതാംകൂർ ചെത്തുതൊഴിലാളിയൂണിയൻ സംഘടിപ്പിക്കുകയും അതിന്റെ സെക്രട്ടറിയെന്ന നിലയിൽ

> പ്രവർത്തിക്കുകയും ചെയ്തിരുന്നു. 1122 തുലാം 8 മുതൽ അഞ്ചു മാസക്കാലം സി പിയുടെ കിരാതഭരണമായിരുന്നു. തിരുവല്ലാ പൊലീസിന്റെ കായികപരിശീലനത്തിന് സ്ഥൂലമായ എന്റെ ശരീരം ട്രെയിനിങ്ങ് സ്കൂളായിരുന്നു. ഇതെല്ലാം കഴിഞ്ഞ ചരിത്രം. വീമ്പിളക്കി ഞാനഭിമാനിക്കുന്നില്ല. ഇന്ന് ഞാൻ ഒരിടതുപക്ഷപാർട്ടിയിൽ വിശ്വസിക്കുകയും അതിന്റെ മുന്നേറ്റത്തിനുവേണ്ടി ആവത് ശ്രമിക്കുകയും ചെയ്യുന്നു.
>
> എന്റെ സാമ്പത്തികവൈഷമ്യത്തിന്റെ പരിഹാരത്തിന് ഉത്തരവാദിയായ ഗവൺമെന്റിനോടും പുറമെ ഉത്തരവാദപ്പെട്ട സമുദായ നേതൃത്വത്തോടും സഹായാഭ്യർഥന നടത്തിയിരുന്നു. അവരും അവരുടെ സുഖത്തിനും മേന്മയ്ക്കും വേണ്ടി നിലകൊള്ളുകയാണെന്ന് ബോധ്യമായി. ഇതിൽ കൂടുതലൊന്നും അങ്ങയുടെ മുമ്പിൽ വിവരിക്കുന്നില്ല.

എൻ എൻ ഭാർഗവൻ എന്ന ഒരു റെയിൽവേ ഉദ്യോഗസ്ഥന്റെ കത്തുണ്ട്. അതിൽ ഇപ്രകാരം പ്രസ്താവിക്കുന്നു:

> ഇന്ത്യൻ ഇൻസ്റ്റിറ്റ്യൂട്ട് ഓഫ് ടെക്നോളജി സ്കൂളിന്റെ ഭാരവാഹികൾ എന്റെ മകന് പ്രവേശനം കൊടുക്കുന്നതിനെ സംബന്ധിച്ച് പല തകരാറും ചെയ്യുന്നുണ്ട്. കഴിഞ്ഞ രണ്ടുപ്രാവശ്യവും മകന് അനുവാദം നിഷേധിച്ചിരിക്കയാണ്. ഇതിനെ സംബന്ധിച്ച് നേരിട്ട് സംസാരിക്കാൻ എനിക്ക് സമയം അനുവദിക്കണം.

പഞ്ചവത്സരപദ്ധതി കഴിഞ്ഞ് മൂന്നകൊല്ലമായി. തൊഴിലില്ലായ്മയാണെങ്കിൽ ദിനംപ്രതി വർധിക്കുന്നു. വിനോഭബാവെതന്നെ പഞ്ചവത്സര പദ്ധതിക്ക് തൊഴിലില്ലായ്മ പരിഹരിക്കാൻ സാധ്യമല്ലെന്നു പറഞ്ഞിരിക്കുന്നു. ഈ നിലയ്ക്ക് നാട് നീങ്ങുകയാണെങ്കിൽ എന്തായിരിക്കും നില? ഊഹിക്കാൻ കൂടി സാധ്യമല്ല.

കൽക്കത്തയിലെ സംഭവങ്ങൾ നമ്മെ ആവേശംകൊള്ളിക്കുന്നു. ലക്ഷക്കണക്കായ ജനതയെ മുഴുവൻ അണിനിരത്തി നടത്തിയ സമരമാണിത്–വെള്ളക്കാരൻ മുതലാളിക്കെതിരായി നടത്തിയ സമരം. നാട്ടുകാർ തങ്ങളുടെ ബുദ്ധിമുട്ടുകൾ പരിഹരിക്കാൻ എന്തുസഹിക്കാനും തയാറാണ്. ഏത് സമരത്തിനും തയാറാണ്. നയിക്കാനുള്ള സംഘടന വേണം; കരുത്തുള്ള നേതൃത്വം വേണം–അതാണ് കൽക്കത്ത നമ്മെ പഠിപ്പിക്കുന്നത്. അതാണ് ചെന്നൈയിലെ പ്രക്ഷോഭവും നമ്മെ കാണിക്കുന്നത്. കൽക്കത്ത പൊലീസ് പത്രപ്രവർത്തകന്മാരെക്കൂടി ആക്രമിക്കാൻ മടിച്ചില്ല. ഈ സംഭവം ജനരോഷം ആളിക്കത്തിച്ചു. ഒരറ്റം മുതൽ മറ്റേയറ്റം വരെ ബഹുജനങ്ങൾ ഇതിനെതിരായ പ്രതിഷേധശബ്ദം മുഴക്കി. ബംഗാൾ മന്ത്രിസഭയ്ക്ക് മുട്ടുകുത്തേണ്ടിവന്നു. ജനകീയരോഷ

ത്തിന് മുമ്പിൽ ജനങ്ങളുടെ പിന്തുണ കളഞ്ഞുകുളിച്ച ഒരു ഗവൺമെന്റിന്, ജനക്ഷേമത്തിനുവേണ്ടി ഒരു ചുക്കും ചെയ്യാൻ കഴിയാത്ത ഒരു ഗവൺമെന്റിന്, വിദേശകൊള്ളക്കാരുടെ കയ്യിൽനിന്നും ഇന്നാട്ടിലെ വ്യവസായങ്ങളെ വീണ്ടെടുക്കാൻ കഴിയാത്ത ഒരു ഗവൺമെന്റിന്, ജനങ്ങളുടെ മുന്നേറ്റത്തെ അധികമൊന്നും തോക്കും ബയണറ്റും കൊണ്ട് തടയാൻ കഴിയുകയില്ലെന്ന് കൽക്കത്തയിലെ ജനങ്ങൾ ഒരിക്കൽക്കൂടി നമ്മെ പഠിപ്പിച്ചു.

(*ദേശാഭിമാനി*, 1953 ആഗസ്ത് 9)

11

എന്റെ ആന്ധ്രാപര്യടനം

ജനുവരി മൂന്നിനാണ് ഞാൻ വിജയവാഡയിലെത്തിയത്. ഞാൻ അവിടെ എത്തുന്ന വിവരം പാർട്ടി മുൻകൂട്ടി പ്രസിദ്ധം ചെയ്തിരുന്നില്ല. പക്ഷേ, വണ്ടി എത്തുന്നതിന് അരമണിക്കൂർ മുമ്പ് വിവരം അറിഞ്ഞ തൊഴിലാളികൾ സ്റ്റേഷനിൽ ഓടിയെത്തി. ഘോഷയാത്രയായി പാർട്ടി ആപ്പീസിലേക്ക് പോകണമെന്നും വഴിയെ കാറിൽ സാവധാനത്തിൽ വരണമെന്നും അവർ ആവശ്യപ്പെട്ടു. പക്ഷേ ഡ്രൈവർ വേറൊരു വഴിക്ക് കാറു വിട്ടു. എന്നെ കാണാതിരുന്നപ്പോൾ അവർ പാർട്ടി ആപ്പീസിന്റെ താഴത്തു വന്നുനിന്ന് മുദ്രാവാക്യം മുഴക്കാൻ തുടങ്ങി. എനിക്ക് പരിചയമില്ലാത്ത തെലുങ്കുഭാഷയിൽ ഞാൻ രണ്ടുമിനിട്ടുനേരം സംസാരിച്ചു. അവർക്കെന്ത് സന്തോഷം! മാതൃഭാഷയോടുള്ള ഓരോരുത്തരുടെയും അഭിമാനം എനിക്കപ്പോൾ മനസിലായി.

വിജയവാഡ–എ, ബി എന്നീ രണ്ട് നിയോജകമണ്ഡലങ്ങളുണ്ട്. അവിടത്തെ കമ്യൂണിസ്റ്റ് സ്ഥാനാർഥികൾ പൊത്തരാജു, വെങ്കിടേശ്വരറാവു എന്നിവരാണ്. കോൺഗ്രസ് മുന്നണി സ്ഥാനാർഥിയും ഒരു പ്രജാപാർട്ടി സ്ഥാനാർഥിയും എതിർക്കുന്നുണ്ട്. കോൺഗ്രസ് സ്ഥാനാർഥി ഒരു പേരുകേട്ട ജനദ്രോഹിയും മുതലാളിയുമാണ്.

പൊതുയോഗത്തിനുശേഷം മലയാളികളായ ഹോട്ടൽ തൊഴിലാളികൾ ഏർപ്പെടുത്തിയ ഒരു യോഗത്തിൽ ഞാൻ പങ്കെടുത്തു. ഈയിടെയായിട്ടാണ് അവർ സംഘടിക്കാൻ തുടങ്ങിയത്. യോഗത്തിൽനിന്നുതന്നെ തിരഞ്ഞെടുപ്പു ഫണ്ടിലേക്ക് ഇരുപത് ക. പിരിഞ്ഞു. നമ്മുടെ മലയാളി സഹോദരന്മാർ ഏതു നാട്ടിൽപോയാലും ആ സ്ഥലത്തെ പുരോഗമന പ്രസ്ഥാനത്തോടുകൂടി നിൽക്കുന്നുണ്ടെന്നും പ്രവർത്തിക്കുന്നുണ്ടെന്നും ഉള്ളത് അഭിമാനകരമായ സംഗതിയാണ്. ഗുണ്ടൂർ, വിശാഖപട്ടണം മുതലായ സ്ഥലങ്ങളിലെല്ലാം ഈ അനുഭവം എനിക്കുണ്ടായി.

നമ്മുടെ നാടിനെയും നമ്മുടെ നാട്ടിലെ പുരോഗമനപ്രസ്ഥാനത്തെയും പറ്റി അവർക്ക് വലിയ മതിപ്പാണ്. നമ്മുടെ നാടിന്റെ സൽപ്പേരും മാനവും കാത്തുസൂക്ഷിക്കുന്നവരാണ് മറുനാട്ടിലെ മലയാളികൾ. ഒരു മലയാളിയാണെന്നതിൽ ഞാൻ എപ്പോഴും അഭിമാനിക്കാറുണ്ട്. അതിന് അടിസ്ഥാനവുമുണ്ട്.

രണ്ടാമത്തെ ദിവസം ഞാൻ വിജയവാഡയിൽനിന്ന് കോവൂരേക്കു പോയി. പോകുംവഴി നെടുതവാളിലിറങ്ങി. അവിടെ അനുഭാവിയായ ഒരു ഡോക്ടറുടെ സ്വന്തം ആശുപത്രിയും സാനിട്ടോറിയവും സന്ദർശിച്ചു. അതിനടുത്തുള്ള ഡോക്ടർമാരുമായി ഞാൻ സംസാരിച്ചു. ആ ഗ്രാമത്തിൽ രണ്ട് സഖാക്കളെ വെടിവെച്ചുകൊന്നിരുന്നു. ഞാൻ അവരുടെ വീട്ടിൽ പോയി അവരുടെ കുടുംബാംഗങ്ങളെ കണ്ടു.

കാർവഴി കോവൂരിലെത്തുന്നതിനുമുമ്പായി, ഒന്നാമത്തെ ഗ്രാമത്തിലെത്തിയപ്പോൾ ജനങ്ങൾ കാറു തടുത്തു. അഞ്ചുനിമിഷം നിൽകണമെന്നും അതിനുശേഷമേ ഘോഷയാത്ര പോകാവൂ എന്നും അവർ പറഞ്ഞു. ആവശ്യമെന്താണെന്ന് എനിക്ക് മനസിലായില്ല. കുട്ടികളുടെ സിന്ദാബാദ് വിളിയും പടക്കം പൊട്ടിക്കലും. അമ്മമാർ തേങ്ങയും കർപ്പൂരവും തളികയിൽവെച്ച് കത്തിച്ചുകൊണ്ടുവരുന്നു. മറ്റൊരു സ്ഥലത്ത് കതിനാവെടി. ഒരുത്സവത്തിന്റെ ചടങ്ങുണ്ട്. ഈ സ്ഥലത്ത് പാർട്ടിയോ കിസാൻ സഭയോ ഇല്ല. പുതുതായി ഉയർത്തെഴുന്നേറ്റ സ്ഥലമാണ്. റങ്കറാവു എന്ന ഒരു കോൺഗ്രസ് സെമീന്ദാരുടെ ഗ്രാമമാണത്. കഴിഞ്ഞ തിരഞ്ഞെടുപ്പിൽ മൂന്നുലക്ഷം ക. ചെലവഴിച്ച് തോറ്റ ആളാണിയാൾ. ഈ പ്രാവശ്യം കോൺഗ്രസ് സ്ഥാനാർഥിയെ സഹായിക്കുന്ന മഹാദ്രോഹി. ഇയാൾക്കെതിരായി ഒരു ചെറിയ ശബ്ദം കൂടി ആ ഗ്രാമത്തിൽ ഇതേവരെ ഉയർന്നിട്ടില്ല. സെമീന്ദാർക്കെതിരായി പോരാടുന്ന ഒരു പാർട്ടിയാണ് കമ്യൂണിസ്റ്റ് പാർട്ടിയെന്ന് മനസിലാക്കിയതോടെയാണ് ഈ പുതിയ ആവേശവും ഉത്സാഹവും ഗ്രാമവാസികൾക്കുണ്ടായത്. ഓരോ ഗ്രാമത്തിൽനിന്നും ജനങ്ങൾ കൂടിക്കൊണ്ടേയിരുന്നു. അങ്ങനെ ജനങ്ങൾ പെരുകിപ്പെരുകി ഒരു ഗംഭീരഘോഷയാത്രയായി ആ പട്ടണം ചുറ്റി. പൊതുയോഗം ഒമ്പതരമണിക്കവസാനിച്ചു.

പൊതുയോഗം കഴിഞ്ഞ് ഞാൻ കാറിനടുത്തേക്ക് പോകാൻ നിന്നപ്പോൾ ഒരു വയസൻ അരഡസൻ നാരങ്ങയും ഒരു മാലയുമായി വന്നു. അദ്ദേഹം മാലയണിയിച്ചു. നാരങ്ങയും തന്നു. എന്നിട്ട് പറഞ്ഞു. “ഒന്നും ഭയപ്പെടേണ്ട. കഴിഞ്ഞ പ്രാവശ്യം ഞങ്ങൾ കോൺഗ്രസിനെ ഓടിച്ചതാണ്. ഇപ്രാവശ്യം അതിലും ഗംഭീരമായ ജയമാണ് നമുക്ക് വരാൻ പോകുന്നത്.”

ചിത്തലപ്പുടി എന്ന സ്ഥലം ഏകദേശം നമ്മുടെ ഇരിക്കൂർ പോലെയുള്ള സ്ഥലമാണ്. കാട്ടുപ്രദേശം. രാത്രി എല്ലൂർ പട്ടണത്തിൽ യോഗം കഴിഞ്ഞതിന് ശേഷമാണവിടെ എത്തിയത്. യോഗസ്ഥലത്തെത്തുമ്പോഴേക്കും പത്തുമണിയായി. പോകുന്നവഴിക്ക് യോഗസ്ഥലത്തുനിന്ന് നാലു

നാഴിക അകലെ കാർ എത്തിയപ്പോൾ കൂടെയുണ്ടായിരുന്ന സ്നേഹി തൻ ഇങ്ങനെ പറഞ്ഞു: "നോക്കണം സഖാവേ, ആ സ്ഥലത്താണ് 1943ൽ മൂന്നധ്യാപകരെ കമ്യൂണിസ്റ്റുകാരാണെന്ന് സംശയിച്ച് അറസ്റ്റ് ചെയ്ത് വെടിവെച്ചത്"

ഞാൻ യോഗത്തിനെത്തിയപ്പോൾ പതിനായിരത്തിൽപ്പരം കർഷ തൊഴിലാളികളും കൃഷിക്കാരും അച്ചടക്കത്തോടെ ഇരിക്കുന്നതു കണ്ടു. എന്തൊരു പാർട്ടിക്കൂറും സ്നേഹവും ബോധവുമാണവർക്ക്! ഓരോ സ്ഥലത്തായി അവരുടെ മധ്യത്തിൽ തണുപ്പിൽനിന്ന് രക്ഷനേടാൻ വേണ്ടി തീ ഇട്ടിട്ടുള്ളതായി ഞാൻ കണ്ടു. എല്ലൂർ പട്ടണത്തിലെ മൂന്നു കുട്ടികളുടെ (രണ്ടു പെൺകുട്ടികളും ഒരു ആൺകുട്ടിയും) ഒരു 'ബുറ ക്കഥ' കൂടി ഉണ്ടായിരുന്നു. കമ്യൂണിസ്റ്റു പാർട്ടി കലാപരമായി സാധാര ണക്കാരനെ എത്രയധികം വളർത്തിയിട്ടുണ്ടെന്നതിന് അതൊരു തെളി വാണ്.

ഗുണ്ടൂർ ഡിസ്ട്രിക്ടിലെ പര്യടനം ഏറ്റവും ഫലപ്രദമായിരുന്നു. ഗുണ്ടൂരിൽ ഇരുപത്തയ്യായിരം പേർ ചേർന്ന ഒരു പൊതുയോഗമുണ്ടാ യിരുന്നു. ഗ്രാമങ്ങളിൽനിന്ന് അനവധി പ്രഭകൾ വന്നു. വണ്ടികൾ നല്ല പോലെ അലങ്കരിച്ച് ഘോഷയാത്രയായി വരുന്നതിനാണ് 'പ്രഭ' എന്നു പറയുന്നത്. ഫോട്ടോ കിട്ടാത്ത സ്ഥലങ്ങളിൽ തങ്ങൾക്ക് കിട്ടുന്ന ഫോട്ടോ ഏതായാലും ശരി അവരതെല്ലാം ഉപയോഗിക്കും. ഒരു പ്രഭ യിൽ എലിസബത്ത് രാജ്ഞിയുടെ ഒരു ചിത്രമുണ്ടായിരുന്നു. ഒരു ചിത്ര മെന്നതിൽ കവിഞ്ഞ് യാതൊരു അർഥവും അലങ്കാരോത്സുകരായ ആ കർഷകർ അതിന് കൽപ്പിച്ചില്ല. ഒരു നല്ല ചിത്രം കണ്ടു. അതെടുത്തു.

യോഗത്തിൽ ഒന്നാന്തരം കലാപരിപാടികളും ഉണ്ടായിരുന്നു. പൊതു യോഗത്തിനുശേഷം ഹോട്ടൽത്തൊഴിലാളികളുടെ യോഗം ചേർന്നു. ഭൂരി പക്ഷം ഹോട്ടൽത്തൊഴിലാളികളും മലയാളികൾ. അവർ തിരഞ്ഞെടുപ്പ് ഫണ്ടിലേക്ക് മുപ്പത് ക സംഭാവന ചെയ്തു അവരുടെ ബുദ്ധിമുട്ടുകളെ സംബന്ധിച്ചെല്ലാം സംസാരിച്ചു.

പിറ്റേദിവസം ഗുണ്ടൂർ ഡിസ്ട്രിക്ടിലെ ഒരു ഗ്രാമത്തിൽ പോകുക യുണ്ടായി. പോകുന്ന വഴിക്ക് പന്ത്രണ്ട് വയസ്സ് പ്രായമുള്ള ഒരു കുട്ടി കാർ നിർത്തിച്ചു. അവൻ പറഞ്ഞു. "ഈ കൊടി ഇങ്ങോട്ടു തരണം. എന്റെ ഗ്രാമത്തിൽ ചെങ്കൊടി നാട്ടിയിട്ടില്ല. ഞാൻ കൊടിക്കു ശ്രമിച്ചു. കിട്ടിയിട്ടില്ല. ഇന്ന് കൊടി നാട്ടണമെന്നാണാഗ്രഹം. ഗ്രാമത്തിലുള്ള കാരണവന്മാരും എന്നെ അനുഗ്രഹിച്ചയച്ചിരിക്കുകയാണ്. വോട്ട് കമ്യൂ ണിസ്റ്റിനു തന്നെ." ആ ഉശിരൻ കുട്ടി വിട്ടില്ല. കാറിന്റെ മുമ്പിൽ പാറുന്ന കൊടി കിട്ടുന്നതുവരെ അവൻ വിട്ടില്ല. കൊടി കിട്ടിയ ഉടനെ "കമ്യൂണിസ്റ്റ് സിന്ദാബാദ്" എന്ന മുദ്രാവാക്യം മുഴക്കിക്കൊണ്ട് അവൻ ഓടി. ഗ്രാമ ങ്ങളിൽ എന്തൊരു ഉത്സാഹവും ഉണർവുമാണ്.

ചരിത്രപ്രസിദ്ധമായ ചിരാള പട്ടണത്തിലാണ് അടുത്ത ദിവസമെ ത്തിയത്. ഇവിടത്തെ കോൺഗ്രസ് സ്ഥാനാർഥി കഴിഞ്ഞ പ്രാവശ്യം കെ

എൽ പി സ്ഥാനാർഥിയായി കോൺഗ്രസിന് എതിരെ മത്സരിച്ച ആളാണ്. പേര് പ്രകടകേട്ടയ്യ. കമ്യൂണിസ്റ്റ് സ്ഥാനാർഥി ലക്ഷ്മണസ്വാമിയാണ്. ജനങ്ങളുടെ പ്രിയപ്പെട്ട നേതാവാണ് ലക്ഷ്മണസ്വാമി. തരിശുപ്രക്ഷോഭത്തിലും ഒഴിപ്പിക്കൽ വിരുദ്ധപ്രക്ഷോഭത്തിലും പങ്കെടുത്തതിനെ തുടർന്നുള്ള ഒരു കേസ് നിലവിലുണ്ട്. അദ്ദേഹത്തിന് മുൻസിപ്പാലിറ്റിക്കു പുറത്തുപോകാൻ പാടില്ല എന്ന നിരോധന കൽപ്പന കൂടിയുണ്ട്.

ചിരാളയുടെ ചരിത്രത്തിൽ ഇത്ര വമ്പിച്ച യോഗമുണ്ടായിട്ടില്ല.

യോഗത്തിനുമുമ്പ് ഞാൻ നെയ്ത്തുതൊഴിലാളികൾ തിങ്ങിപ്പാർക്കുന്ന സ്ഥലത്തുപോകുകയുണ്ടായി. അവർ ആഫ്രിക്കയ്ക്കയക്കുന്ന ഒരുതരം പുതിയതുണി എനിക്ക് സമ്മാനിക്കുകയും അവരുടെ ബുദ്ധിമുട്ടുകൾ പറയുകയും ചെയ്തു. ഇത്രവലിയ പ്രകടനങ്ങളും യോഗങ്ങളും കണ്ട് കോൺഗ്രസുകാർക്ക് വിറളിയെടുത്തു. അസംബന്ധമായ ചോദ്യം ചോദിക്കാനും മറ്റും അവർ മുതിർന്നു. യോഗത്തിൽ ബഹളമുണ്ടാക്കാൻ അവർക്ക് കഴിഞ്ഞില്ല. യോഗത്തിനുമുമ്പും അതിനുശേഷവും സാധാരണ കൃഷിക്കാർ ഞാൻ താമസിക്കുന്ന ടി ബിയിൽ വന്നു. എന്നെ ആശ്വസിപ്പിക്കുന്നതുകണ്ട് ഞാൻ ചിരിച്ചുപോയി. ഒരാൾ പറഞ്ഞു.

> ഒന്നും പരിഭ്രമിക്കാനില്ല. എന്റെ ഗ്രാമത്തിൽ നാലു വീട് ഒഴികെ ബാക്കിയെല്ലാം നമ്മുടേതാണ്. നമ്മുടെ വിജയം തീർച്ച. മറ്റു സ്ഥലങ്ങളിൽ നോക്കിയാൽ മതി. വർഗബോധമുള്ള കർഷകത്തൊഴിലാളിവർഗം "കമ്യൂണിസ്റ്റ് പാർട്ടി ഞങ്ങളുടെ പാർട്ടി, സ്വന്തം പാർട്ടി" എന്ന ബോധത്തോടെയാണ് പ്രവർത്തിക്കുന്നത്. സെമീന്ദാരി വ്യവസ്ഥയിൽ അന്നും ഇന്നും കഷ്ടപ്പെടുന്നവർക്ക് ഒരു രക്ഷകിട്ടണമെന്ന ആഗ്രഹമാണുള്ളത്.

അടുത്തദിവസം ഓങ്കോളിലായിരുന്നു പരിപാടി. ഓങ്കോളിലെ കോൺഗ്രസ് സ്ഥാനാർഥി പ്രകാശമാണ്. ഞാൻ ഓങ്കോളിൽ ചെല്ലുന്നതിനു തലേദിവസം പ്രകാശം അവിടെ ഉണ്ടായിരുന്നു. ഒരു വമ്പിച്ച പൊതുയോഗത്തിൽ അദ്ദേഹം പ്രസംഗിച്ചു. ആളെത്രയാണെന്നറിയാമോ? 1200. ആന്ധ്രകേസരി –പാവം, കണ്ടോരും കേൾവിയുമില്ലാതെ ടി ബിയിൽ താമസിക്കുകയായിരുന്നു. ഞാൻ ചെല്ലുന്നതിന് ഒരുമണിക്കൂർമുമ്പ് ടി ബിയിൽ നിന്നു മാറി താമസിച്ചു. സമുദായത്തിന്റെ പേരിൽ വോട്ടിനാവശ്യപ്പെടുകയും കമ്യൂണിസ്റ്റു പാർട്ടിയെപ്പറ്റി അപവാദം പരത്തുകയുമല്ലാതെ പ്രകാശത്തിന് വേറൊന്നും പറയാനില്ല. അവിടെയും കുറച്ചു മലയാളികളുണ്ട്. അവർ പതിനാറ് ക. രണ്ടണ പിരിച്ച് തിരഞ്ഞെടുപ്പ് ഫണ്ടിലേക്ക് സംഭാവന ചെയ്തു.

ഏറ്റവും വമ്പിച്ച പ്രകടനവും പൊതുയോഗവും അവിടെ നടന്നു. ഘോഷയാത്ര കണ്ട് വിറളിയെടുത്ത ഗുണ്ടകൾ ഘോഷയാത്രയിൽ അവസാനമായി വരുന്നവരെ തടഞ്ഞുനിർത്തി അടിച്ചു. അടിച്ചവർ സിങ്ങ് ഹോട്ടലിൽ പോയി അഭയംപ്രാപിച്ചു. പരിക്കുപറ്റിയവരെ പ്രവർത്തകർ

ആശുപത്രിയിൽ പോയി കണ്ടു. മുന്നേറിവരുന്ന ജനശക്തിയെ ഭയക്കുന്ന പിന്തിരപ്പന്മാർ ഗുണ്ടായിസം പ്രയോഗിക്കാൻ തുടങ്ങിയിരിക്കുന്നുവെന്ന് എനിക്ക് മനസിലായി. ഉശിരന്മാരായ വളണ്ടിയർമാർ എല്ലാ യോഗങ്ങളിലും കാവൽനിൽക്കാറുണ്ട്. ഞാൻ ടി ബിയിൽ വിശ്രമിക്കുമ്പോൾ ഒരു കൂട്ടം കർഷകരവിടെ വന്നു. അവരുമായി സംസാരിച്ചു. "ഞങ്ങൾ നാരായണസ്വാമിയെ കഴിഞ്ഞ പ്രാവശ്യത്തെക്കാൾ വലിയ ഭൂരിപക്ഷത്തോടെ അയക്കും." ആന്ധ്രകേസരിയുടെ പേരുപറഞ്ഞപ്പോൾ അവരുടെ മുഖത്ത് കോപവും പുച്ഛവും സ്ഫുരിച്ചു. അങ്ങനെ ഗുണ്ടൂരിലെ പരിപാടിയും അവസാനിച്ചു. എന്തൊരു ആഹ്ലാദവും ഉത്സാഹവുമാണ് ജനങ്ങൾക്കുള്ളത്? അവർ ആത്മവിശ്വാസത്തോടുകൂടി സമരം ചെയ്യുകയാണ്.

(*നവയുഗം*, 1955 ഫെബ്രുവരി 5)

12

എന്റെ ബീഹാർയാത്ര

ഏപ്രിൽ 16ന് രാവിലത്തെ വണ്ടിക്കാണ് ഞാൻ ഗയാപട്ടണത്തിലേക്ക് യാത്ര പുറപ്പെട്ടത്. അലഹബാദ്–മുഗൽസാറായി വഴി രാത്രി ഒന്നര മണിക്ക് ഗയാപട്ടണത്തിലെത്തി. പട്ടണമധ്യത്തിൽ ആയിരമായിരം പേർക്ക് താമസിക്കാൻ സൗകര്യമുള്ള ഒരു ധർമശാലയുണ്ട്. ബുദ്ധഗയ എന്ന സ്ഥലത്തേക്ക് ഗയാപട്ടണത്തിൽനിന്ന് അഞ്ചുനാഴിക മാത്രമേ ദൂരമുള്ളു. അവിടെ തീർഥാടനത്തിനു വരുന്നവർക്കെല്ലാം താമസിക്കാനുള്ള സത്രമാണിത്. ഞാൻ ധർമശാലയിൽ കടന്നപ്പോൾ ധാരാളം കൃഷിക്കാർ വരിവരിയായി കിടന്നുറങ്ങുന്നത് കണ്ടു. അവിടത്തെ കർഷകസമ്മേളനത്തിനുവന്ന പ്രതിനിധികളാണവർ. അവർ തങ്ങളുടെ സ്വന്തം വീട്ടിലും ഇത്തരത്തിൽ തന്നെയാണ് ഉറങ്ങുക. ചിലർക്ക് ധർമശാലയിൽ ഉറക്കം ബഹുസുഖമാണുതാനും.

ബീഹാറിൽ സുശക്തമായ ഒരു കർഷസംഘടനയുണ്ട്. അതിന്റെ ശാഖകൾ ബീഹാറിന്റെ നാനാഭാഗത്തുമുണ്ട്. ഒഴിപ്പിക്കലാണ് വളരെ പ്രധാനപ്പെട്ട പ്രശ്നം. എഴുപത്തഞ്ച് ശതമാനം കൃഷിക്കാരും ഭൂമി കൈവശമില്ലാതെ കൃഷിചെയ്യുന്ന വെറും പാട്ടക്കാരാണ്. പക്ഷേ, ഒഴിപ്പിക്കൽ വിരുദ്ധപ്രസ്ഥാനം ശക്തിപ്പെടുത്താൻ അവർക്ക് സാധിച്ചിട്ടുണ്ട്. ഭൂമി എളുപ്പത്തിൽ ഒഴിഞ്ഞുകൊടുക്കുകയെന്ന സമ്പ്രദായം അവിടെയില്ല. അതിനെ ശക്തിയായി കൃഷിക്കാർ എതിർക്കാറുമുണ്ട്. ഈ എതിർപ്പ് തടയാനും ജന്മിമാരെ സഹായിക്കാനുമായി ഗവൺമെന്റ് പ്യൂനിട്ടീവ് പൊലീസിനെ ഗ്രാമത്തിൽ നിർത്തിയിട്ടുണ്ട്. ആയിരക്കണക്കിനു രൂപ കൂട്ടപ്പിഴയിട്ടു പിരിച്ചുവരുന്നു. ഇതിനെയെല്ലാം ശക്തിയായി എതിർത്ത് ഒരു നല്ല കർഷകപ്രസ്ഥാനം അവിടെ വളർന്നുവരുന്നുണ്ട്.

17ന് രാവിലെ ഞാൻ പ്രതിനിധി സമ്മേളനത്തിൽ പങ്കെടുത്തു. പത്ത് സ്ത്രീകളടക്കം ഇരുനൂറ്റമ്പത് പ്രതിനിധികൾ സമ്മേളനത്തിൽ പങ്കെടു

ത്തിരുന്നു. മലബാറിലെ കർഷക പ്രസ്ഥാനത്തെപ്പറ്റി ഞാൻ അവരോട് സംസാരിച്ചു.

വൈകുന്നേരത്തെ റാലിക്കുമുമ്പായിത്തന്നെ ഞാൻ സ്ഥലത്തെത്തി. ആ സ്ഥലത്തിന്റെ ചുറ്റും വിൽപ്പനക്കാരുണ്ട്. നിലക്കടലയും കക്കിരിയും മറ്റും വിൽക്കുന്നവർ. ചുവപ്പ് കൊടിയുമായി ഗ്രാമങ്ങളിൽനിന്ന് ധാരാളം ആളുകൾ കൂട്ടംകൂട്ടമായി വരുന്നു. അവരിൽ ചിലർ ഒന്നായിരുന്ന് രാത്രി ഭക്ഷണം കഴിക്കുന്നുണ്ട്. എന്തോ ഒരു പൊടി–കടലക്ക നല്ലതുപോലെ പൊടിച്ച് പാകപ്പെടുത്തിയ സാധനമാണത്; അവർക്ക് സാമ്പാറോ മോർകാളനോ ചമ്മന്തിയോ ആവശ്യമില്ല. ആ പൊടി കുഴച്ചത് ധാരാളം തിന്ന് അതിനു മീതെ രണ്ടുഗ്ലാസ് വെള്ളവും കുടിച്ച്, ഒരു നല്ല ബീഡി മുഴുവൻ വലിച്ചാൽ അവർക്ക് സുഖമായി.

1500ഓളം ആളുകൾ കൂടിയ യോഗത്തിൽ വയോവൃദ്ധനായ കാര്യാനന്ദശർമ്മ അധ്യക്ഷത വഹിച്ചു. ഞാൻ സ്റ്റേജിൽനിന്ന് ചുറ്റുപാടും കണ്ണോടിച്ചു നോക്കി. സ്ത്രീകൾ സുഖമായി ബീഡിവലിക്കുന്നതു കണ്ട് ഞാൻ അതിശയിച്ചു. നമ്മുടെ നാട്ടിലെങ്ങാൻ സ്ത്രീകൾ പരസ്യമായി ബീഡി വലിച്ചാൽ അവരുടെ നില എന്തായിരിക്കും? അവരെപ്പറ്റി എന്തെല്ലാം അപവാദങ്ങൾ പറഞ്ഞുപരത്തും. ധാരാളം ഇടത്തരക്കാരും യോഗത്തിൽ പങ്കെടുത്തിരുന്നു.

അടുത്തദിവസം ഞങ്ങൾ പാട്നയിലെത്തി. അവിടെനിന്ന് 'കോസി പ്രൊജക്ട്' കാണാൻ വേണ്ടി പുറപ്പെട്ടു. ഗംഗാനദി, ബീഹാറിനെ വടക്കൻ ബീഹാറെന്നും തെക്കൻ ബീഹാറെന്നും രണ്ടായി ഭാഗിക്കുന്നുണ്ട്. ഞങ്ങൾ ബോട്ടിൽ അക്കരെയെത്തി. നോർത്തിന്ത്യൻ റെയിൽവേ പ്രസിദ്ധമാണ്. മോശമായ വണ്ടികൾ. വണ്ടി കൃത്യസമയത്ത് ഓടുകയില്ല. ഒരാൾ എപ്പോൾ ഏതുസമയത്ത് എത്തുമെന്ന് ആർക്കും നിശ്ചയമില്ല. ജനങ്ങൾ അവർക്ക് ആവശ്യമുള്ള സ്ഥലത്ത് വണ്ടിയുടെ ചങ്ങല പിടിച്ചു നിർത്തി ഇറങ്ങിപ്പോകും, എവിടെ വണ്ടി നിർത്തണമെന്ന് തീർച്ചപ്പെടുത്തുന്നത് ഡ്രൈവറല്ല; ജനങ്ങളാണ്, ഇന്ത്യയിലൊരിടത്തും ഇത്തരത്തിലുള്ള ഒരേർപ്പാട് ഞാൻ കണ്ടിട്ടില്ല.

പിറ്റേദിവസം സുപ്പോൾ എന്ന സ്ഥലത്തെത്തി. സുപ്പോളിൽനിന്ന് പത്തുനാഴിക അകലെയാണ് കോസിപദ്ധതിയുടെ പ്രവർത്തനം നടക്കുന്നത്. കോസിപ്പുഴ സാധാരണ പുഴയുടെ മാതിരിയല്ല. ഹിമാലയത്തിൽ നിന്ന് പുറപ്പെടുന്ന ജലപ്രവാഹം നാലഞ്ച് ശാഖകളായി അനേകം നാഴിക സമചതുരത്തിൽ ഒഴുകുകയാണ്. മഴക്കാലത്ത് വെള്ളപ്പൊക്കംകൊണ്ട് സകലതും നശിക്കും. കോസിപ്രവാഹംകൊണ്ട് ആ ഭാഗത്ത് പുല്ലുകൂടിയും മുളയ്ക്കാറില്ല. 'കൃഷി' എന്ന ഒരുതരം പുല്ലാണിവിടെ മുളയ്ക്കുന്നത്. ബീഹാറിന്റെ ഫലഭൂയിഷ്ഠമായ അനേകം നാഴിക സ്ഥലം ഈ വെള്ളപ്പൊക്കംകൊണ്ട് നശിച്ചിട്ടുണ്ടാവും.

ഞങ്ങൾ അടുത്തദിവസം എഞ്ചിനീയറോടൊന്നിച്ച് സ്ഥലം കാണാൻ പോയി. മണൽപ്രദേശം. അവിടെ ഏകദേശം പത്തുനാഴിക

യോളം ഒരു ചുമർ ഉണ്ടാക്കാനാണ് ഭാവം. അവിടവിടെയായി ചെറിയ കുടിലുകളുണ്ട്. അവിടെയാണ് എല്ലാവരും താമസിക്കുന്നത്. ഒന്ന്, ശ്രമദാനക്കാർ; അതായത് ഓരോ ഗ്രാമത്തിൽനിന്നും ഒരാഴ്ച പ്രവർത്തിക്കാൻ വരുന്ന കോൺഗ്രസുകാരും മറ്റ് സർവോദയക്കാരും. നാടിന്റെ ആവശ്യത്തിന് ത്യാഗം ചെയ്യുന്നത് നല്ലതുതന്നെ. പക്ഷേ, ഈ ക്യാമ്പിൽ പ്രവർത്തിക്കുന്ന ശ്രമദാനക്കാർക്ക് ചെലവ് ചെയ്യുന്ന പണവും സാധാരണ തൊഴിലാളികൾക്ക് കൂലിയായി കൊടുക്കുന്ന പണവും തമ്മിൽ വലിയ അന്തരമുണ്ട്. ശ്രമദാനക്യാമ്പിലെ മുഖ്യന്മാരെ കണ്ട് ഞാനവരോട് സംസാരിച്ചു. അവരുടെ സൗകര്യങ്ങളെപ്പറ്റിയും ബുദ്ധിമുട്ടുകളെപ്പറ്റിയും അന്വേഷിച്ചു.

ഗ്രാമപഞ്ചായത്തിന്റെ കീഴിൽ പ്രവൃത്തിയെടുക്കുന്ന തൊഴിലാളികൾ താമസിക്കുന്ന ക്യാമ്പുകളാണ് പിന്നീട് സന്ദർശിച്ചത്. ഞങ്ങളുടെ ജീപ്പ് കണ്ടപ്പോൾ തൊഴിലാളികൾ കൂട്ടംകൂട്ടമായി വന്നു. അവരുടെ ആവലാതികൾ ഓരോന്നും പറയാൻ തുടങ്ങി. അവർക്ക് കിട്ടുന്ന കൂലി തുച്ഛമാണ്. എട്ടുമണിക്കൂർ വേല ചെയ്താൽ പതിമൂന്നണ, പതിനഞ്ചണ, ഒരുറുപ്പിക എന്നിങ്ങനെ പല നിരക്കുകളിൽ കൂലികിട്ടും. ആഴ്ചയിലൊരിക്കൽ കൂലി കിട്ടുന്നില്ല. മുഖ്യന്മാർ (മേസ്തിരിമാർ) പണം വാങ്ങി കൂലിക്കാർക്ക് കൊടുക്കുന്നില്ല; അരിക്ക് ജാസ്തിവില; നല്ല അരി കിട്ടുന്നില്ല– ഇതെല്ലാമാണ് ആവലാതികൾ. വിജനസ്ഥലത്ത് കുടുംബവും വിട്ട് ജോലിചെയ്യുന്ന ഈ പാവങ്ങൾ ത്യാഗികളിൽപ്പെട്ടവരല്ല. അവർക്ക് ത്യാഗമൊന്നുമില്ല, അവർ വെറും കൂലിക്കാർ. അവർക്ക് ഇഷ്ടമുള്ള കൂലികൊടുത്താൽ മതി. ശ്രമദാനം എന്ന പേരിൽ വന്ന് പ്രവർത്തിക്കുന്ന ത്യാഗികൾക്ക് കൂടുതലായി ഒന്നും കൊടുക്കുന്നില്ലെങ്കിലും, മൂന്ന് ക. യോളം ഓരോരുത്തർക്കുവേണ്ടിയും ചെലവ് ചെയ്യുന്നുണ്ട്. അതാണ് നില. ഭാരത് സേവാസംഘമാണ് ഇത് നടത്തുന്നത്. മറ്റ് പാർട്ടികളും സംഘടനകളും ഇതിൽ പങ്കെടുക്കുന്നത് അവർക്കിഷ്ടമില്ല. അതിനെ തടയാൻകൂടി അവർ തയാറാണ്. കമ്യൂണിസ്റ്റ് പാർട്ടിയുടെയും സോഷ്യലിസ്റ്റ് പാർട്ടിയുടെയും സഹകരണം സ്വീകരിക്കരുതെന്നും അവർ സർക്കുലർ കൂടി അയച്ചിട്ടുണ്ട്. ഒരു പാർട്ടിക്കാര്യമായാണവരിതിനെ എടുത്തത്. വരുന്ന തിരഞ്ഞെടുപ്പിനെ ലാക്കാക്കിയാണ് അവരുടെ നേതാക്കൾ പ്രവർത്തിക്കുന്നത്. ഇത് ഒരു ദേശീയകാര്യമാണെന്നും അതുകൊണ്ട് ഈ കാര്യത്തിൽ പാർട്ടിഭേദമോ മറ്റ് ഭേദമോ കൂടാതെ പ്രവർത്തിക്കണമെന്നും ഉള്ള ഉദ്ദേശ്യത്തോടെ അവരൊന്നും ചെയ്തിട്ടില്ല. അതിനെതിരായിട്ടാണ് അവർ പ്രവർത്തിച്ചതും പ്രവർത്തിക്കുന്നതും.

ഞങ്ങൾ പത്തുനാഴിക ദൂരത്തോളം സഞ്ചരിച്ച് പ്രവൃത്തികണ്ടു. ചില സ്ഥലങ്ങളിൽ കാര്യം അമാന്തമായിട്ടാണ് കണ്ടത്. തൊഴിലാളികൾക്ക് ശരിയായ കൂലി കൊടുത്ത് അവരുടെ ന്യായമായ ആവശ്യങ്ങൾ സാധിപ്പിക്കാതെ എന്തെങ്കിലും ചെയ്യുന്നതുകൊണ്ട് കാര്യമില്ല. അതുകൊണ്ട് പ്രവൃത്തി പൂർത്തിയാക്കാനും സാധ്യമല്ല.

എ സി സി ക്യാമ്പുണ്ട്. ബീഹാറിലെ ഹൈസ്കൂൾ വിദ്യാർഥികളുടെ ക്യാമ്പാണിത്. 10000 വിദ്യാർഥികൾ ഇന്നിവിടെ ജോലിചെയ്യുന്നു. ഒരു ബാച്ച് പതിനഞ്ച് ദിവസം ജോലി ചെയ്യും. പതിനാല് വയസ്സ് തുടങ്ങി മുപ്പതുവയസ്സ് വരെയുള്ള വിദ്യാർഥികൾ. അവർക്കിതൊന്നും നിശ്ചയമില്ല. ചില സ്കൂളിൽനിന്ന് ഒഴിവ് എന്ന സന്തോഷത്തോടെയാണ് വരുന്നത്. എന്നാലും മിലിട്ടറിച്ചിട്ടയോടുകൂടി 10000 കുട്ടികൾ ഇത്തരത്തിൽ പ്രവർത്തിക്കുന്നത് കണ്ടപ്പോൾ എനിക്ക് സന്തോഷമുണ്ടായി. നാടിനെ ഉദ്ധരിക്കാനുള്ള പ്രവർത്തനങ്ങളിൽ ത്യാഗംചെയ്യാൻ സന്നദ്ധത കാട്ടുന്ന ഈ ശീലം ഏറ്റവും സ്തുത്യർഹമാണ്. അവരുടെ പട്ടാളത്തലവൻ എന്നെ പ്രവൃത്തിസ്ഥലത്തു കൊണ്ടുചെന്നു കാണിച്ചു. അവരോട് ഞാൻ സംസാരിച്ചു. അവർക്കുള്ള ചെലവെല്ലാം ഗവൺമെന്റാണ് നിർവഹിക്കുന്നത്.

അങ്ങനെ മൂന്നുമണിക്കൂർകൊണ്ട് ആ ഭാഗം മുഴുവൻ കണ്ടു. അവസാനം എസ് ഡി ഒ എസ് താമസിക്കുന്ന സ്ഥലത്തുപോയി. അവർ ഞങ്ങൾക്ക് ചായ തന്നു. നല്ല ചെറുപ്പക്കാർ; ദേശത്തോടു കൂറുള്ളവർ. അവരുമായി പലതും സംസാരിച്ചശേഷം രാത്രി സുപ്പോളിലേക്ക് മടങ്ങി.

ഇക്കൊല്ലം പ്രവർത്തനം പൂർത്തിയാക്കുമോ പൂർത്തിയായാൽ തന്നെ വെള്ളപ്പൊക്കം കൂടാതെ കഴിക്കാമോ എന്ന കാര്യത്തെപ്പറ്റി ഞാൻ തിരിച്ചുപോരുമ്പോൾ ആലോചിച്ചു. ആ കാര്യം എന്നെ അലട്ടി. പ്രവർത്തനം പൂർത്തിയാവില്ലെന്നും വെള്ളപ്പൊക്കം ഉണ്ടാവില്ലെന്നും നിശ്ചയിക്കാൻ സാധിക്കുകയില്ലെന്നായിരുന്നു എന്റെ അഭിപ്രായം. വെള്ളപ്പൊക്കം ഉണ്ടാവാതിരിക്കാൻ, നാടിനെ രക്ഷിക്കാൻ കോസിപ്രവർത്തനത്തെ പൂർത്തിയാക്കാൻ എന്തെല്ലാം വീഴ്ചകളുണ്ടെങ്കിലും അതിനെ എതിർത്ത് ഗവൺമെന്റുമായി സഹകരിച്ചുപ്രവർത്തിക്കണമെന്ന് ഗയയിലെയും പട്നയിലെയും പൊതുയോഗത്തിൽ ഞാനഭ്യർഥിച്ചു. ഇത് ഒരു പാർട്ടിക്കാര്യമല്ല. ഒരു നാടിന്റെ കാര്യമാണ്. ഇതിൽ നാട്ടുകാർക്കെല്ലാം പങ്കുണ്ട്. ഇത് ഒരു പാർട്ടിയുടെ കാര്യമാക്കി സ്വന്തം താൽപ്പര്യത്തിനു വേണ്ടി ഉപയോഗിക്കുന്നവർ, രാജ്യത്തിന്റെ പുരോഗമനത്തിന് തടസമായി നിൽക്കുന്നവരാണ്.

20ന് ഏഴുമണിക്ക് ഞങ്ങൾ കോസിയും കടന്ന് മറുഭാഗത്തെ കരയിൽ, നിർമലി എന്ന സ്ഥലത്തെത്തി, ഈ ഭാഗം പതിനാറ് നാഴിക നീളത്തിലാണ് കെട്ടാൻ പോകുന്നത്. നിർമലി ഒരു ചെറിയ പട്ടണമാണ്. ഈ സ്ഥലം ബീഹാറിന്റെ നെല്ലറയാണെന്നു പറയാം. ഒരു ഭാഗത്ത് നേപ്പാൾ; മറ്റൊരു ഭാഗത്ത് ധർഭംഗം. ഈ ഭാഗത്ത് പതിനാറ് നാഴികയോളം ഞങ്ങൾ സഞ്ചരിച്ചു. ഇവിടെയും മഴയ്ക്കുമുമ്പ് പ്രവൃത്തി പൂർത്തിയാകുമോ എന്നു സംശയമാണ്. ഇവിടെ ചെറുതും വലുതുമായ കോൺട്രാക്ടർമാരുടെ കീഴിലാണ് പ്രവർത്തനം നടക്കുന്നത്. ഇവിടെയും ജോലിക്കാർക്ക് വളരെ ബുദ്ധിമുട്ടുണ്ട്. അവർ സ്ഥിരമായി ജോലി ചെയ്യുന്നില്ല. നാലഞ്ചുദിവസം ജോലിചെയ്തതിനു ശേഷം അവർ തിരി

ച്ചുപോകുകയാണ് ചെയ്യുന്നത്. അതുകൊണ്ട് ജോലിക്കാരുടെ കുറവു കൊണ്ട് പ്രവൃത്തി പൂർത്തിയാക്കാൻ സാധിക്കുമോ എന്ന് സംശയം.

ഏകദേശം 15000 ത്തോളം ആളുകൾ ഈ ഭാഗത്ത് ജോലി ചെയ്യുന്നുണ്ട്. ജോലികഴിഞ്ഞ് ഇരുട്ടിൽ കാട്ടിൽ ഭക്ഷണം പാകംചെയ്യുകയും അതിന് ചുറ്റുമിരുന്ന് സംസാരിച്ച് ഭക്ഷണം കഴിക്കുകയും ചെയ്യുന്ന തൊഴിലാളികളെ ഞാൻ കണ്ടു. എത്ര കഷ്ടപ്പെട്ടാണിവർ ജോലി ചെയ്യുന്നത്! ചിലർ മാവിന്റെ ചുവട്ടിലാണ് താമസിക്കുന്നത്. അവരുടെ ഫോട്ടോ പത്രത്തിൽ കാണില്ല; അവർ ത്യാഗികളല്ല; ശ്രമദാനക്കാരല്ല; അവർ ചുരുങ്ങിയ കൂലി വാങ്ങി സ്വന്തമായി ഭക്ഷണം പാകംചെയ്യുന്നവരാണ്. അവരെപ്പറ്റി കേൾപ്പോരും കേൾവിയുമില്ല. അവരെല്ലാം കൂലിവേലക്കാരാണ്; "രാജ്യസ്നേഹികളല്ല, ത്യാഗികളല്ല." ഒരാഴ്ചക്കാലംവന്നു ജോലി ചെയ്തിട്ട് തിരിച്ചുപോകുന്നു. ഖദർജൂബക്കാർ, ത്യാഗികൾ അവരാണ് ഇതിനുത്തരവാദികൾ. ആയിരക്കണക്കിൽ മരച്ചുവട്ടിൽ കിടന്നു ഭക്ഷണം കഴിച്ച് മണ്ണും പുരണ്ട് ചൂടുവെയിലും കൊണ്ട് ജോലിചെയ്യുന്നവർ. അവരുടെ ത്യാഗത്തിന്റെ, രാജ്യാഭിമാനത്തിന്റെ, മായാത്ത സ്മാരകമായിരിക്കും കോസി പ്രോജക്ട്. അതിന്റെ പണി പൂർത്തിയാകാതെ അതിന്റെ പേരും പറഞ്ഞ് മുതലെടുക്കാൻ ശ്രമിക്കുന്നവർ നാട്ടുകാരോട് ഉത്തരം പറയേണ്ടിവരും.

ഞാൻ സന്തോഷത്തോടെ പാട്നയിലേക്ക് തിരിച്ചു. കേരളത്തിലും ചില പദ്ധതികളെല്ലാം ജന്മമെടുക്കാൻ പോകുന്നുണ്ട് എന്നതിൽ ഞാൻ സന്തോഷിച്ചു.

കോസിപദ്ധതി ഒരു ദേശീയതാൽപ്പര്യമാണെന്നും അതിന് നാട്ടുകാരെല്ലാം സഹായിക്കണമെന്നും ഞാൻ പാട്നയോഗത്തിൽ അഭ്യർഥിച്ചു. ബീഹാർ കമ്യൂണിസ്റ്റ് പാർട്ടി കോസിവാരം കൊണ്ടാടാൻ തീർച്ചപ്പെടുത്തി. "ഈ വർഷം വെള്ളപ്പൊക്കം തടയാൻ ശ്രമിക്കണം, അതിനുവേണ്ടി സർവം ത്യാഗം ചെയ്യണം. അതായിരിക്കട്ടെ മുദ്രാവാക്യം" എന്നു ഞാനവരോടഭ്യർഥിച്ചു. ബീഹാർ ഒരു നല്ല നാടാണ്. വണ്ടിയിൽ സഞ്ചരിക്കുമ്പോൾ ബീഹാറിലെ ധനസമ്പത്തിനെപ്പറ്റി എനിക്ക് മനസിലാക്കാൻ കഴിഞ്ഞു. വലിയ മാവിൻതോട്ടങ്ങൾ ധാരാളമുണ്ട്. ഇതാണിവിടത്തെ പ്രധാനോൽപ്പാദനം. അതിനുംപുറമെ ലിച്ച് എന്ന ഒരുതരം മധുരമുള്ള ഫലമുണ്ടാകുന്ന മരവും ഉണ്ട്. ഇവ രണ്ടുമാണ് പ്രധാനം. ഇതിൽനിന്നാണ് ധാരാളം ആദായം ഉണ്ടാകുന്നത്. കക്കിരിയും ഒരുതരം വത്തക്കയും ധാരാളമുണ്ട്. ഇവ റെയിൽവെസ്റ്റേഷനിൽ കിട്ടും. വളരെ ഫലപുഷ്ടിയുള്ള മണ്ണാണ്. പക്ഷേ, ഭൂകമ്പം, വെള്ളപ്പൊക്കം മുതലായവകൊണ്ട് ധാരാളം കഷ്ടത അനുഭവിച്ച ജനങ്ങളാണിവിടെയുള്ളത്. ദേശീയപ്രസ്ഥാനത്തിൽ അവർക്ക് നല്ലൊരു പങ്കുണ്ട്. കോസിപദ്ധതി പൂർത്തിയായാൽ ബീഹാർ വളരെ വേഗത്തിൽ മുന്നോട്ടുവരും. ബീഹാറിനു ചുറ്റുമുള്ള നാട്ടുകാരെയും സഹായിക്കാൻ കഴിയും.

(*നവയുഗം*, 1955 മെയ് 7)

13

ഭോപ്പാലിലെ അനുഭവങ്ങൾ

ഞാൻ ഭോപ്പാലിൽ എത്തിയത് രാവിലെ ഒമ്പതുമണിയുടെ ഫ്രോണ്ടിയർ മെയിലിനാണ്. സ്റ്റേഷനിൽ തടിച്ചുകൂടിയ ജനക്കൂട്ടത്തെ കണ്ടപ്പോൾ അവിടെ നല്ലൊരു തൊഴിലാളി സംഘടന ഉണ്ടായിരിക്കുമെന്ന് ഞാനൂഹിച്ചു. പിന്നീട് എന്റെ ഊഹം ശരിയാണെന്ന് മനസിലാക്കാൻ സാധിച്ചു. തൊഴിലാളികളുടെ തലമുടിയിൽ അൽപ്പാൽപ്പം പഞ്ഞി അവിടവിടെയായി പറ്റിക്കിടക്കുന്ന് ഞാൻ കണ്ടു. ആവേശഭരിതരായ തൊഴിലാളികൾ അഞ്ചുനിമിഷം തങ്ങളോട് സംസാരിക്കാൻ പറഞ്ഞു. അറിയാത്ത ഹിന്ദിഭാഷയിൽ എങ്ങനെയോ ഞാൻ അഞ്ചുനിമിഷം സംസാരിച്ചു.

ഞാൻ അൽപ്പം വിശ്രമിച്ചതിനുശേഷം ഭോപ്പാൽ പട്ടണമൊന്ന് ചുറ്റിക്കണ്ടു. ഭോപ്പാലിലെ രാജധാനിയും, പട്ടണത്തിലെ മനോഹരമായ തടാകം, ജലാശയം മുതലായവയും ഞാൻ കണ്ടു. ആകെ നോക്കിയാൽ ഒരു പട്ടണമാണ്. അടുത്ത കുന്നിന്മേൽ മനോഹരമായ സ്ഥലത്താണ് സെൻട്രൽ ആശുപത്രി. ഭോപ്പാൽ തലസ്ഥാനനഗരിയാക്കണമെന്ന അഭിപ്രായം ജനങ്ങൾക്കും കോൺഗ്രസ്സ് നേതാക്കന്മാർക്കുമുണ്ട്. വാസ്തവത്തിൽ അതിനു പറ്റിയ സ്ഥലമാണത്.

ഭോപ്പാലിൽ ഒരു വലിയ ടെക്സ്റ്റൈൽ മിൽ ഉണ്ട്. 2000 തൊഴിലാളികളാണവിടെ ജോലി ചെയ്യുന്നത്. അവിടെ എ ഐ ടി യുസിയോട് ബന്ധപ്പെട്ട ഒരു യൂണിയനുമുണ്ട്. എ ഐ ടി യു സിയോട് അനുഭാവമുള്ള 20 തൊഴിലാളികൾ മാത്രമാണുള്ളത്.

രണ്ടുമാസം മുമ്പാണ് തൊഴിലാളികൾ അവിടെ ചില ആവശ്യങ്ങൾക്കുവേണ്ടി ഒരു സമരം നടത്തി ഒത്തുതീർപ്പുണ്ടാക്കിയത്.

അന്ന് വൈകുന്നേരം തന്നെ അവിടെനിന്ന് അഞ്ചുനാഴിക ദൂരെയുള്ള 'നർസിങ്ങ് ഗാഡ്' എന്ന സ്ഥലത്തുപോയി. അവിടെ നല്ലൊരു കർഷക

പ്രസ്ഥാനമുണ്ട്. 'നർസിങ്ങ് ഗാർഡ്' ചെറിയൊരു നാട്ടുരാജ്യമായിരുന്നു. അവിടത്തെ നാടുവാഴിയായിരുന്ന രാജാവ് ഇപ്പോഴത്തെ കോൺഗ്രസ് പ്രസിഡന്റാണ്. വഴിക്കുവെച്ച് ജീപ്പിനു തകരാറ് വന്നതിനാൽ ഞങ്ങൾ വൈകി. രാത്രി പത്തുമണിക്കാണ് സ്ഥലത്തെത്തിയത്. കമ്യൂണിസ്റ്റു പാർട്ടിയുടെ ഒരു ഘടകം അവിടെ പ്രവർത്തിച്ചു തുടങ്ങിയിട്ട് ഒരു കൊല്ലം മാത്രമേ ആയിട്ടുള്ളു. അവർ പാർട്ടിഫണ്ടിലേക്ക് 50 ക പിരിച്ച് എന്നെ ഏൽപ്പിച്ചു. കൃഷിക്കാരിൽ ഭൂരിപക്ഷവും കർഷകതൊഴിലാളികളും ചെറു കൃഷിക്കാരുമാണ്. തരിശുസ്ഥലങ്ങൾ ധാരാളമുണ്ട്. എന്നാലും കൃഷിക്കാർക്ക് കിട്ടുന്നില്ല. കൃഷിസ്ഥലത്തിനുവേണ്ടിയുള്ള സമരം അവർ നടത്തിയിട്ടുണ്ട്. അതിന്റെ ഫലമായി ഭൂമിയും കിട്ടിയിട്ടുണ്ട്.

അടുത്തദിവസം രാവിലെ ഞങ്ങൾ ഭോപ്പാലിൽനിന്ന് പത്തുനാഴിക അകലെയുള്ള ഒരു വലിയ അഭയാർഥികേന്ദ്രത്തിൽ പോയി. ഏകദേശം 1000 കുടുംബങ്ങൾ അവിടെ താമസിക്കുന്നുണ്ട്. അവർക്ക് താമസിക്കാനായി പുതിയ കെട്ടിടങ്ങൾ ഉണ്ടാക്കുന്നുണ്ട്. ആ കെട്ടിടങ്ങൾ ഞാൻ സന്ദർശിച്ചു. പണി പൂർത്തിയാവുന്നതിനുമുമ്പുതന്നെ വീടുകളെല്ലാം തകരാറാവുന്നത് കണ്ടു. മോശമായ കല്ലുകൾ; വിണ്ടുപിളർന്ന ചുമരുകൾ. കോൺട്രാക്ടർമാർ കൊള്ളയടിക്കുന്നവിധം എങ്ങനെയാണെന്ന് ആ എടുപ്പുകണ്ടപ്പോൾ എളുപ്പത്തിൽ മനസിലായി. മനുഷ്യന് താമസിക്കാൻ പറ്റുന്ന വീടുകളൊന്നുമില്ല. അത്ര മോശമാണവയെല്ലാം. അവർക്ക് പല ആവലാതികളുമുണ്ട്. ഒരു വ്യവസായവും അവിടെ ഗവൺമെന്റ് ഏർപ്പാടുചെയ്തിട്ടില്ല. ഒരു നല്ല വ്യവസായം സ്ഥാപിക്കാനുള്ള എല്ലാ സാധ്യതകളുമുണ്ട്. ചെറിയ കച്ചവടക്കാരും കൈത്തൊഴിൽക്കാരുമാണ് അധികവും. അവർ എനിക്കൊരു മൊമ്മോറാണ്ടം സമർപ്പിച്ചു. 101 കയുടെ ഒരു പണക്കിഴി പാർട്ടിഫണ്ടിലേക്ക് അവരെന്നെ ഏൽപ്പിച്ചു. അവർ അഭയാർഥികൾ തന്നെയാണ്. അവരുടെ കാര്യം നോക്കാൻ ഇന്നാരുമില്ല.

അതിനുശേഷം ഭോപ്പാൽ പട്ടണത്തിലെ പൊതുയോഗത്തിൽ സംബന്ധിക്കാൻ ഞാൻ പോയി. സ്വീകരണം മാലകൊണ്ടുള്ളതായിരുന്നു. ഞാനെന്റെ പ്രസംഗമധ്യത്തിൽ "എന്റെ നാട്ടിൽ മാലയല്ല, മാലയുടെ കാശാണ് അർപ്പിക്കാറ്" എന്ന് പറഞ്ഞതനുസരിച്ച് മീറ്റിങ്ങ് കഴിയുന്നതിനുമുമ്പേ ഒരു തൊഴിലാളി ഒറ്റ നോട്ടുകളുടെ ഒരു മാല തന്നു. ഞാൻ രണ്ടുമണിക്കൂർനേരം സംസാരിച്ചു. ആ തണുപ്പിൽ പന്ത്രണ്ടുമണിവരെ ജനങ്ങൾ കാര്യങ്ങൾ ശ്രദ്ധിച്ചു കേട്ടു.

സുൽത്താൻപുരി എന്ന സ്ഥലത്ത് തിരു–കൊച്ചിയിൽനിന്നും വന്ന് താമസിക്കുന്ന 150 കുടുംബങ്ങളെ കാണാൻ പിറ്റേദിവസം പോയി. കമ്മീഷണർ അവിടെ പോകാനുള്ള യാതൊരു സൗകര്യവും ചെയ്തില്ല, എല്ലാം ഞാൻ തന്നെ ചെയ്യേണ്ടതായിട്ടാണ് വന്നത്. പാർട്ടി തയാറാക്കിയ ജീപ്പിൽ ഞാൻ 68 നാഴിക സഞ്ചരിച്ചാണ് ആ സ്ഥലത്തെത്തിയത്. ഞാൻ നേരെ കൊളലയ്ക്ക് പോയി. അവിടത്തെ സൂപ്രണ്ടും ഉണ്ണിത്താൻ എന്ന മാനേജരും ഓടി വന്നു. ഞാൻ അവരോട് സംസാരിക്കുമ്പോൾ

അവർ വരരുതെന്നും പിന്നീട് ഞാൻ സംസാരിച്ചുകൊള്ളാമെന്നും ഉദ്യോഗസ്ഥന്മാരോട് പറഞ്ഞു.

സ്ത്രീകളും പുരുഷന്മാരും കുട്ടികളുമായി 200 പേരോളം അവിടെ തടിച്ചുകൂടി. നാട്ടിൽ ജോലിചെയ്യാൻ സൗകര്യമില്ലാതെ, ഭൂമിയില്ലാതെ, ഉപജീവനത്തിനുവേണ്ടി മാത്രം അവർ സുന്ദരമായ തങ്ങളുടെ നാടു വിട്ട്, തണുപ്പുകോച്ചുന്ന ഭോപ്പാലിനടുത്ത് കൃഷിചെയ്യാൻ വന്നതാണ്. അവർ വരുമ്പോൾ 40ക. ശമ്പളം കൊടുക്കാമെന്ന് അവരോട് ഏറ്റിരുന്നു. പക്ഷേ, ഇപ്പോൾ അവർക്ക് 30 ക കൂടി കിട്ടുന്നില്ല. ഞാൻ അവർ താമസിക്കുന്ന വീടുകളിൽ പോയി. അവിടെ മുറിയിൽക്കൂടി വെള്ളം ഒഴുകുന്നതുകണ്ടു. നല്ല തണുപ്പാണ്. കൊച്ചു കുഞ്ഞുങ്ങൾ എങ്ങനെ അവിടെ കിടന്നുറങ്ങുമെന്ന് ഞാൻ ആശ്ചര്യപ്പെട്ടു. ചിലർ വലകളുടെ കഷണം വെച്ച് അതിന്റെ മേലെയാണ് കിടക്കുന്നത്. “ശീതകാലം വരുന്നുണ്ട് സാറേ, എങ്ങനെ ഞങ്ങളിവിടെ ജീവിക്കും? തണുപ്പുകൊണ്ട് നിവൃത്തിയില്ല. ഉടനെ ഞങ്ങൾക്ക് കമ്പിളി എങ്കിലും കിട്ടാൻ ഏർപ്പാട് ചെയ്യണം.” എന്നവർ എന്നോടു പറഞ്ഞു. അവർക്ക് വളരെയധികം ആവശ്യങ്ങളുണ്ട്. അവർ നല്ലപോലെ അധ്വാനിക്കാൻ തയാറാണ്, അതിനുള്ള സൗകര്യവും മറ്റും അവർക്ക് കിട്ടണം. “ഞങ്ങൾ ഇവിടെ വന്നതിനു ശേഷം ആരും ഇവിടെ വന്നില്ല സാറേ. നിങ്ങളെങ്കിലും വന്നതിൽ ഞങ്ങൾക്ക് സന്തോഷമുണ്ട്.” ഇതാണ് അവർ എന്നോട് പറഞ്ഞത്. ഞാൻ മാനേജരുമായി അവരുടെ ആവശ്യങ്ങളെപ്പറ്റി സംസാരിച്ചു. അവയിൽ മിക്കതും അടുത്തുതന്നെ സാധിപ്പിക്കാമെന്നയാൾ പറഞ്ഞു. “സുൽത്താൻപുരിയിലെ സെൻട്രൽ മെക്കനൈസ്ഡ് ഫാം” എന്നാണ് ഈ സ്ഥാപനത്തിന്റെ പേർ. ഏകദേശം 20 ലക്ഷം രൂപ ചെലവുചെയ്ത് എത്രയോ ഏക്കർസ്ഥലം നന്നാക്കിയിട്ടാണ് ഈ സ്ഥാപനം ഉണ്ടാക്കിയത്. പക്ഷേ, ഇന്ന് ആ സ്ഥലത്തൊന്നും കൃഷിയില്ല. അവിടെയെല്ലാം വലിയ നീളൻപുല്ലുകൾ മുളച്ചിരിക്കുകയാണ്. എന്റെ കൂടെ വന്ന സ്നേഹിതൻ പറഞ്ഞത്, എത്രയോ ലക്ഷം രൂപ ഇങ്ങനെ നഷ്ടപ്പെടുത്തിയിട്ടുണ്ടെന്നാണ്.

സുൽത്താൻപുരിയിൽനിന്ന് പുറത്തിറങ്ങുമ്പോഴേക്കും ഒരുകൂട്ടം അഭയാർഥികൾ എന്നെ കണ്ടു. അവരുടെ വീടൊന്ന് സന്ദർശിക്കണമെന്നായിരുന്നു അവരുടെ അഭ്യർഥന. ആ അഭ്യർഥന ഞാൻ സ്വീകരിച്ചു. മനുഷ്യർ ആ സ്ഥലത്ത് ജീവിക്കുന്നുണ്ടല്ലോ എന്നു വിചാരിച്ച് ഞാൻ വ്യസനിച്ചു. 900 ക ചെലവുചെയ്താണ് ആ ക്യാമ്പ് ഉണ്ടാക്കിയതുപോലും. രണ്ട് കാശുപോലും അതിന് ചെലവുചെയ്തിട്ടില്ല. നാലഞ്ച് ചുള്ളിക്കമ്പുകൊണ്ടു മറച്ചുകെട്ടിയ ഒരു പാർപ്പിടം. വേറെയൊന്നുമില്ല. ഒരേയൊരു മുറി. അതിനു വാതിലും ജനലുമില്ല. അതാണവരുടെ വീട്. മഴപെയ്താൽ വെള്ളം പുറത്തുപോവില്ല. അവർക്ക് കൃഷിചെയ്യാൻ കൊടുത്ത സ്ഥലമോ മഹാമോശം. നിറയെ നീളൻ പുല്ലുകളാണ്. അവരുടെ കുട്ടികൾക്ക് പഠിക്കാനുള്ള ഒരു സ്കൂളുണ്ട്. അത് ഇതിലും വിചിത്രം

ഒരു ഭാഗം ചുമരിടിഞ്ഞിരിക്കയാൽ മേൽപ്പുരയില്ലാതെ കിടക്കയാണത്. ഒരു അധ്യാപകനും കുറച്ചുകുട്ടികളും അങ്ങനെ കഴിച്ചുകൂട്ടുന്നു. മനുഷ്യസ്നേഹമുള്ള ആളുകൾ അവിടെ വിദ്യാഭ്യാസത്തിനു പോകണമെന്ന് കുട്ടികളോട് ഉപദേശിക്കില്ല.

അന്നുരാവിലെ ഞാൻ ഭോപ്പാലിലെ ഒരു പാർട്ടിപ്രവർത്തകന്റെ വീട്ടിൽ പോയി. അവിടെ 'മമ്മ' എന്ന് അവിടത്തുകാർ വിളിക്കുന്ന ഒരമ്മയുണ്ട്. അവർ ഒരു പാർട്ടിമാതാവാണ്. അഞ്ചുകൊല്ലം മുമ്പ് അവർ ഒരു കോൺഗ്രസുകാരിയായിരുന്നു. ഇന്നവരുടെ കുടുംബം മുഴുവൻ പാർട്ടി കുടുംബമാണ്. വളരെ സ്നേഹത്തോടെ അവർ ഞങ്ങളെ സ്വീകരിച്ചു. അവിടത്തെ നാട്ടുകാരുടെ പല പ്രശ്നങ്ങളും ആ മാതാവ് എനിക്ക് വിവരിച്ചു തന്നു. തലേദിവസം യോഗത്തിനു ഹാജരായ ഒരു ചെറുപ്പക്കാരൻ തന്റെ അച്ഛനെക്കൊണ്ട് 11 ക യുടെ ഒരു ഒറ്റനോട്ടുമാല എനിക്ക് സ്റ്റേഷനിൽവെച്ച് സമ്മാനിച്ചു. ഭോപ്പാലിലെ മലയാളികൾ 23 ക പാർട്ടി കോൺഗ്രസിന് സംഭാവന തന്നു.

ഭോപ്പാൽ പട്ടണത്തിൽനിന്ന് ആകെ അങ്ങനെ 350 ക പാർട്ടിക്കായി എന്റെ വശം കിട്ടി. വലിയ ഉത്സാഹവും ആവേശവുമാണ് അവിടത്തെ ജനങ്ങൾക്കുള്ളത്. അവരെ സംഘടിപ്പിക്കാനും രാഷ്ട്രീയബോധമുള്ളവരാക്കിത്തീർക്കാനും ആളുകളില്ലെന്നു മാത്രം.

(*ദേശാഭിമാനി,* 1955 ഡിസംബർ 4)

14

കേരളത്തിന്റെ കാവൽഭടന്മാർ

കേരളത്തിന്റെയും ഇന്ത്യയുടെയും ചരിത്രത്തിൽ പുത്തനായൊരു ചരിത്രം കുറിച്ച ഏപ്രിൽ 5ന് ശേഷമുള്ള ഒരുദിവസം ഏതാനും പൊതു യോഗങ്ങൾ കഴിഞ്ഞ് ഞാൻ മുംബൈക്ക് മടങ്ങുകയാണ്. വില്ലിപാർളി സ്റ്റേഷനിൽനിന്ന വണ്ടി അധികം താമസിയാതെ അവിടെനിന്ന് ഇളകി. അപ്പോഴുണ്ട് ഒരു ചെറുപ്പക്കാരൻ ഓടിക്കിതച്ചു വന്ന് ഒരുറുപ്പിക ഏൽപ്പിക്കുന്നു.

എനിക്കെന്തെങ്കിലും തുടർന്നുചോദിക്കാൻ കഴിയുന്നതിനുമുമ്പേ തന്നെ, എന്നിൽനിന്ന് മറ്റൊന്നും പ്രതീക്ഷിക്കാതെ, അയാൾ തിരിഞ്ഞു നടന്നു.

ഏതാണ് ആ ചെറുപ്പക്കാരൻ? എന്നെ ഏൽപ്പിച്ച ആ ഉറുപ്പികയും കയ്യിൽ വെച്ച് ഞാൻ അയാളെത്തന്നെ നോക്കിയിരുന്നു. ഞാൻ അയാളെക്കുറിച്ച് ആലോചിച്ചുകൊണ്ടിരിക്കുകയാണെന്ന കഥയറിയാതെ, അല്ലെങ്കിൽ അതൊന്നും ആശിക്കാതെ, അയാൾ അകന്നകന്നുപോവുകയായിരുന്നു.

എന്റെ രാഷ്ട്രീയജീവിതത്തിനിടയ്ക്ക്, വിശേഷിച്ചും കേരളത്തിനു വെളിക്കുള്ള സഞ്ചാരത്തിനിടയ്ക്ക്, അത്ഭുതം ജനിപ്പിക്കുന്ന പല അനുഭവങ്ങളും എനിക്കുണ്ടായിട്ടുണ്ട്. എന്നാൽ കേരളത്തിൽ ഒരു കമ്യൂണിസ്റ്റ് മന്ത്രിസഭ വന്നുകഴിഞ്ഞതിന്റെ അടുത്തദിവസമുണ്ടായ ആ സംഭവം എന്നെ തുടർന്നു ചിന്തിപ്പിച്ചു. അയാളാരെന്നും അയാളെന്നെ ഏൽപ്പിച്ച ആ ഒരുറുപ്പികയുടെ കഥയെന്തെന്നും അറിയണമെന്ന് ഞാൻ തീരുമാനിച്ചു. അതെ, അതാണ്, ഞാനിവിടെ വിശദീകരിക്കാൻ പോകുന്നത്. ഇത്തവണത്തെ *നവയുഗം* വാർഷികപ്പതിപ്പിലേക്കുള്ള ലേഖനമാണത്.

ഏപ്രിൽ 5ന് ഞാൻ തിരുവനന്തപുരത്തുണ്ടായിരുന്നു. പക്ഷേ, അടുത്ത ദിവസംതന്നെ എറണാകുളത്തേക്കും അവിടെനിന്ന് മുംബൈ

യിലേക്കും എനിക്ക് പറക്കേണ്ടി വന്നു.

മുംബൈ മലയാളികളിൽ ശ്രദ്ധേയമായ ഒരുവിഭാഗം വിമാനത്താവളത്തിൽ എന്നെ കാത്തുനിന്നിരുന്നു. മറുനാടൻ മലയാളികളുടെ പ്രമുഖ നേതാവായ എ പി നാരായണനും മറ്റുമുണ്ട് അക്കൂട്ടത്തിൽ. അവരെല്ലാവരും എന്നെ കാത്തുനിൽക്കുകയാണ് കേരളത്തിലെ വിശേഷങ്ങളറിയാൻ; കേരളാഗവൺമെന്റിന്റെ വിശദവിവരങ്ങളറിയാൻ!

ഉടനെതന്നെ ഞങ്ങൾ കാംഗാർ മൈതാനിയിലെത്തി. വമ്പിച്ച ജനക്കൂട്ടം. അവിടെ കേരളദിനാഘോഷമായിരുന്നു അന്ന്. മലയാളികൾ മാത്രമല്ല, കൂടെ ആ നാട്ടിലെ ജനാധിപത്യവാദികളുടെ ഒരു വലിയ വിഭാഗവുമുണ്ട്.

എല്ലാവരും കേരളത്തെക്കുറിച്ച് കേൾക്കാനിരിക്കുകയാണ്. പലരും കേരളത്തിൽനിന്ന് പലതും പഠിക്കാനിരിക്കുകയാണ്.

പ്രസംഗിച്ചിട്ട് എനിക്കും പ്രസംഗം കേട്ടിട്ട് അവർക്കും മതിയായില്ലെന്ന് തോന്നി. അപ്പോൾ അതിലൊരാളായിരിക്കുമോ എന്നെ ആ ഉറുപ്പിക ഏൽപ്പിച്ച ചെറുപ്പക്കാരൻ?

നമ്മുടെ മന്ത്രിസഭ രൂപീകരിച്ചതിനുശേഷം ഞാൻ ചെന്നൈയിലും മുംബൈയിലും ദൽഹിയിലുമെല്ലാം പോയിരുന്നു. അവിടങ്ങളിലെല്ലാമുള്ള മലയാളികൾക്ക്–ഇടത്തരക്കാർക്കും മറ്റു ജോലിക്കാർക്കുമെല്ലാം–ആ പുതിയ സർക്കാരിന്റെ ആവിർഭാവത്തിൽ എന്തൊരു സന്തോഷവും അഭിമാനവുമാണെന്നോ!

ദൽഹിയിലെത്തിയ എന്നെ ഒരുകൂട്ടം ഹോട്ടൽ തൊഴിലാളികൾ ഓടിവന്ന് വളഞ്ഞു. അളവറ്റ ആവേശത്തോടെ അവരിൽ ചിലർ പറഞ്ഞു: "ഇനി ഇവിടൊക്കെ കിടന്ന് മരിച്ചാലും വേണ്ടില്ല, നമ്മുടെ നാടിന്റെ പേര് പുറത്തുവന്നല്ലോ!"

"എന്നുവെച്ചാൽ"

"നമ്മെപ്പറ്റി എന്തൊരു പുച്ഛമായിരുന്നു ഇതുവരെ മിക്ക വടക്കേ ഇന്ത്യാക്കാർക്കും. ഏതായാലും ഇനി അതുണ്ടാവില്ല."

നേരാണ്, മലയാളികൾക്ക് അവരുടേതായ ഒരു ജന്മനാടുണ്ടെന്നുകൂടി മറ്റു സ്റ്റേറ്റുകാരിൽ പലരും അംഗീകരിച്ചുതന്നില്ല. കരുതിയത് പോലുമില്ല!

തെക്കുനിന്നുവരുന്ന സകലരും ഇവിടെ ചെന്നൈക്കാരാണ്. അതുകൊണ്ടുതന്നെയായിരിക്കണം ആ ഹോട്ടൽ തൊഴിലാളികൾ പറഞ്ഞത്: കേരളം എന്താണെന്ന് ഇപ്പോൾ ഇവരറിഞ്ഞുകാണും. ആ കേരളത്തിലെ പിറപ്പുകളാണ് നമ്മളെന്നും ഇനി ഇവർ മനസിലാക്കും.

എന്തുമാത്രം അഭിമാനവും ആത്മവിശ്വാസവുമാണ് അവരുടെ വാക്കുകളിൽ അലയടിച്ചതെന്ന് പറയാനാവില്ല. കോൺഗ്രസിനെയും കോൺഗ്രസിന് സഹായകമായ നിലപാടെടുക്കുന്ന മറ്റു പാർട്ടികളെയും തോൽപ്പിച്ച് അവിടെ ഒരു കമ്യൂണിസ്റ്റ് ഭരണം നിലവിൽ വരുത്തിയത് താനാണ് എന്ന് അവകാശപ്പെടാൻ അവരോരുത്തരും ബദ്ധപ്പെടുന്നതായി എനിക്കുതോന്നി.

ഇതുതന്നെയായിരുന്നു മുംബൈയിലും ചെന്നൈയിലെയും മറ്റും മറുനാടൻ മലയാളികളുടെയിടയിലെ എന്റെ അനുഭവം.

ഓടിവന്ന് എന്നെ ആ ഒരുറുപ്പിക ഏൽപ്പിച്ച ചെറുപ്പക്കാരന്റെയും വികാരം ഇതുതന്നെയായിരിക്കുമോ?

മറുനാട്ടിലെ നമ്മുടെ മലയാളിസഹോദരന്മാരുടെ ജീവിതം കഷ്ടതരമാണ്; ദുഃസഹമാണ്. മുംബൈയെപ്പോലുള്ള നഗരങ്ങളിൽ വീട്ടുവാടക ഭയങ്കരമാണ്. ഒരു ചെറിയ വീടോ ഒരു കൊച്ചു ഫ്ളാറ്റോ വാടകയ്ക്ക് കിട്ടണമെങ്കിൽപോലും ആയിരം തുടങ്ങി പതിനായിരം വരെ 'പകിടി' കൊടുക്കണം. പത്തിരുന്നൂറു റുപ്പികയിൽ കുറഞ്ഞ ശമ്പളമുള്ളവർക്ക് സ്വന്തമായി ഒരു സ്ഥലം കിട്ടുന്നതിനെപ്പറ്റി സ്വപ്നം കാണാൻപോലും നിർവാഹമില്ല. ഓരോ മുറിയിലും അഞ്ചും പത്തും ആളുകൾ വീതമാണ് കഴിച്ചുകൂട്ടുന്നത്.

അവരിൽ പലരെയും പുറത്തുവെച്ചുകണ്ടാൽ വലിയ ഉദ്യോഗസ്ഥന്മാരാണെന്നു തോന്നും. പക്ഷേ താമസിക്കുന്ന സ്ഥലത്തുചെന്നുനോക്കണം അവരുടെ യഥാർഥജീവിതം കാണാൻ; കാറ്റും വെളിച്ചവുമില്ലാത്ത മുറികൾ. വെള്ളവും കക്കൂസുമില്ലാത്ത പരിസരങ്ങൾ–ഇമ്മാതിരി പല സ്ഥലങ്ങളും ഞാൻ നേരിട്ട് കണ്ടിട്ടുള്ളതാണ്.

എങ്കിലും കേരളത്തിനുപുറത്തുള്ള മലയാളികൾക്കൊരു പ്രത്യേകതയുണ്ട്. അവർക്ക് സംഘടനയും അതിനൊരു പ്രവർത്തനവുമുണ്ട്. ചില സ്ഥലങ്ങളിൽ രണ്ടും മൂന്നും സംഘടനകളുണ്ടെന്നത് ഖേദകരം തന്നെ. എങ്കിലും അവർ ഒരു നിലയ്ക്കല്ലെങ്കിൽ മറ്റൊരു നിലയ്ക്ക് സംഘടിതരാണ്.

കേരളത്തിലെ ദൈനംദിന സംഭവങ്ങൾ അവർ യഥാസമയം മനസിലാക്കുന്നു. മലയാള പത്രമാസികകളിൽ മിക്കതും താന്താങ്ങളുടെ രുചിക്കനുസരിച്ച് അവർ വിപുലമായ തോതിൽ വരുത്തി വായിക്കുകയും വിതരണം നടത്തുകയും ചെയ്യുന്നു.

സാമ്പത്തികമായും കേരളത്തിലെ പ്രസ്ഥാനങ്ങളെ അവർ കാര്യമായി സഹായിക്കാറുണ്ട്. അതിനുപുറമെ പല അവസരങ്ങളിലും അവർ തങ്ങളുടെ പ്രദേശത്തെയും ഗ്രാമത്തിലെയും പൊതുപ്രവർത്തകരെ പ്രത്യേകിച്ചും സഹായിക്കുന്നു. കേരളത്തിലെ പല പൊതുപ്രവർത്തകരും രോഗബാധിതരായി വലയുമ്പോൾ അവർ ആദ്യമായി ഉറ്റുനോക്കുന്നത് മറുനാടൻ മലയാളികളുടെ ഇടയിലുള്ള തങ്ങളുടെ സുഹൃത്തുക്കളെയാണ്.

മുംബൈയിൽ കേരള ദിനാഘോഷം സംബന്ധിച്ച പല യോഗങ്ങളിലും ഞാൻ സംബന്ധിച്ചു. അവിടെ പല സ്ഥലത്തുനിന്നും പാർട്ടിഫണ്ടിലേക്ക് എനിക്ക് സംഭാവന കിട്ടി. മുംബൈക്കടുത്ത് ധാരാളം സാധു മലയാളികളുള്ള അംബർനാഥെന്ന സ്ഥലത്തെ കേരള ദിനാഘോഷത്തിൽ 150 ക അവരെന്നെ ഏൽപ്പിച്ചു.

അതെ, അവിടെനിന്ന് മടങ്ങുംവഴിയാണ് ഞാൻ നമ്മുടെ കഥാനായകനെ കണ്ടത്. ആരാണെന്നോ അത്?

ആ സാധുവിന്റെ പേര് പര്യെക്കുട്ടി. മുംബൈയിൽ പത്തുകൊല്ലമായി താമസിച്ചുവരുന്നു. ഇപ്പോൾ അവിടെ ഒരു കമ്പനിയിൽ ജോലി കിട്ടിയിട്ടുണ്ട്, ഒരു ചെറിയ ജോലി. നമ്മുടെ പത്രങ്ങൾ മിക്കതും കൃത്യമായി വായിക്കാറുണ്ട് അയാൾ; എന്നിട്ട് ശാന്തമായി, ആരും അറിയാതെ നാടിനുവേണ്ടി ആവുന്നതൊക്കെ പ്രവർത്തിക്കുകയും. അയാൾ എന്നെ ഏൽപ്പിച്ച ആ രൂപ പാർട്ടിയുടെ ആഹ്വാനമനുസരിച്ചുള്ള പാർട്ടിഫണ്ടിലേക്കുള്ള തന്റെ വിഹിതമായിരുന്നു. ആ രൂപ തന്നപ്പോൾ ആ അജ്ഞാതഭടന്റെ മനസിൽ അലതല്ലിയ വികാരങ്ങൾ എന്തെല്ലാമായിരിക്കും? അതിന്റെ പുറകിൽ എത്രയെത്ര പ്രതീക്ഷകളില്ല!

കമ്യൂണിസ്റ്റ് പുസ്തകങ്ങളും പത്രമാസികകളും വിറ്റുനടക്കുന്ന ഒരാളുണ്ട് മുംബൈയിൽ. 'സാഹിത്യം'കൃഷ്ണൻ. നമ്മുടെ കണ്ണൂരിലെ പട്ടിണി ഗോപാലേട്ടന്റെ സഹോദരനാണ് വിദ്വാൻ. നാട്ടിൽ യാതൊരു ജോലിക്കും നിർവാഹമില്ലാത്തതുകൊണ്ട് മുംബൈക്ക് പോയതാണ്. ഓരോ വീട്ടിലും കൃഷ്ണൻ കയറിച്ചെല്ലും. അവിടെ സാഹിത്യങ്ങൾ വാങ്ങിച്ചാലും ഇല്ലെങ്കിലും ശരി, പക്ഷേ അയാളവ ധാരാളം വിൽക്കുന്നു. അതിൽ നിന്നായിരിക്കണം പത്തുറുപ്പിക പാർട്ടിഫണ്ടിലേക്കെന്നും പറഞ്ഞ് അയാളെനിക്ക് തന്നത്. എനിക്കതിശയം തോന്നി. പക്ഷേ പാർട്ടിപുസ്തകങ്ങളുടെ വിൽപ്പനകൊണ്ട് തനിക്ക് ജീവിക്കാൻ സാധിക്കുന്നുണ്ടെന്നായിരുന്നു കൃഷ്ണന്റെ മറുപടി.

മലാഡിൽ പോയ അവസരത്തിൽ ഒരു പാവപ്പെട്ട മുസ്ലിം തൊഴിലാളി എന്നോട് പറഞ്ഞു: "ഞങ്ങൾ വഡാലയിലാണ് താമസം. ഒന്നു ഞങ്ങളുടെ സ്ഥലത്ത് വരണം"

ഞാൻ സമ്മതിച്ചു. വഡാല യഥാർഥ നഗരത്തിൽനിന്നും ദൂരെയുള്ള ഒരു സ്ഥലമാണ്. മുനിസിപ്പാലിറ്റിക്ക് ഉള്ളിലാണെങ്കിലും ദുർഗന്ധം നിറഞ്ഞ ഒരു സ്ഥലം, നല്ല വീടില്ല, വെള്ളമില്ല, അങ്ങനെ വേണ്ട പലതുമില്ല. പക്ഷേ, ഞാനെത്തി ഒരുമണിക്കൂറിനകം 90 ക. അവർ പാർട്ടി ഫണ്ടിലേക്ക് പിരിച്ചുതന്നു.

താനയിലെ ഒരു ചെറുകച്ചവടക്കാരനാണ് ഖാദർ. നാലുകുട്ടികളുടെ പിതാവും. ഞാൻ താനയിൽ ചെല്ലുന്നുണ്ടെന്നറിഞ്ഞപ്പോൾ ഖാദർ സ്ഥലത്തെ പാർട്ടിസഖാക്കളെ സമീപിച്ചു. അന്നത്തെ എന്റെ ഭക്ഷണം തന്റെ വീട്ടിലാക്കണമെന്ന് നിർബന്ധിച്ചു. ഖാദർക്കതിന് അർഹതയുണ്ടുപോലും. ഒന്നാമത് താനൊരു മലയാളി; അതും പോരാഞ്ഞ് സ്വദേശം കണ്ണൂരും. പാർട്ടിസഖാക്കൾ സമ്മതിച്ചു.

രാത്രി പന്ത്രണ്ടരമണിക്കാണ് ഞാൻ താനയിലെത്തിയത്. ആറായിരം ആളുകൾ —സ്ത്രീകളും പുരുഷന്മാരും– തിങ്ങിക്കൂടിയിരുന്നു കേരളദിനാഘോഷം സംബന്ധിച്ച പ്രസംഗം കേൾക്കുകയാണ്. മഹാരാഷ്ട്ര കമ്യൂണിസ്റ്റ് നേതാവ് സർദേസായിയാണ് പ്രസംഗിക്കുന്നത്.

യോഗം കഴിഞ്ഞപ്പോൾ മണി രണ്ടോമറ്റോ ആയിരിക്കണം. ഖാദറും ഭാര്യയും കുട്ടികളും എട്ടുമണിമുതൽ എന്നെ കാത്തിരിക്കുകയാണ്. ഖാദറിന്റെ മൂത്തമകന്റെ കയ്യിൽ അപ്പോഴും എനിക്കായി ഒരു പൂമാലയുണ്ട്. അവന്റെ അനുജന്മാരും അനുജത്തിയും കാത്തിരുന്ന് ഉറക്കംവന്ന് നിലത്തുവീണു. എന്നിട്ടും അവർ കാത്തിരുന്നു!

ഞാൻ മുറിയിൽ കടന്നു, ഖാദറിന്റെ മകൻ അഭിമാനപൂർവം എന്നെ ഹാരമണിയിച്ചു. വീട്ടുകാർക്ക് എന്തെന്നില്ലാത്ത ഒരാനന്ദം. ആവേശം!

ഊണുകഴിഞ്ഞ് തിരിച്ചുവരുമ്പോൾ 15 ക യുടെ നോട്ടടക്കം ചെയ്ത ഒരു കവർ എന്റെ കയ്യിൽ തന്നിട്ട് ഖാദർ പറഞ്ഞു. "ഇപ്പോഴിത്രേ ഉള്ളൂ. ആവശ്യമാണെങ്കിൽ എഴുതിയാൽ പിന്നെയും തരണ്ട്. ഞങ്ങളെന്നും നിങ്ങള്ടാണ്!"

അതെ, പര്യെക്കുട്ടിയും കൃഷ്ണനും ഖാദറും അതുപോലെ ആയിരക്കണക്കിൽ മറ്റു മറുനാടൻ മലയാളികളും.. അവരുടെ ആ രാജ്യസ്നേഹത്തിന്റെയും പാർട്ടിക്കൂറിന്റെയും മുമ്പിൽ ഞാൻ ശിരസു കുനിക്കുന്നു.

അവരെക്കുറിച്ചുള്ള ഓർമയിൽപോലും ഞാൻ കോരിത്തരിക്കുകയാണ്. കാരണം, കേരളത്തിലെ കമ്യൂണിസ്റ്റ് മന്ത്രിസഭ അതിന്റെ പരിപാടികളിൽ വിജയകരമായി നിറവേറ്റുന്നതിന്റെ 'ഗ്യാരണ്ടി' അങ്ങനെയുള്ള അവർ കൂടിയാണ്. അവർ തന്നെയാണ് നമ്മുടെ കേരളസർക്കാരിനെ അതിന്റെ അതിർത്തിക്കപ്പുറത്ത് കണ്ണിലെണ്ണയൊഴിച്ചു നിന്ന് കാത്തുസൂക്ഷിക്കുന്ന കാവൽഭടന്മാരും.

(*നവയുഗം വാർഷികപ്പതിപ്പ്*, 1957)

15

ഗുജറാത്തിൽ രണ്ടു ദിവസം

കേരളത്തിലെ തിരഞ്ഞെടുപ്പിന് സഹായമഭ്യർഥിക്കാൻ വേണ്ടിയുള്ള എന്റെ പര്യടനത്തിൽ രണ്ടുദിവസം ഞാൻ ഗുജറാത്തിൽ ചെലവഴിച്ചു. ഇന്ത്യ-ചൈന അതിർത്തിത്തർക്കം കൊണ്ടുണ്ടായ കുഴപ്പം ഉപയോഗിച്ച് ഏറ്റവും നീചമായ വിധത്തിൽ കമ്യൂണിസ്റ്റ് പാർട്ടിക്കെതിരായും ചൈനക്കെതിരായും ഇന്ത്യാഗവൺമെന്റിനെതിരായും പ്രചാരവേല ചെയ്യുകയും പൊതുയോഗങ്ങളിൽ ബഹളമുണ്ടാക്കുകയും മറ്റും സോഷ്യലിസ്റ്റ്-ജനസംഘം പാർട്ടികളുടെ ഒരു നിത്യത്തൊഴിലായിത്തീർന്നിരിക്കുകയാണ്.

ഒരു സോഷ്യലിസ്റ്റ് സാമൂഹ്യവ്യവസ്ഥക്കുവേണ്ടി നിലകൊള്ളുന്നു എന്നുപറയുന്ന സോഷ്യലിസ്റ്റ് പാർട്ടി കേരളത്തിൽ കോൺഗ്രസും മുസ്ലിം ലീഗുമായും, യു പിയിലും ദൽഹിയിലും ജനസംഘവുമായും, പഞ്ചാബിൽ അകാലിനേതാവായ താരാസിങ്ങുമായും, ചില സ്ഥലങ്ങളിൽ സ്വതന്ത്രപാർട്ടിയുമായും കൂട്ടുകെട്ടിലേർപ്പെട്ടിരിക്കുകയാണ്. കമ്യൂണിസ്റ്റ് പാർട്ടിയെയും ജനാധിപത്യപ്രസ്ഥാനത്തെയും തകർക്കാൻ അവർ തീർച്ചപ്പെടുത്തിയിരിക്കുകയാണ്. ഏതായാലും കേരളത്തിലെ സോഷ്യലിസ്റ്റ് ചിന്താഗതിക്കാരായ ജനങ്ങൾ ഈ പാർട്ടിയുടെ പോക്കിനെ ഒന്ന് സൂക്ഷിക്കുകയും ഈ പാർട്ടിയുടെ നിലനിൽപ്പ് നമ്മുടെ രാജ്യത്തിന്റെ ഭാവിയെ എങ്ങനെ ബാധിക്കുമെന്ന് മനസിലാക്കുകയും അതിനനുസരിച്ച് പ്രവർത്തിക്കുകയും ചെയ്യേണ്ട കാലം അതിക്രമിച്ചിരിക്കുന്നു. കേരളത്തിൽ ജനസംഘത്തിന്റെ തലപൊക്കാൻ സമ്മതിക്കുന്നതുതന്നെ അപമാനകരമാണ്. സ്ഥാപിതതാൽപ്പര്യത്തിന്റെയും മുസ്ലീംവിരോധത്തിന്റെയും കൂട്ടായ വൃത്തികെട്ട ജനസംഘത്തെ നശിപ്പിക്കേണ്ടത് കേരളത്തിലെ ജനങ്ങളുടെ കടമയാണ്. ഈ തിരഞ്ഞെടുപ്പുകാലത്ത് ജനങ്ങൾ അത് ചെയ്യുമെന്നാണെന്റെ വിശ്വാസം.

6ന് രാവിലെ ഞാൻ ബറോഡയിലെത്തി. രാവിലെ ഒമ്പതുമണിക്ക് ബറോഡ സ്റ്റേഷനടുത്ത് പാർക്കിൽവെച്ചായിരുന്നു പൊതുയോഗം. നന്നെ രാവിലെയായിരുന്നെങ്കിലും ധാരാളം ആളുകൾ സംബന്ധിച്ചിരുന്നു. ഒരാഴ്ച ക്കുമുമ്പ് ദിൻകർ മേത്തയുടെ ഒരു യോഗത്തിൽ ബഹളമുണ്ടാക്കാൻ വന്ന പി എസ് പി–ജനസംഘം പ്രവർത്തകർക്ക് തൊഴിലാളികളും നാട്ടുകാരും നല്ല സമ്മാനം കൊടുത്തതുകൊണ്ട് പൊതുയോഗത്തിന് അവരുടെ ദ്രോഹമുണ്ടായില്ല. എന്നാലും ധാരാളം ചോദ്യം എഴുതി അയച്ചിരുന്നു. എല്ലാം ഇന്ത്യ–ചൈന അതിർത്തിത്തർക്കത്തെപ്പറ്റിയായിരുന്നു.

പന്ത്രണ്ടുമണിക്ക് കമ്യൂണിസ്റ്റ് പാർട്ടി പ്രവർത്തകരുടെയും അനു ഭാവികളുടെയും യോഗംചേർന്ന് തിരഞ്ഞെടുപ്പ് ഫണ്ടിലേക്ക് സംഭാവന പിരിക്കാൻ തുടങ്ങിയിട്ടുണ്ടെന്നും ഉടനെതന്നെ ഒരു നല്ല സംഖ്യ അയ ക്കുമെന്നും അവർ വാഗ്ദത്തം ചെയ്തു.

അതിനുശേഷം വണ്ടിക്ക് 100 നാഴിക അകലെയുള്ള ബ്രോച്ച് എന്ന സ്ഥലത്തേക്ക് പോയി. എട്ടുമണിക്കായിരുന്നു പൊതുയോഗം. അതു കൊണ്ട് ഹാളിൽവെച്ചായിരുന്നു നടന്നത്. ധാരാളം കൃഷിക്കാർ അടുത്ത ഗ്രാമത്തിൽനിന്നും വന്നിരുന്നു.

അതിനുശേഷം ആറുമണിക്ക് സൂറത്തിലേക്ക് പുറപ്പെട്ടു. വഴിനീളെ എല്ലാ സ്റ്റേഷനിലും "കേരള കമ്യൂണിസ്റ്റ് സർക്കാർ വീണ്ടും അധികാര ത്തിൽ വരട്ടെ", "കിസാൻസഭ സിന്ദാബാദ്" എന്നീ മുദ്രാവാക്യങ്ങൾ വിളിച്ച് കൃഷിക്കാർ നിൽക്കുന്നുണ്ടായിരുന്നു. 8.30ന് സൂറത്തിലെത്തി. പ്ലാറ്റ്ഫോമിലുള്ള ജനക്കൂട്ടം നിമിത്തം പുറത്തേക്കുകടക്കാൻ സാധിച്ചില്ല. അതിൽ കൊടിയുമായി മുമ്പിൽ നിൽക്കുന്നവർ നമ്മുടെ മലയാളിസ ഹോദരന്മാരായിരുന്നു. സൂറത്തിൽ അമ്പതോളം മലയാളി ബീഡിത്തൊ ഴിലാളികളും അൽപ്പം മിൽത്തൊഴിലാളികളുമുണ്ട്. അവർക്കെന്ത് സന്തോഷം! ഒരാൾ പറഞ്ഞു: "ഇ എം എസിന് വരാൻ സാധിച്ചില്ല. ആ വ്യസനം തീർന്നു. സൂറത്തിൽ ഇതുവരെ ഒരു മലയാളി നേതാവ് വന്നി ട്ടില്ല." അങ്ങനെ ആ വമ്പിച്ച ഘോഷയാത്രയുടെ മുമ്പിൽ അതിനെ നയി ച്ചുപോകുന്നത് നമ്മുടെ മലയാളി തൊഴിലാളികളാണ്. അവരിൽ പലർക്കും ഗുജറാത്തി ഭാഷയും അറിയാം. യോഗത്തിൽ പതിനായിരം ആളുകൾ സംബന്ധിച്ചു. യോഗസ്ഥലത്ത് എത്താറായപ്പോൾ മുപ്പതു പേരടങ്ങിയ ഒരു കറുപ്പുകൊടി സംഘം–സോഷ്യലിസ്റ്റ്–ഐ എൻ ടിയു സി– ജനസംഘക്കാർ. ഈ ചെറുപ്പക്കാർ കൂക്കിവിളി തുടങ്ങി. പിന്നാലെ കല്ലേറും. ഒരു ചെറിയ കുട്ടിക്ക് സാരമായ പരിക്കുപറ്റി. അതിനെ ആശു പത്രിയിലേക്ക് കൊണ്ടുപോയി. പിന്നെയും കല്ലേറുണ്ടായി. യോഗത്തി ലുണ്ടായിരുന്ന പൊലീസുകാർ അനങ്ങിയില്ല. അവസാനം നാട്ടുകാർ തന്നെ അവരെ അടിച്ച് ഓടിച്ചു. യോഗത്തിനുശേഷം ഞങ്ങൾ, ബീഡി ത്തൊഴിലാളികൾ തയാറാക്കിയ ഭക്ഷണവും കഴിച്ച് അഹമ്മദാബാദി ലേക്ക് പുറപ്പെട്ടു. അതിനുമുമ്പ് പന്ത്രണ്ടുമണിക്ക് പ്രവർത്തകരുടെ യോഗത്തിൽ സംബന്ധിച്ചു. 500 ക തിരഞ്ഞെടുപ്പു ഫണ്ടിലേക്ക് പിരി

ക്കാമെന്നായിരുന്നു നേതാക്കന്മാരേറ്റത്. യോഗത്തിൽ പങ്കെടുത്ത തൊഴിലാളികൾ 200 ക. കുറഞ്ഞത് പിരിച്ചയക്കാമെന്ന് ഏറ്റു.

അഹമ്മദാബാദിൽ വളരെ തിരക്കിട്ട പരിപാടിയായിരുന്നു. പാർട്ടി മെമ്പർമാരുടെയും അനുഭാവികളുടെയും അനേകം യോഗത്തിൽ ഞാൻ സംസാരിച്ചു. കേരളത്തെപ്പറ്റി അറിയാനും കേരളത്തെ സഹായിക്കാനും ഗുജറാത്ത് ഒരുങ്ങിവരികയാണ്. മലയാളികൾ 1000 ക. പിരിച്ചു. 10,000 പിരിക്കാനാണ് അവരുടെ പരിപാടി. അത് തികച്ചും സാധിക്കുമെന്നാണ് എന്റെ വിശ്വാസം. 2500 ക. പിരിക്കാനാണ് മലയാളികളും പാർട്ടി അനുഭാവികളും തീർച്ചപ്പെടുത്തിയത്. വലിയ ഉത്സാഹമുണ്ട്; ആവേശവുമുണ്ട്. മഹാഗുജറാത്ത് രൂപീകരിക്കാൻ തീർച്ചപ്പെടുത്തിയതിൽ അവർക്ക് ആഹ്ലാദമുണ്ട്. ഞാനവരുടെ സമരത്തിൽ പങ്കെടുത്ത ആളെന്ന നിലയ്ക്ക് അവർക്ക് എന്നോട് ഒരു പ്രത്യേക മമതയും ഉണ്ട്. കേരളത്തെപ്പറ്റി ഒരു ഗുജറാത്തിപ്പാട്ട് നളിനി പാടി.

ഝാൻസിക്ക് പോകുന്നവഴി മഥുര സ്റ്റേഷനിൽ ഞാനിരിക്കുകയായിരുന്നു. അവിടെയുള്ള രണ്ടു സഹയാത്രക്കാരുമായി ഞാൻ സംസാരിച്ചു. അവർ ജനസംഘം പ്രജാസോഷ്യലിസ്റ്റ് പാർട്ടികളുടെ പ്രവർത്തനത്തെപ്പറ്റി സംസാരിക്കുകയായിരുന്നു. ഈ രണ്ടു പാർട്ടികളും വേഗം നശിക്കുമെന്നാണവരുടെ വിശ്വാസം. കരുതിക്കൂട്ടി കമ്യൂണിസ്റ്റാപ്പീസ് ആക്രമിക്കുക; യോഗങ്ങളിൽ ബഹളമുണ്ടാക്കുക എന്നതാണവരുടെ പരിപാടി. ഗവൺമെന്റ് അവർക്കരുനിൽക്കുകയാണ്. ഏതായാലും കമ്യൂണിസ്റ്റ് പാർട്ടി ഇതിനെ നേരിടേണ്ടിവരും. പക്ഷേ, അതിനുമുമ്പ് അവരുടെ തനിനിറവും അവരുടെ അധഃപതിച്ച രാഷ്ട്രീയവും ജനങ്ങൾക്കിടയിൽ തുറന്നുകാട്ടണം. പ്രജയും സോഷ്യലിസവും നഷ്ടപ്പെട്ട 'പാർട്ടി' മാത്രമാണിപ്പോൾ പ്രജാസോഷ്യലിസ്റ്റ് പാർട്ടി. കുട്ടിജന്മിമാരുടെയും മുതലാളിമാരുടെയും കുടുംബത്തിൽ പെട്ടവരാണ് ഈ പാർട്ടിക്കാർ. അവരുടെകൂടെ മുമ്പേനിന്ന കുറച്ചു തൊഴിലാളികളും കൃഷിക്കാരും അവർക്കുണ്ട്. അവരെല്ലാവരും 'പാർട്ടി'യിൽ നിന്ന് വിടവാങ്ങുകയാണ്. ഏതായാലും കേരളത്തിലെ രാഷ്ട്രീയബോധമുള്ള ജനങ്ങൾ പ്രജാസോഷ്യലിസ്റ്റ് പാർട്ടിയുടെ പോക്കൊന്നു പരിശോധിച്ച് വേണ്ട നടപടികൾ എടുക്കുമെന്ന് ഞാനാശിക്കുന്നു. ഇവരുടെ കൂടെ നിന്നാൽ സോഷ്യലിസം സ്ഥാപിക്കാൻ സാധിക്കില്ലെന്നു മാത്രമല്ല; നമ്മുടെ നാട്ടിൽ വളർന്നുവരുന്ന തലമുറ തന്നെ സംസ്കാരശൂന്യരും മര്യാദകെട്ടവരുമായിത്തീരാനും ഇടയുണ്ട്.

(*ദേശാഭിമാനി,* 1959 ഡിസംബർ 13)

16

മധ്യതിരുവിതാംകൂറിലെ ഗുണ്ടാവിളയാട്ടം അതിന്റെ മൂർധന്യദശയിൽ

വിമോചന സമരകാലത്ത് മധ്യതിരുവിതാംകൂറിൽ നടമാടിയ ഗുണ്ടാവിളയാട്ടം അതിന്റെ മൂർധന്യദശയിലെത്തി. ഐക്യകക്ഷിയുടെ വിജയത്തിൽ ആഹ്ലാദംപൂണ്ട ഗുണ്ടകൾ അവിടെ പാവപ്പെട്ട ഹരിജനങ്ങളുടെയും കർഷകത്തൊഴിലാളികളുടെയും മേൽ വിജയാഘോഷം നടത്താനാരംഭിച്ചു. കോൺഗ്രസിന്റെ മറപറ്റി നിന്നുകൊണ്ട് ഈ ഗുണ്ടായിസത്തിന് പിന്തുണ നൽകുകയാണ് പൊലീസ് ചെയ്തത്. ചെങ്ങന്നൂർ, തിരുവല്ല, മാവേലിക്കര തുടങ്ങിയ പ്രദേശങ്ങളിൽ അന്ന് നിലനിന്ന ഭീകരാന്തരീക്ഷത്തെപ്പറ്റി അവിടങ്ങളിൽ സന്ദർശനം നടത്തിയ എ കെ ജി നൽകിയ വിവരണമാണിത്.

കേരളത്തിലെ ഇടക്കാല തിരഞ്ഞെടുപ്പ് കഴിഞ്ഞു. കോൺഗ്രസ്–ലീഗ്–പി എസ് പി സംയുക്തകക്ഷി നിയമസഭയിൽ ഭൂരിപക്ഷം നേടി വിജയിപ്പിച്ചു. പല സ്ഥലങ്ങളിലും തിരഞ്ഞെടുപ്പ് പ്രഹസനമായിരുന്നുവെന്ന് ഞങ്ങൾ–കമ്യൂണിസ്റ്റുകാർ–പറഞ്ഞു. വോട്ടർമാരുടെ മേൽ കഴിയാവുന്ന എല്ലാവിധ സമ്മർദങ്ങളും ചെലുത്തപ്പെട്ടു. പല വോട്ടർമാരെയും തടഞ്ഞുവയ്ക്കുകയും ഭീഷണിപ്പെടുത്തുകയും ഉണ്ടായി. അങ്ങനെ സ്വതന്ത്രവും നീതിപൂർവകവുമായ ഒരു തിരഞ്ഞെടുപ്പ് അസാധ്യമാക്കിത്തീർക്കുന്ന ഒരന്തരീക്ഷം ഇവിടെ സംജാതമായി. സ്ഥിതി ഇങ്ങനെയൊക്കെയാണെങ്കിലും, ജനങ്ങളുടെ വിധി മാനിക്കാനും അങ്ങനെ ഉത്തരവാദിത്വമുള്ള ഒരു പ്രതിപക്ഷമായി വർത്തിക്കാനും തയാറാണെന്ന് ഞങ്ങൾ പ്രഖ്യാപിക്കുകയാണുണ്ടായത്.

ഇവിടെ രൂപീകരിക്കപ്പെടുന്ന ഗവൺമെന്റിന്റെ സത്വരശ്രദ്ധയർഹിക്കുന്ന അനവധി നീറുന്ന പ്രശ്നങ്ങൾ നിലനിൽക്കുന്നതുകൊണ്ടാണ് ഞങ്ങളങ്ങനെ പറഞ്ഞത്. ഇന്ന് എന്തിനെക്കാളും സുപ്രധാനമായ കാര്യ

മാണത്. പക്ഷേ, തിരഞ്ഞെടുപ്പിൽ വിജയം നേടിയ പാർട്ടികൾ മറ്റൊരു വിധത്തിലാണ് ചിന്തിക്കുന്നതെന്നു തോന്നുന്നു.

കമ്യൂണിസ്റ്റ് പാർട്ടിക്ക് വോട്ടു ചെയ്തവരാണെന്ന് സംശയിക്കപ്പെടുന്നവരുടെ മേൽ, കൂട്ടായ ആക്രമണങ്ങൾ അഴിച്ചുവിടപ്പെട്ടുകൊണ്ടിരിക്കുന്നതായുള്ള ഞെട്ടിക്കുന്ന വാർത്തകളാണ് മധ്യതിരുവിതാംകൂറിൽ നിന്ന് ലഭിച്ചുകൊണ്ടിരിക്കുന്നത്. അവിടത്തെ സംഭവവികാസങ്ങളെ സംബന്ധിച്ച് നേരിട്ടൊന്ന് അന്വേഷണം നടത്തണമെന്ന ഉദ്ദേശ്യത്തോടെയാണ് ഞാൻ ഫെബ്രുവരി 10 മുതൽ മധ്യതിരുവിതാംകൂറിൽ പര്യടനമാരംഭിച്ചത്.

തിരഞ്ഞെടുപ്പ് സ്വതന്ത്രവും നീതിപൂർവകവുമായിരുന്നില്ലെന്ന് ഞാൻ കണ്ട അനുഭവങ്ങളിൽനിന്ന് എനിക്ക് പൂർവാധികം ബോധ്യമായി. കമ്യൂണിസ്റ്റ് പാർട്ടിയുടെ അനുഭാവികളെ, പ്രത്യേകിച്ചും ഹരിജനങ്ങളും കർഷകത്തൊഴിലാളികളുമായവരെ, ഭീഷണിപ്പെടുത്താനും ആക്രമിക്കാനും കരുതിക്കൂട്ടി പ്ലാൻചെയ്ത ശ്രമങ്ങളാണ് അവിടെ നടന്നതെന്ന് എനിക്കനുഭവപ്പെട്ടു. അങ്ങനെ ആക്രമിക്കപ്പെട്ടവരെ സംരക്ഷിക്കുന്നതിൽ കർത്തവ്യബദ്ധരായ പൊലീസുദ്യോഗസ്ഥന്മാർ തങ്ങളുടെ കടമയിൽ നിന്ന് ഒഴിഞ്ഞുമാറുന്നുവെന്ന് മാത്രമല്ല, പല സംഭവങ്ങളിലും ഹരിജനങ്ങളെ മർദിച്ചൊതുക്കാനുള്ള സ്ഥാപിതതാൽപ്പര്യക്കാരുടെ ആക്രമണങ്ങൾക്ക് കൂട്ടുനിൽക്കുകകൂടി ചെയ്യുന്നുണ്ടെന്നതാണ് ഏറ്റവും ദയനീയമായ സംഗതി.

മധ്യതിരുവിതാംകൂറിലെ ചില പ്രദേശങ്ങളിൽ ഇന്ന് ഭീകരാന്തരീക്ഷമാണ് നിലനിൽക്കുന്നത്. കുറച്ചു മണിക്കൂറുകൾക്കിടയ്ക്ക് ഞാൻ കണ്ട സംഗതികൾ എന്റെ സ്വന്തം കണ്ണുകൾകൊണ്ട് കണ്ടിരുന്നില്ലെങ്കിൽ എനിക്കുപോലും അതൊന്നും വിശ്വസിക്കാൻ കഴിയുകയില്ലായിരുന്നു.

ആലപ്പുഴ ടൗണിൽനിന്നാണ് ഞാനെന്റെ പര്യടനമാരംഭിച്ചത്. കൊറ്റംകുളങ്ങരയിൽ മുക്കൂട്ടുകാർ ചുട്ടെരിച്ച ഒരു കുടിലാണ് ഞാൻ ആദ്യം സന്ദർശിച്ചത്. ശോകഭരിതമായ സ്വരത്തിൽ ഒരു വൃദ്ധ ഞങ്ങൾക്ക് ആ ഭീകരസംഭവം വിവരിച്ചു തന്നു.

ആ ഓലക്കുടിലിൽ പ്രസ്തുത വൃദ്ധ തന്റെ രണ്ടു പെൺമക്കളോടും ഒരു മകനോടും കൂടി താമസിച്ചുവരികയായിരുന്നു. അവരുടെ മകൻ സ്കൂളിൽ പഠിക്കുകയാണ്. തിരഞ്ഞെടുപ്പ് നടന്ന ദിവസം (ഫെബ്രുവരി 1ന്) രാത്രി രണ്ടുമണിക്ക് അവർ ബഹളം കേട്ട് ഉണർന്നു. തന്റെ കുടിൽ അഗ്നിക്കിരയായതാണവർ കണ്ടത്. അവരും മക്കളും എങ്ങനെയോ പുറത്തേക്കുപോയി രക്ഷപ്പെട്ടു. കത്തിക്കരിഞ്ഞ കുറച്ചു മരത്തടിയല്ലാതെ മറ്റൊന്നും അവശേഷിച്ചില്ല.

രാവിലെ പോളിംഗ്ബൂത്തിൽ ചില വാക്കേറ്റങ്ങൾ നടന്നപ്പോൾ അടുത്ത കുടിൽ തീവയ്ക്കുമെന്ന് കോൺഗ്രസ് ഗുണ്ടകൾ ഭീഷണി ഇറക്കുകയുണ്ടായത്രെ. വീട് തെറ്റിപ്പോയിട്ടോ എന്തോ നിരപരാധിയായ ആ വൃദ്ധയുടെ വീടാണ് ഗുണ്ടാ ആക്രമണത്തിന് വിധേയമായത്.

ആലപ്പുഴ ടൗണിൽനിന്ന് കാർത്തികപ്പള്ളി നിയോജകമണ്ഡലത്തി

ലെത്തിയപ്പോഴും എനിക്ക് കാണാൻ കഴിഞ്ഞ ദൃശ്യം മറ്റൊന്നല്ല. ഇവിടെ തീവയ്ക്കപ്പെട്ടത് തരെപ്പറമ്പ് ഫ്രഞ്ച് എന്നൊരാളുടെ വീടാണ്. ഈ ഫ്രഞ്ച് പുന്നപ്രകേസിൽ വധശിക്ഷക്ക് വിധിക്കപ്പെട്ട ആളും പി എസ് പി ഭരണകാലത്ത് ജയിൽ വിമുക്തനാക്കപ്പെട്ട ആളുമാണ്.

അയാൾ ജയിലിൽ കഴിച്ചുകൂട്ടിയ സുദീർഘവർഷങ്ങൾ മുഴുവൻ അയാളുടെ പാവപ്പെട്ട ഭാര്യ അധ്വാനിച്ചും അടിമവേലചെയ്തും നേടിയ ഏകസമ്പാദ്യമാണ് ആ കൊച്ചുകൂര. ജീവിതകാലം മുഴുവൻ കഷ്ടപ്പെട്ടത് ചുരുണ്ടുകൂടി കിടക്കാനൊരു കുടിൽ ഉണ്ടാവണമെന്ന് വെച്ചായിരുന്നു. അതും അവർക്ക് നഷ്ടപ്പെട്ടു.

ആ പ്രദേശത്ത് താമസിക്കുന്ന മിക്ക വീട്ടുകാരും കോൺഗ്രസനുഭാവികളാണ്. തങ്ങളുടെ ഇടയിൽ ഈയൊരു കുടുംബക്കാർ മാത്രം തങ്ങൾക്കനുകൂലികളല്ലെന്നു കണ്ട് അരിശം പിടിച്ചാണ് അവർ ഈ നീചകൃത്യത്തിന് മുതിർന്നത്. വീടിന്റെ കത്തിയെരിഞ്ഞ അവശിഷ്ടങ്ങൾക്കിടയിൽ ഉടഞ്ഞു തകർന്ന മൺപാത്രങ്ങളും കരിഞ്ഞ ചോറിന്റെ അവശിഷ്ടങ്ങളും ഞങ്ങൾ കണ്ടു.

പുന്നപ്ര മുതൽ ഹരിപ്പാടുവരെയുള്ള പ്രദേശങ്ങളിൽ കോൺഗ്രസ് ഗുണ്ടകളുടെ ആക്രമണങ്ങൾക്ക് വിധേയരായവർ തങ്ങളുടെ അനുഭവങ്ങൾ വിവരിച്ചുകൊണ്ടെഴുതിയ മെമ്മോറാണ്ടങ്ങൾ എന്റെ കൈവശമില്ലായിരുന്നുവെങ്കിൽ എനിക്കത് അവിശ്വസനീയമായി തോന്നിയേനേ.

അവിടങ്ങളിലെ മാർക്കറ്റിലേക്ക് സാമാനം വാങ്ങാൻ പോകുന്ന സ്ത്രീകളെ അപമാനിക്കുക എന്നതാണ് മുക്കൂട്ടുകാരെടുത്ത അടവ്. അവർ ചുമന്ന ബ്ലൗസാണ് ധരിച്ചിട്ടുള്ളതെങ്കിൽ അത് ഊരിക്കുക എന്നതാണ് അവരുടെ പരിപാടി. പതിനാല് വയസായ ഒരു പെൺകുട്ടിയും കൂടി അവരുടെ ആക്രമണത്തിൽനിന്നും ഒഴിവായില്ല. തൽസമയം അവളോട് ദയവുള്ള ചിലർ സ്ഥലത്തെത്തിയതിനാൽ അവൾക്ക് ബ്ലൗസൂരാതെ കഴിഞ്ഞു.

ഇതിലും മൃഗീയമായ ആക്രമണങ്ങളാണ് പലേടത്തും നടന്നത്. മുക്കൂട്ടു റൗഡികളുടെ ആക്രമണത്തിന് വിധേയായ പെണ്ണമ്മ ചെല്ലമ്മ എന്ന സ്ത്രീയുടെ അനുഭവം അവരുടെ വാക്കുകളിൽത്തന്നെ ഞാൻ ഉദ്ധരിക്കുകയാണ്:

> 1960 ഫെബ്രുവരി 1ന് വൈകുന്നേരം ഏതാണ്ട് ആറുമണിക്ക് ഞാൻ മാർക്കറ്റിൽനിന്ന് മടങ്ങുമ്പോൾ ഒരാളെന്നെ ബലമായി എടുത്ത് (വ്യക്തിയുടെ പേർ അതിൽ വെളിപ്പെടുത്തിയിട്ടുണ്ട് –ഗ്രന്ഥകാരൻ) അടുത്തുള്ളൊരു ഒഴിഞ്ഞ വീട്ടിലേക്ക് കൊണ്ടുപോകുകയും എന്നെ മാനഭംഗപ്പെടുത്താൻ ശ്രമിക്കുകയും ചെയ്തു. ഞാൻ ഉറക്കെ നിലവിളിക്കാൻ തുടങ്ങിയപ്പോൾ അയാൾ എന്റെ മൂക്കും വായും പൊത്തിപ്പിടിച്ചു. പക്ഷേ, ഭാഗ്യവശാൽ വഴിയെപോയ ചിലർ എന്റെ കരച്ചിൽകേട്ട് ഓടിക്കൂടുകയും അക്രമി ഓടിപ്പോകുകയും ചെയ്തു.

ഇത് സംബന്ധിച്ച് പൊലീസിൽ ഒരാവലാതി ബോധിപ്പിച്ചിട്ടുണ്ട്. പക്ഷേ ഇതുവരെ യാതൊരു നടപടിയും എടുത്തിട്ടില്ല.

അതേ സ്ഥലത്തുതന്നെ പള്ളിപ്പാട്ടുമാർക്കറ്റിലുള്ള ഒരു ചെറിയ കച്ചവടക്കാരൻ ചെല്ലപ്പനെ ഗുണ്ടകളും പൊലീസും ഭീഷണിപ്പെടുത്തി. ഈ കടയിൽ രാഷ്ട്രീയം സംസാരിക്കുന്നുവെന്നും അതവർ ഇഷ്ടപ്പെടുന്നില്ലെന്നതുമാണ് ഭീഷണിക്ക് കാരണം.

ആക്ഷേപങ്ങൾ ഉന്നയിക്കപ്പെട്ടപ്പോൾ എന്തെങ്കിലും നടപടിയെടുക്കാൻ പൊലീസ് വിസമ്മതിക്കുകയാണുണ്ടായത്. കത്തികളുയർത്തിപ്പിടിച്ചുകൊണ്ട് ഗുണ്ടകൾ സ്വതന്ത്രമായി റോന്തുചുറ്റുകയാണ്. പക്ഷേ പൊലീസ് അതൊന്നും കണ്ടില്ലെന്ന് നടിക്കുകയാണ് ചെയ്യുന്നത്. കാർത്തികപ്പള്ളി മാർക്കറ്റിൽ, നിരവധി കേസുകളിലെ പ്രതിയും പൊലീസിന്റെ നോട്ടപ്പുള്ളിയുമായ ഒരു റൗഡിയുടെ സ്വച്ഛന്ദവിഹാരം കാരണമായി ആളുകൾക്ക് വഴിനടക്കാൻ കൂടി വിഷമമായിരിക്കുന്നു.

പോളിങ് ദിവസം ഒരു ദാമോദരൻപിള്ളയെ കഠാരികൊണ്ട് കുത്തിമുറിവേൽപ്പിച്ചത് ഈ റൗഡിയും കോൺഗ്രസും കൂടിയാണ്. അവരുടെ പേരുകൾ പൊലീസിന്റെ റിപ്പോർട്ടിൽത്തന്നെ പ്രസ്താവിക്കപ്പെട്ടിട്ടുണ്ടെങ്കിലും ഇതുവരെയായി ഒരു കേസ് ഫയൽചെയ്യുകയോ എന്തെങ്കിലും നടപടിയെടുക്കുകയോ ചെയ്തിട്ടില്ല.

കരുവാറ്റയിലും ഇങ്ങനെയൊരു റൗഡിയുടെ ശല്യം അസഹ്യമായിട്ടുണ്ട്. പല കേസുകളിലും പ്രതിയായ പ്രസ്തുത റൗഡി കത്തിയൂരിപ്പിടിച്ച് പലരെയും ഭീഷണിപ്പെടുത്തി നടക്കുകയാണ്. ഇത് തുടരാനുള്ള പൂർണസ്വാതന്ത്ര്യവും അയാൾക്ക് നൽകപ്പെട്ടിരിക്കുകയാണ്.

പൊലീസിന്റെ ഈ അനാസ്ഥതന്നെ ജനങ്ങൾക്കിടയിൽ അരക്ഷിതത്വബോധമുളവാക്കുന്നുണ്ട്. എന്നാൽ അതിലും കഷ്ടതരമായ കാര്യങ്ങളാണ് പൊലീസുകാർ തന്നെ ചെയ്യുന്നത്.

കോൺഗ്രസുകാർ ഫയൽചെയ്ത കേസുകളുടെ അടിസ്ഥാനത്തിൽ അന്വേഷണത്തിനെന്നും പറഞ്ഞ് അവർ പല വീടുകളും പരിശോധിച്ചുവരികയാണ്. ആരെയാണ് അറസ്റ്റുചെയ്യേണ്ടതെന്ന് അവർക്കുതന്നെ അറിയില്ല. എങ്കിലും അവർ പല പ്രദേശങ്ങളിലും സ്ഥിരമായി സഞ്ചരിക്കുകയും അങ്ങനെ അവിടെ മുഴുവൻ ഭീതിയുടേതായ ഒരന്തരീക്ഷം സൃഷ്ടിക്കുകയുമാണ്.

കായംകുളത്ത് ഇങ്ങനെ സ്ഥിരമായ പൊലീസന്വേഷണം നടന്നുകൊണ്ടിരിക്കുന്നുണ്ട്. കോൺഗ്രസുകാർ കമ്യൂണിസ്റ്റുകാർക്കെതിരായി കേസുകൾ ഫയൽചെയ്തു വരുന്നു. അവയുടെ അടിസ്ഥാനത്തിൽ പൊലീസ് പലരേയും ലോക്കപ്പുചെയ്യുകയും കഠിനമായി മർദിക്കുകയും ചെയ്യുകയെന്നത് ഇവിടൊരു പതിവാക്കിയിരിക്കുകയാണ്.

അങ്ങനെ അറസ്റ്റുചെയ്യപ്പെടുകയും മർദിക്കപ്പെടുകയും ചെയ്ത നിരവധിപേരുടെ ഒരു ലിസ്റ്റ് എനിക്ക് ലഭിക്കുകയുണ്ടായി. അതിൽ ശാന്തമ്മ എന്ന ഒരു സ്ത്രീയും ഉൾപ്പെടുന്നു. ഒരു ഐ എൻ ടി യു സി പ്രവർത്ത

കനായ വാസുദേവൻ നായരുടെ ആക്ഷേപത്തെ തുടർന്നാണ് കുറ്റുങ്ങൽ കൊച്ചുകുഞ്ഞ് അറസ്റ്റ് ചെയ്യപ്പെട്ടത്. ടൗൺ ഹാൾ വാർഡിലുള്ള ഉസ്മാൻ, പക്കിയൂരിലുള്ള മോഹനൻപിള്ള തുടങ്ങി മറ്റു പലരും ഇങ്ങനെ പൊലീസ് സ്റ്റേഷനിൽ കൊണ്ടുപോയി ചോദ്യം ചെയ്യപ്പെടുകയുണ്ടായി.

കോൺഗ്രസ് കേസ് ഫയൽ ചെയ്യുന്നു: പൊലീസ് അറസ്റ്റ് ചെയ്യുന്നു. ആക്ഷേപം ശരിയാണെങ്കിൽപോലും അന്വേഷണം നടത്താതെ മർദിക്കാൻ യാതൊരു നിയമവുമില്ല. പക്ഷേ അവർ അത് ചെയ്യുന്നു. ഒരു കോൺഗ്രസ് നേതാവോ പ്രവർത്തകനോ സ്റ്റേഷനിൽവന്ന് ജാമ്യം നിന്നാൽ മാത്രമേ പലരെയും വിട്ടയച്ചിരുന്നുള്ളു. ജനങ്ങളെ മർദിച്ച് ഭീഷണിപ്പെടുത്തുക; എന്നിട്ട് കോൺഗ്രസുകാർക്ക് മാത്രമെ അവരെ രക്ഷിക്കാൻ കഴിയൂ എന്ന ബോധമുണ്ടാക്കുക–ഇങ്ങനെയൊരു സുചിന്തിതപദ്ധതിയാണ് ഇതിനുപിന്നിൽ പ്രവർത്തിക്കുന്നതെന്ന് വ്യക്തം, 28 മാസത്തെ കമ്യൂണിസ്റ്റ് ഭരണകാലത്ത് അനുഭവപ്പെടാതിരുന്ന പൊലീസിന്റെ ഭീകരഭരണം അവർ പുനരാരംഭിച്ചതുപോലെ തോന്നുന്നു.

ഇവിടെ വ്യക്തമായ രാഷ്ട്രീയ പ്രതികരണമാണ് നിലനിൽക്കുന്നതെന്നത് ഗുണ്ടാആക്രമണത്തിന് വിധേയരായവരുടെ പേരുകളിൽകൂടി ഒന്നു കണ്ണോടിച്ചാൽ വ്യക്തമാവുന്നതാണ്. കായംകുളത്തെ മുല്ലശേരി വാർഡിലെ കമ്യൂണിസ്റ്റ് പോളിങ്ങ് ഏജന്റായ കരുണാകരൻ പിള്ളയെ ബൂത്തിന് പുറത്തേക്ക് ബലമായി വലിച്ചുകൊണ്ടുപോയി മർദിച്ചു. അങ്ങനെ കമ്യൂണിസ്റ്റ് പാർട്ടിയുടെ നിരവധി തിരഞ്ഞെടുപ്പ് പ്രവർത്തകന്മാരെ ആക്രമിച്ചു.

പൊലീസുകാരും ഗുണ്ടകളും ചേർന്നഴിച്ചുവിട്ട ഭീകരാവസ്ഥയുടെ ശരിയായ രൂപം ഞാൻ കണ്ടത് കായംകുളത്തെ മാർക്കറ്റ് വാർഡിലാണ്. ഇവിടെവെച്ചാണ് ഒരു കൊലപാതകം നടന്നത്. ഞാൻ പരേതന്റെ ദുഃഖിതരായ കുടുംബാംഗങ്ങളെ സന്ദർശിച്ചു.

വോട്ടെണ്ണുന്ന ദിവസം ഇവിടെ കമ്യൂണിസ്റ്റ് സ്ഥാനാർഥിയുടെ വിജയം പ്രഖ്യാപിക്കപ്പെട്ടതോടെ, വണ്ടിശേരിൽ ഗോപാലൻ എന്ന കമ്യൂണിസ്റ്റുകാരനെ ഒരു കോൺഗ്രസുകാരൻ (ഇയാൾ ഇപ്പോൾ അറസ്റ്റിലാണ്) നിവർത്തിയ കഠാരയുമായി ആക്രമിച്ചു. ഗോപാലന്റെ സഹോദരൻ രാഘവനും കുത്തേറ്റു. രാഘവൻ അവിടെവച്ചുതന്നെ മരിച്ചു. പ്രസ്തുത സംഭവത്തെക്കുറിച്ച് പൊലീസിൽ റിപ്പോർട്ടുചെയ്ത പാപ്പൂർ എന്നയാളെ പൊലീസ് മർദിക്കുകയുണ്ടായി. പൊലീസ് സ്ഥലത്തെത്തിയപ്പോൾ രാഘവന്റെ മൃതദേഹത്തിനടുത്തിരുന്ന അവരുടെ മറ്റൊരു സഹോദരനെയും മർദിച്ചു. ആ രംഗത്തിന് സാക്ഷ്യംനിന്ന ശോകമൂകരായ പലരെയും പൊലീസ് മർദിക്കുകയുണ്ടായി. അങ്ങനെ തല്ലുകൊണ്ടവരുടെ കൂട്ടത്തിൽ താനും ഉൾപ്പെടുന്നുവെന്ന് ഇട്ടി എന്ന ഒരു വൃദ്ധ എന്നോട് പറഞ്ഞു.

പൊലീസും ഗുണ്ടകളും സ്ഥലം തുടർച്ചയായി സന്ദർശിച്ചുകൊണ്ടിരിക്കുകയാണ്. തങ്ങൾക്ക് വീടുകളിൽ കഴിഞ്ഞുകൂടാൻ പോലും അസാധ്യമായിരിക്കുന്നുവെന്ന് അവിടെ കൂടിയവർ എന്നോട് പറഞ്ഞു. ഞാൻ

പോയിക്കഴിഞ്ഞാൽ ഉടൻതന്നെ വീണ്ടും തങ്ങളെ മർദിച്ചേക്കുമെന്നവർ ഭയപ്പെട്ടു.

മാവേലിക്കരയിലും ഗുണ്ടകളുടെയും പൊലീസുകാരുടെയും ആക്രമണത്തിന് വിധേയരായി കഴിയുന്ന പലരെയും ഞാൻ സന്ദർശിച്ചു. അവിടെ നിരവധി വീടുകൾ അഗ്നിക്കിരയായി.

വോട്ടെണ്ണൽ നടന്ന പിറ്റേദിവസം നൂറനാട്ട് പന്തളം എന്ന സ്ഥലത്ത് രണ്ടുപേർ തമ്മിൽ ഒരു വഴക്കാരംഭിച്ചു. കമ്യൂണിസ്റ്റ് പാർട്ടി സ്ഥാനാർഥിയെപ്പോലും കോൺഗ്രസ് ഗുണ്ടകൾ തടഞ്ഞുവെച്ചതിവിടെയാണ്. അതിൽ പൊലീസ് യാതൊരു നടപടിയും എടുത്തിട്ടുമില്ല. വിവാദത്തിൽ ഏർപ്പെട്ട ഒരാൾ മണ്ഡലം കോൺഗ്രസ് പ്രസിഡന്റിന്റെ പിന്തുണയുള്ള വ്യക്തിയാണ്. അയാൾ പൊലീസിൽ ആക്ഷേപം ബോധിപ്പിക്കുകയും പൊലീസ് വേലസമുദായത്തിൽപ്പെട്ട ഒരാളുടെ വീട് വളയുകയും ചെയ്തു. വീട്ടിനകത്തുണ്ടായിരുന്ന കുഞ്ഞുകുട്ടികളടക്കം എല്ലാവരെയും പൊലീസുകാർ നിഷ്ഠൂരമായി മർദിച്ചു. ഇങ്ങനെ പൊലീസ് അൻപത് വീടുകളിൽ കടന്ന് സ്ത്രീകളെയും മറ്റും ഭീഷണിപ്പെടുത്തിക്കൊണ്ടിരിക്കുകയാണ്.

ആക്രമണത്തിന് വിധേയരായ രണ്ടാൺകുട്ടികളെ ഞാൻ കണ്ടു. അവർ പന്തളം ഹൈസ്കൂളിൽ പഠിക്കുകയാണ്. കഥാപ്രസംഗം നടത്തി എന്നതാണത്രെ അവരുടെ കുറ്റം. അവരുടെ അച്ഛന്റെ മുമ്പിൽവെച്ച് പൊലീസ് അവരെ ചവിട്ടുകയും മർദിക്കുകയും ചെയ്തു. ഒരുത്തന്റെ പുറത്ത് പൊലീസ് ബൂട്സിന്റെ അടയാളം ഇപ്പോഴും തെളിഞ്ഞുകാണാം.

അവിടത്തെ പഞ്ചായത്ത് പ്രസിഡന്റ് എനിക്കുതന്ന ഒരു മെമ്മോറാണ്ടം ഞാനിവിടെ ഉദ്ധരിക്കാം.

> വീടുകൾ ആക്രമിക്കാനും ജനങ്ങളെ മർദിക്കാനും ഗുണ്ടകൾക്ക് പൊലീസ് പൂർണസ്വാതന്ത്ര്യം നൽകിയതുപോലെയാണ് തോന്നുന്നത്. സ്ത്രീകൾ മാത്രം താമസിക്കുന്ന വീടുകളിൽ കയറി അവരെ മാനഭംഗപ്പെടുത്താൻ ശ്രമിച്ച സംഭവങ്ങൾ കൂടിയുണ്ടായി. കമ്യൂണിസ്റ്റ് പാർട്ടിക്ക് വോട്ടുചെയ്തവർക്കെതിരെയെല്ലാം കേസ് ഫയൽചെയ്യാനും അവരെ തല്ലിക്കാനും കച്ചകെട്ടി നടക്കുകയാണിവിടത്തെ കോൺഗ്രസുകാർ. രാത്രി പൊലീസ് വാനുകളിൽ റോന്തുചുറ്റുകയും കണ്ണിൽക്കണ്ടവരെയെല്ലാം തല്ലുകയും ചെയ്യുന്നു. പൊലീസുകാരുടെയും ഗുണ്ടകളുടെയും ആക്രമണം ഭയന്ന് പലരും വീടുകൾ വിട്ടുപോയി. ദിവസത്തിൽ ഒരുനിമിഷം പോലും സുരക്ഷിതത്വബോധമില്ലാത്തത്ര ഭീകരമായ ഒരു പരിതഃസ്ഥിതി ഇവിടെ സംജാതമായി!

പൊലീസ് ലോക്കപ്പുകളിൽ കർഷകത്തൊഴിലാളികൾക്ക് അനുഭവിക്കേണ്ടിവന്ന മൃഗീയമായ മർദനങ്ങളുടെ കഥകേട്ടത് മാവേലിക്കര താലൂക്കിലെ കണ്ണമംഗലം വില്ലേജിൽവെച്ചാണ്.

ഫെബ്രുവരി 3ന് ഇരുനൂറോളം വരുന്ന കോൺഗ്രസ് ഗുണ്ടകൾ ഈ ഗ്രാമത്തിൽ പ്രവേശിക്കുകയും അടുത്തുള്ള കത്തോലിക്കപ്പള്ളിയിലെ മണിയടിക്കുകയും ചെയ്തു. മണിയടികേട്ട് ലാത്തിയും കഠാരിയും ധരിച്ച കുറേപ്പേർ കൂടി സ്ഥലത്തെത്തുകയും അങ്ങനെ അവരെല്ലാവരും കൂടി ഇവിടത്തെ കർഷകത്തൊഴിലാളികളുടെ മേൽ കഠിനമായി ആക്രമണം അഴിച്ചുവിടുകയും ചെയ്തു. പെട്ടെന്നുതന്നെ കോൺഗ്രസ് നേതാവിന്റെ കൂടെ ഒരു പൊലീസ് പാർട്ടിയും സ്ഥലത്തെത്തി. ഇതെല്ലാം മുൻകൂട്ടി പ്ലാൻചെയ്ത ഒരു പരിപാടിയായിരിക്കണം. വീടുകൾ വളയുകയും ആക്രമിക്കുകയും ചെയ്ത ഗുണ്ടകളെ തടയുന്നതിനു പകരം, ആക്രമണ വിധേയരായ സാധുക്കളെ അറസ്റ്റുചെയ്യുകയാണ് പൊലീസ് ചെയ്തത്. അങ്ങനെ ഒമ്പതോളം പേരെ അറസ്റ്റ് ചെയ്തു. കഠാരികൾ ധരിച്ച മൂന്ന് കോൺഗ്രസ് ഗുണ്ടകളെയും അറസ്റ്റ് ചെയ്തു. ഈ ഒമ്പതുപേർ അവരുടെ കഥ സ്വയം പറയട്ടെ:

> രാവിലെ ഏകദേശം പതിനൊന്നുമണിക്ക് ഞങ്ങളെ മാവേലിക്കര പൊലീസ് സ്റ്റേഷനിൽ പ്രവേശിപ്പിച്ചു. പിറ്റേദിവസം പൊലീസ് ഞങ്ങളെ അടിക്കാനും ചവിട്ടാനും തുടങ്ങി. പിന്നീട് ഞങ്ങളെ ചെങ്ങന്നൂർ സബ്ജയിലിലേക്ക് കൊണ്ടുപോയി. രണ്ട് പൊലീസുകാരും (അവരുടെ പേർ പറഞ്ഞിട്ടുണ്ട്) ഞങ്ങൾക്കറിഞ്ഞുകൂടാത്ത മറ്റുപലരും ചേർന്ന് ഞങ്ങളുടെമേൽ മർദനമാരംഭിച്ചു. അവർ ഞങ്ങളെ കഠിനമായി മർദിക്കുകയും ചവിട്ടുകയും മുടിപിടിച്ചുവലിക്കുകയും ചെയ്തു. ഞങ്ങളിലൊരാൾ കരഞ്ഞപ്പോൾ 'ശബ്ദമുണ്ടാക്കിയാൽ കൊന്നുകളയും' എന്നു പറഞ്ഞ് സബ് ഇൻസ്പെക്ടർ ഞങ്ങളെ ഭയപ്പെടുത്തി.
>
> തുടർച്ചയായ മർദനമുറകൾക്ക് ഞങ്ങൾ ഇരയായി. ആറ് ദിവസത്തിനുശേഷം ഫെബ്രുവരി 10ന് ഞങ്ങൾ ജാമ്യത്തിൽ പുറത്തുവന്നു. എന്നിട്ടും ഞങ്ങളെ തച്ചത് മതിയായില്ല എന്ന മട്ടിൽ മൂന്നു കോൺഗ്രസ് ഗുണ്ടകളെക്കൊണ്ട് തല്ലിച്ചു. ഞങ്ങളെ പൊലീസ് മർദിച്ചപ്പോൾ രണ്ടുതവണ കോൺഗ്രസ് ഗുണ്ടാനേതാവ് സ്ഥലത്തുണ്ടായിരുന്നു. അദ്ദേഹത്തെ തൃപ്തിപ്പെടുത്താൻവേണ്ടിയെന്നോണം പൊലീസ് ഞങ്ങളെ കൂടുതൽ അടിച്ചു. ഞങ്ങളെ മർദിക്കുമ്പോൾ, നേരത്തേ സൂചിപ്പിച്ച രണ്ടു പൊലീസുകാർ കോൺഗ്രസ് ഗുണ്ടാനേതാവ് പറഞ്ഞതനുസരിക്കണമെന്നും ഐ എൻ ടി യു സിയിൽ ചേരണമെന്നും ഞങ്ങളോട് പറഞ്ഞു. അങ്ങനെ ചെയ്തില്ലെങ്കിൽ ഞങ്ങളുടെ ദേഹത്ത് ഒരൊറ്റയെല്ല് വെച്ചേക്കില്ലെന്നവർ താക്കീത് ചെയ്തു.

ചുനക്കര വില്ലേജിൽ തിരഞ്ഞെടുപ്പു പ്രവർത്തനത്തിൽ ഏർപ്പെട്ട 45 കൃഷിക്കാർ ചേർന്ന് എനിക്കൊരു മെമ്മോറാണ്ടം തന്നു.

ലോക്കൽ പൊലീസ് മേധാവികളും അവരുടെ അനുയായികളും ഞങ്ങളെ പലതവണ ആക്രമിക്കാൻ ശ്രമിച്ചു. ഫെബ്രുവരി 6ന് വൈകുന്നേരം മാർക്കറ്റിൽ നിൽക്കുകയായിരുന്ന ഗോപിനാഥൻപിള്ളയെ മുപ്പതോളം പേർ ചേർന്ന് ആക്രമിച്ചു. ഒരു റിട്ടയേർഡ് സ്കൂൾ മാസ്റ്ററായ അദ്ദേഹത്തിന്റെ പിതാവ് അച്യുതൻപിള്ള മകന്റെ രക്ഷയ്ക്ക് ഓടിയെത്തിയപ്പോൾ അദ്ദേഹത്തെയും അവർ മർദിച്ചു. സ്ഥലത്തോടിക്കൂടിയ പലരെയും അവർ ആക്രമിക്കുകയുണ്ടായി.

പൊലീസ് ഉടൻ തന്നെ സ്ഥലത്തെത്തി. പരിക്കേറ്റ ഗോപിനാഥൻപിള്ളയെ എടുത്തുകൊണ്ടുപോകുന്നവരുടെമേൽ ലാത്തികൊണ്ടടിക്കാൻ തുടങ്ങി. പിറ്റേദിവസം റിപ്പോർട്ട് തയാറാക്കാൻ പൊലീസ് പിന്നെയും സ്ഥലത്തെത്തി. അന്വേഷണം നടത്തുന്ന അവസരത്തിൽ തെളിവുകൊടുക്കാനോ അവിടേക്ക് പ്രവേശിക്കാനോ കോൺഗ്രസ് പ്രവർത്തകരെ മാത്രമേ അനുവദിച്ചുള്ളു. കഠാരിയും ധരിച്ച് ആക്രമണം നടത്തിയവർ സ്വച്ഛന്ദമായി വന്നും പോയുംകൊണ്ടിരുന്നു. അവരുടെ ഉപദേശപ്രകാരമൊരു റിപ്പോർട്ടാണ് പൊലീസ് തയാറാക്കിയത്. കോൺഗ്രസ്-ലീഗ്-പി എസ് പി സംയുക്ത തിരഞ്ഞെടുപ്പ് കമ്മിറ്റിആപ്പീസിലാണ് പൊലീസ് ക്യാമ്പ് ചെയ്തത്.

സംഭവം നടന്ന സമയത്ത്, സ്ഥലത്തില്ലാതിരുന്ന 36 പേരെക്കൂടി ഉൾപ്പെടുത്തി രണ്ടു കേസുകൾ ചാർജ് ചെയ്തു. ഇവരെല്ലാം കമ്യൂണിസ്റ്റ് പാർട്ടിയുടെ തിരഞ്ഞെടുപ്പ് പ്രവർത്തനത്തിൽ സജീവമായി പങ്കെടുത്ത കിസാൻസഭാ പ്രവർത്തകന്മാരാണ്. കമ്യൂണിസ്റ്റനുഭാവികളായ എല്ലാവരെയും കേസിൽ കുടുക്കുമെന്ന് കോൺഗ്രസ് നേതാവ് ഭീഷണിപ്പെടുത്തിക്കൊണ്ടിരിക്കുകയാണ്. "കമ്യൂണിസ്റ്റുകാരെയൊക്കെ ഞങ്ങൾ കാച്ചും. ഞങ്ങൾക്കൊന്നും സംഭവിക്കില്ല" എന്ന് അവർ പൊലീസുകാരുടെ മുമ്പിൽവെച്ചുപോലും അട്ടഹസിക്കുകയാണ്. ഞങ്ങളിൽ പലരും സ്ഥലംവിട്ടുപോയി; പലരും ഭയപ്പെട്ട് ഒളിവിലാണ്. പലരും സ്ഥലംവിടാൻ ഒരുങ്ങിയിരിക്കുകയാണ്. ആക്രമണത്തിന് വിധേയരായവർ പ്രതികളായി മാറുന്ന അനുഭവമാണിവിടെ. കഠാരിയെടുത്ത് ആക്രമണം നടത്തിയ ആൾ പൊലീസിന്റെ മുമ്പിൽനിന്ന് അട്ടഹസിക്കുകയാണ്; 'ഞാനിനിയും കൊല്ലും' നിയമസമാധാനപാലനം ഇത്രയും തകർന്ന ഒരു സംഭവമുണ്ടായിട്ടില്ല. ഞങ്ങൾക്ക് ഇവിടെ സമാധാനത്തോടും സുരക്ഷിതത്വബോധത്തോടും കൂടി ജീവിക്കാൻ തക്ക ഒരന്തരീക്ഷം സൃഷ്ടിക്കാൻ പരിശ്രമിക്കണമെന്ന് ഞങ്ങൾ അങ്ങയോട് അപേക്ഷിക്കുന്നു.

പന്തളം തോന്നല്ലൂർ പഞ്ചായത്തിലെ ഒരു മെമ്പറായ ടി കെ ദാനിയേൽ ഒരു കമ്യൂണിസ്റ്റ് പ്രവർത്തകൻ കൂടിയാണ്. അവിടത്തെ കോൺഗ്രസുകാരുടെ അപ്രീതിനേടാൻ അത് ധാരാളം മതിയായിരുന്നു. ഫെബ്രുവരി 3ന് അവർ അദ്ദേഹത്തെ ഒരു പാഠം പഠിപ്പിക്കാൻ തീരുമാനിച്ചു.

3ന് രാവിലെ ഒമ്പതുമണിക്ക് ഒരു പൊലീസ്പാർട്ടി ദാനിയേലിന്റെ വീട്ടുമുറ്റത്തെത്തി. "പന്തളത്ത് കമ്യൂണിസം പഠിപ്പിച്ചു തീർന്നുവോ? നിന്നെയൊക്കെ ശരിപ്പെടുത്താൻ ഞങ്ങൾക്ക് കേന്ദ്രത്തിന്റെ നിർദേശമുണ്ട്. നിങ്ങളെയൊക്കെ ഞങ്ങൾ പഠിപ്പിക്കും. കമ്യൂണിസത്തിന്റെ ഒരൽപ്പം പോലും ഇവിടെ ബാക്കിയാവാൻ ഞങ്ങൾ സമ്മതിക്കില്ല. ഇത് ഇ എം എസിന്റെ പൊലീസല്ലെന്ന് ഓർത്തോളൂ." എന്നൊക്കെ ആക്രോശിച്ചുകൊണ്ട് അവർ ദാനിയേലിനെ ആക്രമിക്കുകയും, മൃഗീയമായി മർദിച്ച വശനാക്കി അവിടെത്തന്നെ ഇട്ടേച്ചുപോവുകയും ചെയ്തു. ഇപ്പോഴും ചികിത്സയിലിരിക്കുന്ന അദ്ദേഹത്തെ ഞാൻ സന്ദർശിച്ചു. തന്റെ നേരെയുണ്ടായ ആക്രമണങ്ങളെ സംബന്ധിച്ച് കേരളാഗവർണർക്കും ചെങ്ങന്നൂർ റവന്യൂഡിവിഷൻ ആപ്പീസർക്കും ആവലാതി സമർപ്പിച്ചുവെങ്കിലും ഇതുവരെ യാതൊരു നടപടിയും എടുക്കുകയുണ്ടായിട്ടില്ലെന്ന് ദാനിയേൽ എന്നോടു പറഞ്ഞു. ഇതു സംബന്ധിച്ച് പഞ്ചായത്ത് ബോർഡ് ഒരു പ്രതിഷേധപ്രമേയം പാസാക്കി അധികൃതർക്കയച്ചിട്ടുണ്ടെന്നും അദ്ദേഹം പറഞ്ഞു.

ഗുണ്ടാ ആക്രമണത്തിന് വിധേയനായ ഒരു ഹരിജൻബാലനെ ഞാൻ പന്തളത്തുവെച്ച് കണ്ടു. കർഷകത്തൊഴിലാളി കുടുംബത്തിൽപ്പെട്ട പ്രസ്തുത ബാലൻ എഴുതാനും വായിക്കാനും പഠിച്ചുവരുന്നതേയുള്ളൂ. അവൻ കമ്യൂണിസ്റ്റ് പാർട്ടിക്കുവേണ്ടി പോസ്റ്റർ എഴുതിയെന്ന കാരണത്തിന് ഒരു രാത്രി ഗുണ്ടകൾ അവനെ ആക്രമിച്ചു. ബോധരഹിതനാവും വരെ മർദിച്ചു.

ഹരിജനങ്ങൾക്കെതിരായി അഴിച്ചുവിടപ്പെട്ട ഭീകരമർദനങ്ങളുടെ കഥകൾ ഞാൻ മാവേലിക്കരയിൽവെച്ചുതന്നെ കേൾക്കുകയുണ്ടായി. പക്ഷേ, ഇതിന്റെ പൂർണസ്വഭാവം എനിക്കനുഭവപ്പെട്ടത് ആറൻമുളയിലും ചെങ്ങന്നൂരിലും എത്തിയപ്പോഴാണ്. ഹരിജനങ്ങളെ പൂർണമായും തങ്ങൾക്കധീനരാക്കാൻ കോൺഗ്രസ് നേതാക്കളും പ്രാദേശിക പൊലീസുകാരും ശ്രമിക്കുകയാണ്. ഇതിനായി രക്തം ചിന്താൻപോലും അവർ മടിക്കുന്നില്ല. അവരെ കൂടുതൽ മർദിക്കുന്നതിലാണ് പൊലീസിന്റെ സന്തോഷം. ഇവിടെ അടുത്ത അവസരത്തിൽ രണ്ട് കൊലപാതകങ്ങൾ നടന്നു. കൊല്ലപ്പെട്ട രണ്ടുപേരും ഹരിജനങ്ങളും കമ്യൂണിസ്റ്റ് പാർട്ടി അനുഭാവികളുമാണ്.

70 വയസ്സ് പ്രായമുള്ള ഒരു കർഷകത്തൊഴിലാളിയായ ചാത്തനാണ് ഇവരിലൊരാൾ. പോളിങ്ങിന്റെ തലേദിവസം ചില കോൺഗ്രസ് നേതാക്കൾ അദ്ദേഹത്തിന്റെ വീട്ടിൽ ചെല്ലുകയും കമ്യൂണിസ്റ്റ് പാർട്ടിക്ക് വോട്ടു ചെയ്യരുതെന്ന് പറയുകയും ചെയ്തു. അത്ര എളുപ്പത്തിൽ ഭയപ്പെടുന്ന ഒരാളായിരുന്നില്ല അദ്ദേഹം. "വോട്ടു ചെയ്യേണ്ടത് ഞാനാണ്. ആർക്കാണ്

ചെയ്യേണ്ടതെന്നും തീരുമാനിക്കേണ്ടത് ഞാനാണ്" എന്നായിരുന്നു അദ്ദേഹത്തിന്റെ സുധീരമായ മറുപടി. പിറ്റേദിവസം പത്തോ പന്ത്രണ്ടോ കർഷകത്തൊഴിലാളികളെ നയിച്ചുകൊണ്ട് പോളിങ്ങ് ബൂത്തിൽപോയി ആദ്യമായി വോട്ടുചെയ്ത ആൾ ചാത്തനായിരുന്നു. അന്നുരാത്രി അദ്ദേഹം ഉറങ്ങിക്കിടക്കവെ കോൺഗ്രസുഗുണ്ടകളാൽ നിർദയം വധിക്കപ്പെടുകയാണുണ്ടായത്, കുത്തേറ്റ് 24 മണിക്കൂറിനുള്ളിൽ ചാത്തൻ മരിച്ചു.

സാർവത്രിക വോട്ടവകാശം ഇന്ത്യൻ ഭരണഘടന വാഗ്ദാനം ചെയ്യുന്ന ഒരവകാശമാണ്. നിർഭയമായി ആ അവകാശം ഉപയോഗപ്പെടുത്തിയ ഒരു ഹരിജൻ അതിന് തന്റെ ജീവൻ കൊടുക്കേണ്ടിവന്നുവെന്നത് എന്തൊരു പരിതാപകരമായ അവസ്ഥയാണ്!

പോളിങ്ങിന്റെ തലേദിവസമാണ് മറ്റൊരു കൊലപാതകം നടന്നത്. വിരിപ്പിൽ കുട്ടി എന്ന ഇയാൾക്ക് ഒരു കമ്യൂണിസ്റ്റനുഭാവിയെന്ന കാരണത്താൽ എവിടെയും ജോലി നിഷേധിക്കപ്പെട്ടിരിക്കുകയായിരുന്നു. തവളകളെ പിടിച്ചു വിറ്റിട്ടാണയാൾ ഉപജീവനം കഴിച്ചത്.

ജനുവരി 25ന് പതിവുപോലെ രാത്രി തവളകളെ പിടിക്കാനായി അയാൾ പുറത്തിറങ്ങി. മൂന്നു കോൺഗ്രസ് ഗുണ്ടകൾ കുട്ടിയെ വളഞ്ഞ് മൃഗീയമായി മർദിച്ചു. (അവരുടെ പേര് പൊലീസിൽ റിപ്പോർട്ട് ചെയ്തിട്ടുണ്ട്.) ആശുപത്രിയിലെത്തി 12 ദിവസത്തിനുശേഷം അയാൾ മരണപ്പെട്ടു. കുട്ടിയുടെ പതിമൂന്നും ഒമ്പതും വയസായ രണ്ടുമക്കളെ ഞാൻ കണ്ടു. അവരുടെ അമ്മ മുമ്പുതന്നെ മരണപ്പെട്ടിരുന്നു. ഏകാവലംബമായിരുന്ന പിതാവും മരിച്ച അവർ ഇന്ന് അനാഥരായി. വളർന്നുവരുമ്പോൾ അവർക്ക് കോൺഗ്രസ് നേതാക്കന്മാരോട് പലതും ചോദിക്കാനുണ്ടാവും.

ചെങ്ങന്നൂരിൽ 40 കർഷകത്തൊഴിലാളി കുടുംബാംഗങ്ങളെ ഞാൻ സന്ദർശിച്ചു. അവരെല്ലാവരും വെൺമണിയിലുള്ള വീടുകൾ വിട്ട് ഓടിപ്പോന്നവരാണ്. അങ്ങനെയുള്ള 50 കുടുംബാംഗങ്ങളെ ഞാൻ ആറന്മുളയിൽ കണ്ടു. പോളിങ്ങിന്റെ തലേദിവസം വീടുവിട്ടിറങ്ങിയവരാണവർ. പോളിങ്ങ് ദിവസം രാവിലെ പോയി വോട്ടു ചെയ്തുവരാമെന്നും കരുതിയാണ് തങ്ങൾ വീടുവിട്ടതെന്നവർ പറഞ്ഞു.

അതിൽ പിന്നീടവർക്ക് തിരിച്ചുപോകാൻ കഴിഞ്ഞിട്ടില്ല. തിരഞ്ഞെടുപ്പു ഫലപ്രഖ്യാപനം കഴിഞ്ഞതിൽ പിന്നെ ഗുണ്ടകളും പൊലീസും അവരുടെ സ്ഥലങ്ങളിൽ വിളയാട്ടം നടത്തുകയാണ്. അവർ വീടുകളാക്രമിക്കുകയും പടക്കം പൊട്ടിക്കുകയും ചെയ്യുകയാണ്. ഗുണ്ടകൾ കഠാരികളുമായി സ്ഥലത്തെല്ലാം വിലസുകയാണ്.

വീടുകളിലേക്ക് തിരിച്ചുചെന്ന ചില കർഷകത്തൊഴിലാളികൾക്ക് അഭയാർഥികളെപ്പോലെ ജീവനും കൊണ്ടോടിപ്പോരേണ്ടിവന്നു. തങ്ങളുടെ ഭാവിയെ സംബന്ധിച്ച് ഉത്തരം കിട്ടാത്ത ചോദ്യചിഹ്നവുമായി അവർ ആറന്മുളയിലും ചെങ്ങന്നൂരിലും അഭയം തേടിയിരിക്കുന്നു. അവരെന്തു ചെയ്യും? എവിടേക്ക് പോകും? എങ്ങനെ ജീവിക്കും? കിട്ടിയത് ഭക്ഷിച്ച്

വല്ലേടത്തും താമസിച്ച് കഴിഞ്ഞുകൂടുകയാണ് തങ്ങൾ എന്ന് അവർ എന്നോട് പറയുകയുണ്ടായി.

(*ദേശാഭിമാനി*, 1960 ഫെബ്രുവരി 20)

II

ചെങ്ങന്നൂരിൽനിന്ന് ഞാൻ തിരുവല്ലയിലേക്കാണ് പോയത്. തന്റെ വോട്ടുരേഖപ്പെടുത്താൻ പോകുന്ന വഴിക്ക് നിർദയം വധിക്കപ്പെട്ട കവിയൂർ കോട്ടൂരെ 26 വയസായ കുഞ്ഞുകുഞ്ഞിന്റെ സന്തപ്തകുടുംബത്തെ ഞാൻ സന്ദർശിച്ചതവിടെവെച്ചാണ്.

രാവിലെ ആറുമണിക്കുതന്നെ ഒരു സംഘം ഹരിജനങ്ങൾ പോളിങ്ങ് ബൂത്തിലേക്ക് പുറപ്പെട്ടു. ആ കൂട്ടത്തിൽ കുഞ്ഞുകുഞ്ഞും അയാളുടെ ഭാര്യയും വൃദ്ധരായ മാതാപിതാക്കളും കമ്യൂണിസ്റ്റ് സ്ഥാനാർഥിയുടെ ഏജന്റായ സഹോദരനും ഉണ്ടായിരുന്നു. കോൺഗ്രസ് ഇലക്ഷൻ കമ്മിറ്റി ആപ്പീസിനു സമീപംവെച്ച് 200 പേരോളം വരുന്ന ഒരു സംഘം അവരെ ആക്രമിച്ചു. "പോളിങ്ങ് ബൂത്തിലേക്ക് വരരുതെന്ന് ഞാൻ പറഞ്ഞിട്ടില്ലേ" എന്നവർ ഗർജിച്ചു. കത്തികളും ലാത്തികളുമുപയോഗിച്ച് അവർ ആക്രമിച്ചു. കുഞ്ഞുകുഞ്ഞ് അവിടെത്തന്നെ മരിച്ചു. മറ്റ് 11 പേർക്ക് ഗുരുതരമായ പരിക്കേറ്റു. വോട്ടർമാരുടെമേൽ ഇത്രയും മാരകമായ ആക്രമങ്ങളോടെയാണ് സ്വതന്ത്രവും നീതിപൂർവകവുമായ തിരഞ്ഞെടുപ്പിന് നാന്ദി കുറിച്ചതുതന്നെ!

കുറച്ചകലെ ഒരു പൊളിഞ്ഞുതകർന്ന കുടിൽ കണ്ടു. തേവൻ ദൈവത്താൻ എന്ന ഒരു ഹരിജന്റേതാണ് വീട്. തന്റെ വീടിനും വീട്ടിൽ സൂക്ഷിച്ചുവെച്ച വസ്തുക്കൾക്കും എന്തു സംഭവിച്ചു എന്നറിയാൻ ഒന്നു വന്നു നോക്കാൻ പോലും തേവൻ ധൈര്യപ്പെട്ടില്ല. പോളിങ്ങ് ദിവസമാണ് വീട് തകർക്കപ്പെട്ടത്. ഞങ്ങളെല്ലാവരും സ്ഥലത്തെത്തിയപ്പോൾ മാത്രമാണ് അവിടെ വരാൻ ധൈര്യപ്പെട്ടത്. അദ്ദേഹം സൂക്ഷിച്ചുവെച്ച നെല്ലും പണവും ഗുണ്ടകൾ അപഹരിച്ചുകൊണ്ടുപോയി. തന്റെ രണ്ടുമക്കൾ എവിടെയാണെന്നറിയില്ലെന്നും അവരെങ്ങാനും അങ്ങോട്ടുവന്നാൽ അവരെ കൊന്നുകളയുമെന്നും അദ്ദേഹം കണ്ണീരോടെ പറഞ്ഞു. ചുറ്റുപാടും മൂന്നുകുടിലുകൾകൂടി ഇങ്ങനെ തകർക്കപ്പെട്ടു.

കോട്ടയം ജില്ലയിൽ ഇതുപോലുള്ള ആക്രമണങ്ങൾ നടന്ന നിരവധി സ്ഥലങ്ങൾ ഞാൻ സന്ദർശിക്കാൻ ബാക്കിയാണ്.

പക്ഷേ, മധ്യതിരുവിതംകൂറിൽ ഞാൻ സന്ദർശിച്ച സ്ഥലങ്ങളിൽവെച്ചെനിക്കുണ്ടായ അനുഭവങ്ങൾതന്നെ വേണ്ടത്ര പരിഭ്രാന്തിയുളവാക്കുന്നവയാണ്. ഹരിജനങ്ങളുടെ നിരവധി കർഷകത്തൊഴിലാളികൾ സ്വന്തം കുടിലുകളിൽനിന്ന് ആട്ടിയോടിക്കപ്പെട്ടുകൊണ്ടിരിക്കുകയാണ്;അവർക്ക് ജോലി നിഷേധിക്കപ്പെടുകയാണ്; അവരുടെ വീടുകൾ ചുട്ടെരിക്കപ്പെടുകയാണ്; പലർക്കും ഗുരുതരമായ മർദനങ്ങൾതന്നെ ഏൽക്കേണ്ടിവരുന്നുണ്ട്. നിയന്ത്രണാതീതമായ ഈ നില അധികകാലം തുടർന്നുപോ

കാൻ സാധ്യമല്ലാത്ത ഒരു സ്ഥിതി വന്നുചേർന്നു.

കോൺഗ്രസ്-ലീഗ്-പി എസ് പി മുക്കൂട്ടുകക്ഷികൾ നിയമക്രമസമാധാനപാലനത്തെക്കുറിച്ചും ജനാധിപത്യത്തെക്കുറിച്ചുമാണല്ലോ എപ്പോഴും സംസാരിക്കാറ്. പക്ഷേ, ഞാൻ നേരിട്ട് കണ്ട കാര്യങ്ങൾ നിയമക്രമസമാധാനം പുനഃസ്ഥാപിക്കുന്നതിനുപകരം, ഒരു രാഷ്ട്രീയ പാർട്ടിയുടെ അനുഭാവികളെ, പ്രത്യേകിച്ച് പാവപ്പെട്ട ഹരിജനങ്ങളെ, അടിച്ചമർത്താനുള്ള സംഘടിത ശ്രമത്തെയാണ് സൂചിപ്പിക്കുന്നത്.

സ്ഥാപിതതാൽപ്പര്യക്കാരുടെ വരുതിക്കനുസരിച്ച് സാധാരണക്കാരെ കണ്ടമാനം മർദിക്കുക എന്ന പരിപാടി കഴിഞ്ഞ 28 മാസത്തെ കമ്യൂണിസ്റ്റ് ഭരണകാലത്ത് അനുവദിക്കപ്പെട്ടിരുന്നില്ല. എന്നാൽ പൊലീസ് ഇന്ന് ആ നടപടി പുനരാരംഭിച്ചിരിക്കുകയാണ്. ആക്രമണങ്ങളെ സംബന്ധിച്ച ന്യായമായ ആക്ഷേപങ്ങൾ ബോധിപ്പിച്ചാലും പൊലീസ് യാതൊരു നടപടിയും എടുക്കുന്നില്ല. അതേസമയംതന്നെ ആക്രമണത്തിന് വിധേയരായവരുടെ മേൽ നിരവധി കേസുകൾ ഫയൽചെയ്യപ്പെടുകയും ചെയ്യുന്നു. കോൺഗ്രസുകാരാണ് കൽപ്പന പാസാക്കുന്നത് എന്നതുകൊണ്ടുതന്നെ അത്തരക്കാർ ശിക്ഷിക്കപ്പെടുകയും ചെയ്യുന്നു.

ഈ സമ്പ്രദായം അവസാനിപ്പിക്കേണ്ടതാണ്. അതവസാനിപ്പിക്കാൻ കഴിയുന്നതാണ്. ആദ്യമായിത്തന്നെ മധ്യതിരുവിതാംകൂറിൽ ഇന്ന് നടക്കുന്ന പൈശാചികാക്രമണങ്ങൾക്ക് വിപുലമായ പ്രസിദ്ധീകരണം നൽകേണ്ടതാണ്. ഏതു പാർട്ടിയിൽപ്പെട്ട ആളായാലും ശരി ആത്മാർഥതയുള്ള ഏതൊരു മനുഷ്യന്റെയും മനഃസാക്ഷി ഈ ക്രൂരതയ്ക്കെതിരായി ശബ്ദമുയർത്തേണ്ടതാണ്. ഹരിജനങ്ങൾക്കും മറ്റ് സാധുക്കൾക്കും അവരുടെ പാർട്ടിബന്ധങ്ങൾ പരിഗണിക്കാതെ തന്നെ, സമാധാനത്തോടും സുരക്ഷിതത്വബോധത്തോടുംകൂടി ജീവിക്കാനുള്ള ഒരന്തരീക്ഷം സൃഷ്ടിക്കുന്നതിനു വേണ്ടി മനുഷ്യത്വമുള്ള ഏതൊരാളും ശബ്ദമുയർത്തേണ്ടതാണ്.

ഇന്ന് കേരളഭരണത്തിന്റെ ഉത്തരവാദിത്വം വഹിക്കുന്ന കേന്ദ്രഗവൺമെന്റും കോൺഗ്രസ്-ലീഗ്-പി എസ് പി സംയുക്ത കക്ഷിയുടെ നേതൃത്വത്തിൽ ഇവിടെ അധികാരമേറ്റെടുക്കാൻ പോകുന്ന ഗവൺമെന്റും ഇക്കാര്യം തങ്ങളുടെ സുപ്രധാനമായ കർത്തവ്യമായി എടുക്കേണ്ടതാണ്. അങ്ങനെ ചെയ്യാൻ അവരെ നിർബന്ധിക്കേണ്ടത് ജനങ്ങളാണ്. സുശക്തമായൊരു പ്രസ്ഥാനം; സംഘടിതമായ ഒരു പരിശ്രമം-മധ്യതിരുവിതാംകൂറിലും അതുപോലെ ആക്രമണങ്ങൾ നടക്കുന്ന മറ്റു പ്രദേശങ്ങളിലും സാധാരണനില കൈവരുത്തുന്നതിന് അധികൃതരെയും സ്ഥാപിതതാൽപ്പര്യക്കാരെയും നിർബന്ധിക്കാൻ അവർക്ക് മാത്രമേ കഴിയൂ.

എന്റെ ചുരുങ്ങിയ സന്ദർശനത്തിനിടയ്ക്ക് ആലപ്പുഴ ജില്ലയിൽ മാത്രം എനിക്ക് കാണാൻ കഴിഞ്ഞതാണ് മേൽപ്പറഞ്ഞത്. സംഭവിച്ചതിന്റെ ചെറിയൊരു ഭാഗം മാത്രമേ എനിക്ക് കാണാൻ കഴിഞ്ഞിട്ടുള്ളൂ. കണ്ടതിന്റെ തന്നെ ചെറിയൊരു ഭാഗമേ ഞാൻ വിവരിച്ചിട്ടുള്ളൂ. ഇവിടങ്ങളിൽ ഹരിജനങ്ങൾക്കും കർഷകത്തൊഴിലാളികൾക്കുമെതിരായി എത്ര നീചമായ ഒരു പരിപാടിയാണ് നടക്കുന്നതെന്ന് ഇതിൽനിന്നൊക്കെ ഊഹിക്കാമല്ലോ.

കൊല്ലം ജില്ലയിലെ കല്ലടയാണ് ഞാൻ പിന്നീട് സന്ദർശിച്ചത്. ഇവിടെയാണ് ഒരു ചെറുപ്പക്കാരന്റെ ആത്മഹത്യ വലിയ കമ്യൂണിസ്റ്റക്രമമായി ചിത്രീകരിക്കപ്പെട്ടത്. ആ സംഘർഷാവസ്ഥ ഇപ്പോഴും അവിടെ നിലനിൽക്കുന്നുണ്ട്. ഏതു നിമിഷവും ഒരു സംഘട്ടനം ഉണ്ടാവാൻ സാധ്യതയുള്ള അന്തരീക്ഷം. അവിടെ ഒരു വീട്ടിൽ സ്കൂളിൽ പോകുന്ന ഒരു കൊച്ചുബാലനെ മാത്രമാണ് ഞാൻ കണ്ടത്. മറ്റുള്ളവരെല്ലാം വീടുവിട്ടു പോയി. അതുപോലെ ആളൊഴിഞ്ഞുപോയ വേറെയും പല വീടുകൾ ആ ചുറ്റുവട്ടത്തുണ്ടെന്ന് ഞാൻ അറിഞ്ഞു.

കല്ലടയിൽനിന്ന് കൊട്ടാരക്കരവരെയും കോട്ടാത്തലവരെയുമുള്ള പ്രദേശം കമ്യൂണിസ്റ്റുകാർക്ക് സ്വാധീനമുള്ള പ്രദേശമാകയാൽ അവിടെ ഗുണ്ടകൾക്ക് ഒന്നും ചെയ്യാൻ നിവൃത്തിയില്ല. അവിടെ ഗുണ്ടകളുടെ ജോലി പൊലീസ് സ്വയം ഏറ്റെടുത്തു. ഫെബ്രുവരി 3ന് ഒരു സംഘം പൊലീസ് കോട്ടാത്തലയിലെത്തുകയും ഒരു കോൺഗ്രസുകാരൻ ചൂണ്ടിക്കാണിച്ചുകൊടുത്ത ചായപ്പീടിക ആക്രമിക്കുകയും അതിനകത്തുണ്ടായിരുന്നവരെയെല്ലാം പുറത്തേക്കാട്ടിത്തെളിക്കുകയും ചെയ്തു. അവരെ വാനിൽ വച്ചും പൊലീസ്‌സ്റ്റേഷനിൽ കൊണ്ടുപോയും പൊലീസ് മൃഗീയമായി മർദിച്ചു. ഒരു വെള്ളക്കടലാസിൽ ബലമായി ഒപ്പുവെപ്പിച്ചശേഷം പിറ്റേന്നു രാവിലെ അവരെ വിട്ടയച്ചു. അവരെ അറസ്റ്റുചെയ്യുന്ന സമയം, അടുത്ത ഷോപ്പുകളിൽ സാമാനം വാങ്ങാൻ ചെന്നവരെയും പൊലീസ് അടിച്ചു.

കൊല്ലത്തുനിന്ന് ഞാൻ നേരെപോയത് നീലിമംഗലത്തേക്കാണ്. കൗണ്ടിങ്ങ് ദിവസം ഒരു കൊലപാതകം നടന്നത് അവിടെയാണ്. വിജയാഘോഷത്തിനായി ബസുകളിലും ജീപ്പുകളിലും സ്ഥലത്തുവന്നുനിറഞ്ഞ ജനങ്ങൾ അടുത്തുള്ള ഒരു മെഡിക്കൽഷോപ്പ് ആക്രമിച്ചു. ഷോപ്പിലുണ്ടായിരുന്ന കുപ്പികളും ഭരണികളും ഗുണ്ടകൾ തച്ചുടക്കുകയും അകത്തുണ്ടായിരുന്ന മൂന്നുപേരെയും മർദിച്ചവശരാക്കുകയും ചെയ്തു. ഷോപ്പ് ആക്രമിക്കപ്പെട്ട സമയം ദാമോദരൻ എന്ന ഒരു കമ്യൂണിസ്റ്റ് പ്രവർത്തകൻ സ്ഥലത്തെത്തി. ഷോപ്പിന്റെ മുമ്പിൽവെച്ച് ഗുണ്ടകൾ ദാമോദരനെ അടിച്ചും കുത്തിയും കൊല്ലുകയാണുണ്ടായത്. ഒരു കമ്യൂണിസ്റ്റുകാരനെന്ന പകവെച്ച് മൃതദേഹത്തെപ്പോലും ഗുണ്ടകൾ അടിക്കുകയും ചവിട്ടുകയും ചെയ്തു.

കമ്യൂണിസ്റ്റുകാരാൽ ഒരു കോൺഗ്രസുകാരൻ കൊല്ലപ്പെട്ടുവെന്നൊരു വാർത്ത പരക്കുകയും പൊലീസ് പെട്ടെന്ന് സ്ഥലത്തെത്തുകയും ചെയ്തു. ചുറ്റുമുള്ള കമ്യൂണിസ്റ്റുപ്രവർത്തകരുടെ വീട്ടിൽ കടന്നു പൊലീസ് കണ്ടവരെയെല്ലാം മർദിച്ചു. അങ്ങനെയുള്ള മർദനത്തിന്റെ പാടുകൾ മുഖത്തും മാറത്തും മറ്റും തെളിഞ്ഞുകാണുന്ന ഒമ്പത് വയസായ ഒരു ചെറുബാലനെയും ഞാൻ കണ്ടു.

ഗുണ്ടകൾ മർദിച്ച ഒരു കുടുംബത്തെ തരളകത്തുവെച്ച് ഞാൻ കണ്ടു. അവർ വീട്ടിൽനിന്ന് പുറത്തിറങ്ങാൻ പോലും ഭയപ്പെടുകയാണ്. ഭീഷണി മുഴക്കി ഗുണ്ടകൾ അവരുടെ വീടിനുചുറ്റും റോന്തുചുറ്റുകയാ

ണത്രേ. ആദ്യം ആ കുടുംബത്തിലെ നാരായണനാണ് മർദനമേറ്റത്. സഹോദരന്റെ രക്ഷയ്ക്കെത്തിയ രാഘവനും മർദിക്കപ്പെട്ടു. ആക്രമണം നടന്ന സമയത്ത് സ്ഥലത്തില്ലാതിരുന്ന അവരുടെ വൃദ്ധപിതാവിനെപ്പോലും ഗുണ്ടകൾ വെറുതെവിട്ടില്ല.

കടുത്തുരുത്തിയിലേക്കാണ് ഞാൻ പിന്നീട് പോയത്. ജോലി ചെയ്യുന്നതിന് പുറത്തുപോയാൽ സന്ധ്യക്ക് തീർച്ചയായും ആക്രമണ വിധേയരാവുമെന്ന് ഭയന്ന് അവർ ജോലിക്കുപോലും പോവാതെ വീട്ടിലടച്ചിരിക്കുകയാണ്. ഇവരിൽ പലരും ഗുണ്ടാ ആക്രമണത്തിന് വിധേയരായവരാണ്. അവിടങ്ങളിലെ സ്ത്രീകൾ ഭയാക്രാന്തരായി വീടുകളിൽ അടച്ചുകൂടുകയാണ്. നിത്യവും വേലയെടുത്താൽ പോലും ജീവിതത്തിന് വിഷമിക്കുന്ന അവർക്ക് ജോലികൂടി ഇല്ലാതായാൽ പട്ടിണികിടക്കുകയല്ലാതെ മറ്റെന്താണൊരു ഗതി?

കടുത്തുരുത്തിയിൽ കമ്യൂണിസ്റ്റ് പാർട്ടി ആപ്പീസാണ് ഗുണ്ടകളുടെ ആക്രമണത്തിന് വിധേയമായത്. ഒരു കെട്ടിടത്തിന്റെ രണ്ടാംനിലയിലുള്ള പാർട്ടി ആപ്പീസിലേക്ക് കയറാനുള്ള കോണി തകർക്കപ്പെട്ട നിലയിലാണ്. അടുത്തുതന്നെയുള്ള ചില ഷോപ്പുകളും നശിപ്പിക്കപ്പെടുകയും കൊള്ളയടിക്കപ്പെടുകയും ചെയ്തു.

തന്നെ പിന്തുടർന്ന് നിത്യവും ഗുണ്ടകൾ മക്കാറാക്കുകയും ഭീഷണിപ്പെടുത്തുകയും ചെയ്യുകയാണെന്ന് അവിടത്തെ ഖാദി കോ–ഓപ്പറേറ്റീവ് സൊസൈറ്റിയുടെ സെക്രട്ടറിയായ ഒരു യുവതി പറഞ്ഞു.

ഹരിജനങ്ങളായ കർഷകത്തൊഴിലാളികളുടെമേൽ കൂട്ടായ ഗുണ്ടാ ആക്രമണം നടന്ന ആയാംകുടിയും ഞാൻ സന്ദർശിച്ചു. വയലുകളിൽ ജോലിയെടുക്കുകയായിരുന്ന ഹരിജനങ്ങളുടെ നേരെ മുന്നൂറോളം പേർ ആക്രമണം നടത്തുകയായിരുന്നു. അവരിൽ പലരും അടുത്തുള്ള ആറ്റിൽ ചാടി രക്ഷപ്പെട്ടു.

കോൺഗ്രസിനുവേണ്ടി പ്രവർത്തിക്കാത്തപക്ഷം ഗുരുതരമായ ഭവിഷ്യത്തുകൾ നേരിടേണ്ടിവരുമെന്ന് സ്ഥലത്തെ കോൺഗ്രസുകാരും ഗുണ്ടകളും തന്നെ ഭീഷണിപ്പെടുത്തുന്നുണ്ടെന്ന് ഹരിജൻ വെൽഫെയർ ഇൻഡസ്ട്രിയൽ ട്രെയിനിങ്ങ് സെന്ററിൽ പഠിക്കുന്ന ഒരു ഹരിജൻ വിദ്യാർഥി എനിക്കുതന്ന മെമ്മോറാണ്ടത്തിൽ പറഞ്ഞു. ഗുണ്ടകളുടെ ആക്രമണത്തിൽനിന്നും ചോദ്യങ്ങളിൽനിന്നും രക്ഷപ്പെടാൻ വേണ്ടി രണ്ടു വിദ്യാർഥികൾ ട്രെയിനിങ്ങ് സെന്ററിൽ പോകുന്നതുതന്നെ നിർത്തിയിരിക്കുന്നു. ഗുണ്ടാ ആക്രമണങ്ങളെ സംബന്ധിച്ച നിരവധി കേസുകൾ ഫയൽചെയ്യപ്പെട്ടിട്ടുണ്ടെങ്കിലും അതു സംബന്ധിച്ച യാതൊരു അന്വേഷണവും നടത്തിയിട്ടില്ല.

പെരളശേരിയിൽ നാലുപേരെ ഗുണ്ടകൾ ആക്രമിച്ചു. അവരിലൊരാൾക്ക് ഇപ്പോഴും കിടക്കയിൽ നിന്നെഴുന്നേൽക്കാനായിട്ടില്ല. അറുപതോളം വരുന്ന ഒരു ഗുണ്ടാസംഘം അവിടങ്ങളിൽ പാളയമടിച്ചിരിക്കുകയാണ്. പല വീടുകളും അവർ നശിപ്പിച്ചു. ചെറുവല്ലൂരെ ചെറുനാട് പഞ്ചായത്തിൽ രണ്ടുപേർ മർദിക്കപ്പെട്ടു. പലേടത്തും ഭീഷണി അഴിച്ചുവിട്ടിരി

ക്കുകയാണ്. മർദനത്തിനു വിധേയനായി കിടപ്പായ ഒരു ഹരിജനെ ഞാൻ സന്ദർശിച്ചപ്പോൾ അടുത്ത കിണറ്റിൽനിന്ന് വെള്ളമെടുക്കണമെങ്കിൽ ഇതു സൂക്ഷിച്ചുകൊള്ളണമെന്ന് പറഞ്ഞ് നിർബന്ധിച്ച് പിടിപ്പിച്ച ഒരു കോൺഗ്രസ് മെമ്പർഷിപ്പ് രശീത് അയാൾ എനിക്ക് കാണിച്ചുതന്നു.

ഗുണ്ടകളുടെ കൂടെ പലപ്പോഴും പൊലീസുകാരും ഉണ്ടെന്നതാണ് ഹരിജനങ്ങളെ ഏറ്റവും ഭയപ്പെടുത്തുന്ന കാര്യം. പൊലീസിൽ ആക്ഷേപം ബോധിപ്പിച്ചിട്ടും യാതൊരു ഫലവുമില്ലെന്ന് ബോധ്യപ്പെട്ട അവർ ഗത്യന്തരമില്ലാതെ വീടുവിട്ടോടുകയാണ്.

വെൺമണിയിലെ ഒരു വില്ലേജിൽ കർഷകത്തൊഴിലാളികളെ അപമാനിക്കാൻ മാത്രമായി ഗുണ്ടകൾ ആക്രമണം നടത്തി. അങ്ങനെ രണ്ടോ മൂന്നോ ദിവസം തുടർച്ചയായി ആക്രമണം നടന്നപ്പോൾ അവരെല്ലാം വീടുവിട്ട് മാവേലിക്കര താലൂക്കിലേക്ക് ഓടിപ്പോയിരി ക്കുകയാണ്.

കമ്യൂണിസ്റ്റുകാർക്കും അവരുടെ അനുഭാവികൾക്കും അത്ര സുരക്ഷിതമല്ലെന്ന് പൊലീസുകാർ സമ്മതിച്ച പാണ്ടനാടാണ് ഞാൻ പിന്നീട് സന്ദർശിച്ചത്. അവിടെ ഒരു പീടിക തീവെച്ചതു കണ്ടു. അതിനകത്ത് പൊട്ടിയ സോഡാക്കുപ്പികളും ഭാഗികമായി കത്തിനശിച്ച ഒരു കൈവണ്ടിയും കാണാമായിരുന്നു. പ്രസ്തുത കടയുടമസ്ഥൻ ഗോവിന്ദപ്പിള്ള കമ്യൂണിസ്റ്റ് സ്ഥാനാർഥിയുടെ ഏജന്റായി പ്രവർത്തിച്ചു എന്നതു മാത്രമാണ് തീവെപ്പിനു കാരണം. റോഡിന്റെ എതിർവശത്തുള്ള മുക്കൂട്ടുമുന്നണി തിരഞ്ഞെടുപ്പാപ്പീസിന്റെ മുമ്പിൽ "ജനാധിപത്യവും നിയമസമാധാനവും പുനഃസ്ഥാപിക്കാൻ ഐക്യകക്ഷികൾ സ്ഥാനാർഥികൾക്ക് വോട്ടുചെയ്യുക" എന്നെഴുതിയ ത്രിവർണനിർമിതമായ ബാനർ പാറിക്കളിച്ചിരുന്നു.

അവിടെ അടുത്തുവെച്ചുതന്നെ മുക്കൂട്ട് ഗുണ്ടകളിൽനിന്ന് മാരകാമാംവിധം മർദനമേറ്റ ഒരു സ്ത്രീയെയും അവരുടെ മൂന്നുവയസായ കുട്ടിയെയും ഞാൻ കണ്ടു. അവരും അവരുടെ ഭർത്താവും കമ്യൂണിസ്റ്റ് പാർട്ടി അനുഭാവികളായി എന്നതാണവരുടെ കുറ്റം.

ചെങ്ങന്നൂർ ടൗണിൽ ഹമീദ് എന്ന ബീഡിത്തൊഴിലാളിയെ ഞാൻ കണ്ടു. അയാളുടെ കയ്യിലെ ബാൻഡേജ് ഇപ്പോഴും അഴിക്കാറായിട്ടില്ല. തലേദിവസം മാത്രമാണയാളെ ആശുപത്രിയിൽനിന്നും വിട്ടത്. ഹമീദ് ഒരു പീടികയിലിരിക്കുമ്പോൾ സ്ഥലത്തെ ഒരു കുപ്രസിദ്ധ ഗുണ്ട കത്തിയെടുത്തു കുത്തുകയാണുണ്ടായത്. തടുത്തപ്പോൾ ഹമീദിന്റെ കൈക്ക് കഠിനമായി പരിക്കേറ്റു. ഒരു മുസ്ലീമായിരുന്നതുകൊണ്ട് കമ്യൂണിസ്റ്റു പാർട്ടിയെ സഹായിച്ചു എന്നതാണ് അയാളുടെ കുറ്റം. ഹമീദിന്റെ വൃദ്ധ മാതാവും കൊച്ചുകുട്ടിയെ എടുത്തുകൊണ്ടെത്തിയ ഭാര്യയും ആ കഥ കണ്ണീരോടെ വിവരിച്ചു.

ഞാൻ പോയ സ്ഥലത്തൊക്കെ കത്തിക്കപ്പെട്ട വീടുകളുടെയും പീടികകളുടെയും അവശിഷ്ടങ്ങൾ കാണുകയുണ്ടായി.

(*ദേശാഭിമാനി*, 1960 ഫെബ്രുവരി 21)

17

കപ്പൽ നിർമാണകേന്ദ്രത്തെപ്പറ്റി

കേരളത്തിലൊരു കപ്പൽ നിർമാണകേന്ദ്രം ഉണ്ടാവുകയെന്നത് നമ്മുടെ ദീർഘകാലമായുള്ള ആഗ്രഹമായിരുന്നു. ഇക്കഴിഞ്ഞ തിരഞ്ഞെടുപ്പ് കാലത്ത് ആ കപ്പൽ നിർമാണകേന്ദ്രം കൊച്ചിയിൽ സ്ഥാപിക്കുമെന്ന് വാഗ്ദാനം ചെയ്യുന്ന കാര്യത്തിൽ കേന്ദ്രമന്ത്രിമാർ അലംഭാവം പ്രദർശിപ്പിച്ചിരുന്നില്ല. എന്നാലിപ്പോഴാകട്ടെ ട്രാൻസ്പോർട്ട് കമ്യൂണിക്കേഷൻ മന്ത്രി ഡോ. സുബ്ബരായൻ തന്റെ സ്റ്റേറ്റുമെന്റിൽ കൊച്ചിയിലെ ഷിപ്പ്യാർഡിന് പ്ലാനിങ്ങ് കമീഷൻ അനുമതി നൽകുന്ന കാര്യം സംശയകരമാണെന്ന് പറഞ്ഞിരിക്കുന്നു.ആഭ്യന്തരവും ബാഹ്യവുമായ വിഭവങ്ങളെപ്പോലും കണക്കിലെടുക്കാതെയാണ് കൊച്ചിയിൽ കപ്പൽ നിർമാണകേന്ദ്രം ആരംഭിക്കുന്നതാണെന്ന വാഗ്ദാനം മന്ത്രിമാർ ചെയ്തതെന്നത്രേ കമ്മീഷന്റെ നിലപാട്. അങ്ങനെയെങ്കിൽ "ഈ പ്ലാനിങ്ങിൽ നിന്ന് ഞങ്ങളെ രക്ഷിക്കേണമേ" എന്ന് പറയേണ്ടിവരും.

കൊച്ചിയിലെ രണ്ടാം കപ്പൽനിർമാണകേന്ദ്രം വേണ്ടെന്നുവയ്ക്കുന്നതിനെപ്പറ്റി പാർലമെന്റിൽ അഭിപ്രായഭിന്നതകളും ചർച്ചകളും നടന്നു. ഈ സന്ദർഭത്തിൽ പ്രസ്തുത വ്യവസായത്തെക്കുറിച്ചും അതടിയറവെച്ചതിനെക്കുറിച്ചും പൊതുവിൽ ചിലത് മനസിലാക്കുന്നത് രസാവഹമായിരിക്കും.

ദേശീയവും ദേശാന്തരീയവുമായ സാമ്പത്തികവ്യവസ്ഥയിൽ കപ്പൽ നിർമാണകേന്ദ്രത്തിന്റെ പ്രാധാന്യത്തെക്കുറിച്ച് റോമിലെയും ഗ്രീക്കിലെയും പ്രാചീനചരിത്രങ്ങളിൽ ധാരാളം കഥകളുണ്ട്. സുസ്ഥാപിതമായ ഷിപ്പിങ്ങ് സമ്പ്രദായമില്ലാതെ ആധുനിക സമ്പദ്വ്യവസ്ഥക്ക് വളരുക സാധ്യമല്ല. എല്ലാ കയറ്റിറക്കുമതികളും കപ്പൽവഴിക്കാണ്. ഈ രംഗത്ത് നിരാശാവഹമായ ഒരു സ്ഥിതിയിലാണ് നമ്മുടെ രാജ്യം. 1500 കോടിയോളം ഉറുപ്പികക്ക് നടന്നുവരുന്ന കയറ്റിറക്കുവ്യാപാരത്തിൽ 95 ശതമാനവും വിദേശവ്യാപാരക്കപ്പലുകൾ മുഖാന്തിരമാണ് നടത്തുന്നത്. ഒരു

വർഷത്തിൽ നമ്മുടെ വിദേശവ്യാപാരത്തിൽ കപ്പൽകൂലി 150 കോടി ക ആണ്. ആസൂത്രിതമായ ഒരു ഷിപ്പിങ്ങ് വ്യവസ്ഥയുണ്ടെങ്കിൽ ഇതിന്റെ പകുതി നമുക്കവകാശപ്പെട്ടതാണ്. പക്ഷേ, ഇന്ത്യയുടെ കപ്പലുകൾക്കെന്തു കിട്ടുന്നു? വെറും 15 കോടി ക മാത്രം. അങ്ങനെ ഏതാണ്ട് 60 കോടി ക യോളം ഇക്കാരണവശാൽ നമുക്ക് ഒരു കൊല്ലത്തിൽ നഷ്ടപ്പെടുന്നു.

ഈ വസ്തുത മനസിൽവെച്ചുകൊണ്ടാണ് ആവുന്നത്ര വേഗത്തിൽ ഈ രാജ്യത്ത് ഫലപ്രദമായ ഒരു ഷിപ്പിങ്ങ് സമ്പ്രദായം ഏർപ്പെടുത്തണമെന്ന് ഗവൺമെന്റ് നിയമിച്ച ഷിപ്പിങ്ങ് പോളിസി കമ്മീഷൻ നിർദേശിച്ചത്. കമ്മീഷൻ ഗവൺമെന്റിനു സമർപ്പിച്ച റിപ്പോർട്ടിൽ ഇങ്ങനെ ശുപാർശ ചെയ്യുന്നു:

> ഇന്ത്യയുടെ ഭാവിയിലുള്ള ഷിപ്പിങ്ങ് നയവും ലക്ഷ്യവും തീരദേശവ്യാപാരം മുഴുവൻ ഇന്ത്യൻ കപ്പലുകൾക്ക് നീക്കിവയ്ക്കുന്നതും സമുദ്രാന്തരവ്യാപാരങ്ങളിൽ ഇന്ത്യക്ക് തൃപ്തികരമായ പങ്ക് ലഭിക്കുന്ന വിധത്തിൽ ആയിരിക്കണം.

കമ്മീഷൻ തുടരുന്നു:

> അടുത്ത അഞ്ചുമുതൽ ഏഴുവരെ കൊല്ലംകൊണ്ട് ഇന്ത്യയുടെ തീരദേശം മുഴുവനും ഭൂമിശാസ്ത്രപരമായി ഇന്ത്യയോടു തൊട്ടുകിടക്കുന്ന സിലോണും ബർമയുമായുള്ള വ്യാപാരത്തിന്റെ 75 ശതമാനവും ഇന്ത്യയുടെ വിദൂരദേശവ്യാപാരത്തിന്റെ 50 ശതമാനവും മുമ്പ് ആക്സെവെസലുകൾ നടത്തപ്പെട്ടിരുന്ന പൗരസ്ത്യദേശ വ്യാപാരത്തിൽ 30 ശതമാനവും ഇന്ത്യൻ ഷിപ്പിങ്ങ് വ്യവസായത്തിന് ആർജിക്കാൻ കഴിയണം. എന്നുവെച്ചാൽ 100 ലക്ഷം ഗ്രോസ് ടൺ വ്യാപാരസാമഗ്രികൾ വഹിച്ചുകൊണ്ടുപോകാനുള്ള സാധ്യതയുണ്ടാവുകയെന്നാണർഥം.

രണ്ടാം പഞ്ചവത്സരപദ്ധതിയിൽ ഇന്ത്യൻ ഷിപ്പിങ്ങ് വ്യവസായം 91 ലക്ഷം ടൺ വിഭവങ്ങൾ കയറ്റിറക്കുമതി ചെയ്യുന്നതിനുള്ള കഴിവ് നേടി. ഇതുതന്നെ 1947ൽ പോളിസി കമ്മിറ്റി കണക്കുകൂട്ടിയ സാധ്യതകളിൽനിന്ന് എത്രയോ താഴെയായിരുന്നു. നമ്മുടെ ദേശാന്തരബന്ധങ്ങളും വ്യാപാരവും അഭിവൃദ്ധിപ്പെട്ടുവരികയാണ്. ഇന്നത്തെ പരിതഃസ്ഥിതിയിൽ 20 ലക്ഷം ടൺ വിഭവങ്ങളുടെ വിനിമയസാധ്യതയെങ്കിലും നമുക്ക് അടിയന്തരമായും നേടിയേ കഴിയൂവെന്നത് നിസ്സംശയമാണ്. പക്ഷേ ഈ ചുരുങ്ങിയ ലക്ഷ്യംപോലും നാം നേടാൻ പോവുന്നുണ്ടോ? ഇല്ലെന്നതാണ് പരമാർഥം. രണ്ടാം പഞ്ചവത്സരപദ്ധതിയിൽ ഷിപ്പിങ്ങ് വികസനത്തിനുവേണ്ടി 45 കോടി ക യാണ് വകയിരുത്തിയത്. പക്ഷേ, വിദേശനാണയത്തിന്റെ ദൗർലഭ്യത്താൽ നമ്മുടെ ലക്ഷ്യം സാക്ഷാൽക്കരിക്കപ്പെടാതെ പോവുകയാണുണ്ടായത്. ഇന്നത്തെ നിലയിലാണ് കാര്യങ്ങൾ നീങ്ങുന്നതെങ്കിൽ ഇന്ത്യ ഒരു 40 കൊല്ലത്തിനിപ്പുറം ഷിപ്പിങ്ങ് വ്യവസായത്തിൽ

സ്വയംപര്യാപ്തത നേടാൻ പോകുന്നില്ലെന്നതാണ് പരമാർഥം.

ആ സുദീർഘമായ കാലഘട്ടത്തിനിടയ്ക്ക് നമ്മുടെ അഭിവൃദ്ധി പദ്ധതികൾക്ക് വിനിയോഗിക്കേണ്ട കോടിക്കണക്കിനുറുപ്പിക കപ്പൽ കൂലിയായി വിദേശ കപ്പൽ കമ്പനികളുടെ കൈകളിലേക്ക് ഒഴുക്കേണ്ടിവരും.

ഇതിനെന്താണൊരു പരിഹാരം? വിദേശങ്ങളിൽനിന്ന് കപ്പൽവാങ്ങി നമ്മുടെ അപര്യാപ്തത നികത്താമെന്ന് ഒരിക്കലും വ്യാമോഹിക്കേണ്ടതില്ല. കാരണമെന്തെന്നാൽ ഉപയോഗശൂന്യമായിത്തീർന്നവയും ചില്ലറ കേടുപാടുകൾ സംഭവിച്ചതുമായ കപ്പലുകൾക്ക് പകരംകൂടി നമുക്ക് വിദേശങ്ങളിൽനിന്ന് ഇറക്കുമതി ചെയ്യേണ്ടതായിവരും. ഇത് സ്ഥിരമായൊരു ഏർപ്പാടായിത്തീരും.

നമ്മുടെ ഷിപ്പിങ് വ്യവസായത്തെ കാലസ്ഥിതിക്കനുസരിച്ച് ശരിയായ നിലവാരത്തിൽ നിലനിർത്തുന്നതിനും വളർത്തുന്നതിനും ആവശ്യമായ കപ്പലുകൾ നമുക്കുണ്ടാവണമെങ്കിൽ വിദേശങ്ങളിൽനിന്ന് കപ്പൽ വാങ്ങുന്നതിനായി അറ്റമില്ലാത്ത സംഖ്യ നമുക്ക് ചെലവു ചെയ്യേണ്ടതായി വരും.

ഈ സ്ഥിതിക്ക് എന്തെങ്കിലുമൊരു പരിഹാരമുണ്ടെങ്കിൽ അത് കപ്പൽ നിർമാണത്തിൽ സ്വയംപര്യാപ്തത നേടുകയെന്നതുമാത്രമാണ്. നമുക്ക് വിശാഖപട്ടണത്ത് ഒരു കപ്പൽ നിർമാണകേന്ദ്രം ഇന്നുണ്ടെന്നതു ശരിയാണ്; പക്ഷേ, ആവശ്യങ്ങളുമായി തട്ടിച്ചുനോക്കുമ്പോൾ അതിന്റെ കഴിവ് നിരാശാജനകമാംവണ്ണം അപര്യാപ്തമാണ്. കച്ചവടക്കപ്പലുകളും യുദ്ധക്കപ്പലുകളും നമുക്കുണ്ടാവണം. ഇവ നമ്മുടെ നാട്ടിൽത്തന്നെ നിർമിക്കാനുള്ള ബൃഹത്തായ ഒരു പരിപാടി ആവിഷ്കരിക്കുകവഴി മാത്രമേ, നമ്മുടെ ലക്ഷ്യം നേടാനും സ്വന്തം കാലുകളിൽ എഴുന്നേറ്റു നിൽക്കാനും നമുക്ക് കഴിയു.

വിദേശങ്ങളിൽനിന്ന് കപ്പലുകൾ വാങ്ങുന്നതിനായി നാൽപ്പത്തിയഞ്ച് കോടി ക. നീക്കിവയ്ക്കുകയും പ്രതിവർഷം 150 കോടിയോളം ഉറുപ്പിക കപ്പൽകൂലിയായി വിദേശകമ്പനികൾക്ക് നൽകുകയും ചെയ്യുന്നു. അതേ സമയംതന്നെ നമുക്ക് ഒരു കപ്പൽ നിർമാണകേന്ദ്രം നിർമിക്കാൻ വേണ്ടത്ര പണമില്ല.

നമ്മുടെ പ്ലാനിങ്ങിനും പ്രവർത്തനസാധ്യതകൾക്കും തമ്മിലുള്ള വിരോധാഭാസമാണ് സംസാരിക്കുന്ന ഈ കണക്കുകൾ തുറന്നുകാട്ടുന്നത്.

ഈ നൂറ്റാണ്ടിന്റെ മധ്യത്തിൽ വിദേശനാണയ പ്രശ്നം നമ്മുടെ രാഷ്ട്രത്തെ വിഴുങ്ങാൻ വായുംപിളർന്നു നിൽക്കുന്ന ഒരു ഭീകരസത്വത്തിന്റെ രൂപം കൈക്കൊണ്ടിരിക്കുകയാണ്. കേന്ദ്രം നമ്മുടെ മണ്ണിൽ തന്നെ കപ്പൽനിർമാണകേന്ദ്രം സ്ഥാപിക്കുകയാണെങ്കിൽ നമുക്ക് രക്ഷപ്പെടുത്താവുന്ന നിരവധി കോടി ഉറുപ്പിക ഇന്ന് വിദേശകുത്തക മുതലാളിമാരുടെ കൈകളിലേക്ക് പോയ്ക്കൊണ്ടിരിക്കുകയാണ്.

ഇനി പ്രശ്നത്തിന്റെ മറ്റൊരുവശം പരിശോധിക്കാം. വിദേശഷിപ്പിങ്ങ് ലൈനുകളിലുള്ള കപ്പലുകൾക്ക് കപ്പൽകൂലിയായി പ്രതിവർഷം 140

കോടി ക. ഇന്ത്യ ചെലവഴിച്ചുകൊണ്ടിരിക്കുന്നുണ്ടെന്ന് ഷിപ്പിങ്ങ് എസ്റ്റിമേറ്റ് കമ്മിറ്റിയുടെ കണക്കുകളിൽ ചൂണ്ടിക്കാണിച്ചിട്ടുണ്ട്. ഇത് സംബന്ധിച്ച് സി എഛ് ഭാബ പറയുന്നതിങ്ങനെയാണ്:

> കപ്പൽകൂലിയായി ഇന്ത്യ പ്രതിവർഷം ചെലവഴിക്കുന്ന സംഖ്യയുടെ 20 ശതമാനം അടുത്തകൊല്ലം കപ്പൽ വാങ്ങാനുള്ള ആവശ്യങ്ങൾക്കായി നീക്കിവയ്ക്കുകയെന്ന ക്രമാനുഗതവും ആസൂത്രിതവുമായ ഒരു പരിപാടി നടപ്പാക്കാൻ കഴിയുകയാണെങ്കിൽ എസ്റ്റിമേറ്റ് കമ്മിറ്റി 1947 മുതൽ വിഭാവനം ചെയ്ത ലക്ഷ്യത്തിലെത്തുന്ന കാലം വളരെ വിദൂരമല്ല.

സ്വയം സംസാരിക്കുന്ന സത്യങ്ങളാണിതെല്ലാം. നമ്മുടെ ഏതെങ്കിലും മന്ത്രിമാർക്കോ പ്ലാനിങ്ങ് കമ്മീഷൻ അധികൃതർക്കോ ഇവയെ നിഷേധിക്കാൻ കഴിയുമോ? എ എം വാസ്റ്റർ എന്ന ഷിപ്പിങ്ങ് വിദഗ്ധന്റെ അഭിപ്രായംകൂടി ഞാനിവിടെ ഉദ്ധരിക്കട്ടെ. അദ്ദേഹം ഉറക്കെ ചിന്തിക്കുകയാണ്.

> ഏറ്റവുമധികം വിദേശനാണയം നേടുന്നതാണ് ഷിപ്പിങ്ങ് വ്യവസായം. 5 കൊല്ലത്തിനിടക്ക് നമുക്ക് ഒരു കപ്പൽ വാങ്ങാനുള്ള സംഖ്യ മിച്ചമുണ്ടാക്കാൻ കഴിയും. തുടർന്നുള്ള കൊല്ലങ്ങളിൽ വിദേശനാണയം നേടുന്നതിനുള്ള ഒരുപാധിയെന്ന നിലയ്ക്ക് ലാഭത്തിന്റെ 50 ശതമാനവും 60 ശതമാനംവരെ ഉപയോഗപ്പെടുത്താൻ സാധ്യതയുള്ള ഒരു വ്യവസായമായിത്തീരും അത്.

അദ്ദേഹം തുടരുന്നു:

> വ്യാപാരാവശ്യങ്ങൾക്ക് കപ്പൽകൂലിയായി ഇന്ത്യ 1951ൽ 80 കോടി ഉറുപ്പികയും 1952ൽ 57 കോടിയിൽപ്പരം ഉറുപ്പികയുമാണ് ചെലവുചെയ്തത്. ഭക്ഷ്യധാന്യങ്ങൾ, രാസവളങ്ങൾ, സിമന്റ്, ഉരുക്ക് അയിരുകൾ എന്നിവയുടെ രൂപങ്ങൾ ഇന്ത്യയിലേക്ക് ഇറക്കുമതി ചെയ്ത വിഭവങ്ങൾക്കുവേണ്ടിയും ഇന്ത്യയിൽനിന്ന് കയറ്റുമതി ചെയ്യപ്പെട്ട വിഭവങ്ങൾക്കുവേണ്ടിയുമാണ് മേൽപ്പറഞ്ഞ സംഖ്യ ചെലവ് ചെയ്യപ്പെട്ടത്. ഈ കയറ്റുമതികളെല്ലാം മുഖ്യമായും ഗവൺമെന്റ് നേരിട്ടാണ് നടത്തുന്നത്. ആ നിലയ്ക്ക് മേൽപ്പറഞ്ഞ സാധ്യതകൾ ശരിയായവിധം ഉപയോഗപ്പെടുത്തകയെന്നതാണ് നമ്മുടെ മുമ്പിലുള്ള പ്രശ്നം.

ഗവൺമെന്റിനാൽ നിയമിതമായ ഷിപ്പിങ്ങ് എസ്റ്റിമേറ്റ് കമ്മിറ്റി ഇങ്ങനെ രേഖപ്പെടുത്തി:

> രണ്ടാം കപ്പൽ നിർമാണകേന്ദ്രം 1958–59 വർഷത്തിൽ സ്ഥാപിക്കുകയും മൂന്നാംപദ്ധതിയുടെ പ്രാരംഭത്തോടെ പ്രവർത്തനമാ

> രംഭിക്കുകയും ചെയ്യുകയാണെങ്കിൽ, മൂന്നാം പഞ്ചവത്സരപദ്ധതി അവസാനിക്കുമ്പോഴേക്കും 20 ലക്ഷം ടൺ വിഭവങ്ങൾ കയറ്റിറക്കുമതി ചെയ്യാനുള്ള സാധ്യത നേടുകയെന്ന ലക്ഷ്യത്തിന്റെ കാൽഭാഗംപോലും നമുക്ക് നേടാൻ കഴിയില്ല. മൂന്നാം പഞ്ചവത്സരപദ്ധതിയിൽ തന്നെ മൂന്നാമതൊരു കപ്പൽ നിർമാണകേന്ദ്രം കൂടി ഉൾപ്പെടുത്തുകയെന്നത് തികച്ചും അഭിലഷണീയം മാത്രമാണ്.
>
> ഉൽപ്പാദന വകുപ്പിനെപ്പറ്റി കമ്മിറ്റി ഇങ്ങനെ അഭിപ്രായപ്പെടുന്നു:
>
> സമുദ്രാന്തരങ്ങളിൽ വാണിജ്യത്തിനാവശ്യമായ കപ്പലുകൾ മാത്രം നിർമിക്കുകയെന്നതല്ല നമ്മുടെ കപ്പൽനിർമാണ പദ്ധതിയുടെ ലക്ഷ്യം. തീരദേശ വാണിജ്യത്തിനും മറ്റ് നാവികാവശ്യങ്ങൾക്കും ഉപയുക്തമായ കപ്പലുകളും നമുക്ക് വേണം. ഇതര കപ്പൽ വിതരണ ഏജൻസികളുമായി മത്സരിച്ച് ഏഷ്യയുടെ തെക്ക് കിഴക്കൻ രാഷ്ട്രങ്ങളിലേക്കും ആവശ്യമായ കപ്പലുകൾകൂടി നിർമിക്കാനുള്ള സാധ്യത നേടുക എന്നതാണ് നമ്മുടെ പദ്ധതിയുടെ പരമലക്ഷ്യം!!

ഇത്തരം കാര്യങ്ങൾ ഗവൺമെന്റും പ്ലാനിങ്ങ് കമ്മീഷനും കൈക്കൊള്ളുന്ന അവഗണനാ മനോഭാവത്തെ അപലപിച്ചുകൊണ്ട് കമ്മിറ്റി അഭിപ്രായപ്പെട്ടത് ഇങ്ങനെയാണ്:

> രണ്ടാം പഞ്ചവത്സരപദ്ധതിയുടെ അവസാനഘട്ടത്തിലോ, മൂന്നാം പദ്ധതിയുടെ പ്രാരംഭഘട്ടത്തിലോതന്നെ രണ്ടാം കപ്പൽനിർമാണ കേന്ദ്രത്തിന്റെ പ്രവർത്തനം ആരംഭിക്കുകയെന്നത് എത്രയും അടിയന്തിരാവശ്യമാണ്. കപ്പൽ നിർമാണകേന്ദ്രത്തിനുവേണ്ട സ്ഥലം തെരഞ്ഞെടുക്കുക, മറ്റു പരിശോധനകളും സർവേകളും നടത്തുക എന്നിവ ഒട്ടും കാലതാമസമില്ലാതെ നടത്തേണ്ടതാണ്.

ഇന്ത്യക്ക് സ്വന്തമായ കപ്പൽ നിർമാണകേന്ദ്രങ്ങൾ സ്ഥാപിക്കാൻ ഏറ്റവും അടിയന്തരമായ നടപടികൾ എടുക്കേണ്ടത് ആവശ്യമാണെന്ന സംഗതി മേൽപ്പറഞ്ഞ വിദഗ്ധന്മാരുടെ അഭിപ്രായങ്ങളിൽനിന്ന് പകൽവെളിച്ചംപോലെ വ്യക്തമാകുന്ന ഒരു പരമാർഥമാണല്ലോ. കപ്പൽ നിർമാണകേന്ദ്രത്തിനുവേണ്ടി തങ്ങൾ പരിശോധിച്ച 19 സ്ഥലങ്ങളിൽ ഏറ്റവും പറ്റിയ സ്ഥലമാണ് കൊച്ചി എന്ന് ഇന്ത്യയിൽ പരീക്ഷണം നടത്തിയ ബ്രിട്ടീഷ് വിദഗ്ധസംഘത്തിന്റെ അഭിപ്രായം ഉദ്ധരിച്ചുകൊണ്ട്, രണ്ടാം കപ്പൽനിർമാണകേന്ദ്രം കൊച്ചിയിൽത്തന്നെ സ്ഥാപിക്കുന്നതാണെന്ന് ട്രാൻസ്പോർട്-കമ്യൂണിക്കേഷൻസ് മന്ത്രി ഡോ. സുബ്ബരായൻ കഴിഞ്ഞ നവംബറിൽപോലും പ്രസ്താവിച്ചു എന്നത് പ്രത്യേകം പ്രാധാന്യമർഹിക്കുന്നു.

(*ദേശാഭിമാനി,* 1960 ഏപ്രിൽ 1)

18

കേരളത്തെ അവഗണിക്കുകയോ?

കേരളത്തിൽ സ്ഥാപിക്കാനുദ്ദേശിക്കുന്ന കപ്പൽനിർമാണകേന്ദ്രത്തെപ്പറ്റി ഇന്നലെ എഴുതിയിരുന്നല്ലോ.

തിരശീലയ്ക്ക് പിന്നിൽ ഒടുങ്ങാത്ത ചരടുവലികൾ നടക്കുന്നുണ്ടായിരുന്നു. നിർദിഷ്ടമായ കപ്പൽനിർമാണകേന്ദ്രം കൊച്ചിയിൽ സ്ഥാപിക്കുന്നത് ഉപേക്ഷിക്കുമെന്ന കഥകേട്ട് ഞങ്ങൾ അത്ഭുതപ്പെട്ടുപോയി.

ഈ കഥയിലെന്തെങ്കിലും സത്യമുണ്ടോ എന്നന്വേഷിക്കാൻ പാർലമെന്റിൽ ഞങ്ങൾ പലരും എഴുന്നേറ്റുനിന്നു. ഇത് സംബന്ധിച്ചുള്ള ഞങ്ങളുടെ ഉൽക്കണ്ഠ പ്രകടിപ്പിച്ചുകൊണ്ട് ഞാനൊരു പ്രസ്താവന ചെയ്യുക തന്നെയുണ്ടായി.

ഏതായാലും നവംബർ 26ന് ഗതാഗതമന്ത്രി ഡോ. സുബ്ബരായൻ ലോകസഭയിൽ ചെയ്ത പ്രസ്താവനയിൽ ഇങ്ങനെ പറഞ്ഞിരുന്നു:

> ഇന്ത്യാ ഗവൺമെന്റ് റിപ്പോർട്ട് കൂലങ്കഷമായി പഠിച്ചശേഷം മണ്ണു പരിശോധനയുടെ ഫലം തൃപ്തികരമാണെന്ന് കാണുകയാണെങ്കിൽ ബ്രിട്ടീഷ് സംഘത്തിന്റെ ശുപാർശപ്രകാരം രണ്ടാം കപ്പൽനിർമാണകേന്ദ്രം കൊച്ചിയിൽ തന്നെ സ്ഥാപിക്കണമെന്ന് തീരുമാനിച്ചിട്ടുണ്ട്.

> കേരളത്തിലെ ശുദ്ധാത്മാക്കളായ ജനങ്ങൾ, പ്രത്യേകിച്ച് സാധാരണക്കാർ, ബഹുമാനപ്പെട്ട മന്ത്രിയുടെ വാക്കുകൾ സന്തോഷത്തോടെ വിഴുങ്ങിയിരിക്കണം. പക്ഷേ ഫലമെന്തായിരുന്നു?

> കഥകൾ വീണ്ടും പൊട്ടിപ്പുറപ്പെട്ടു; കപ്പൽനിർമാണകേന്ദ്രം കൊച്ചിയിൽനിന്ന് മറ്റെവിടേക്കോ എടുത്തുമാറ്റുകയോ സാമ്പത്തികവിഷമതകൾ കാരണം വേണ്ടെന്നുവയ്ക്കുകയോ ചെയ്യാൻ പോകുന്നു എന്നുള്ളതായിരുന്നു അത്.

ഈ പുതിയ നീക്കത്തിനെതിരെ പാർലമെന്റിൽ ശക്തിയായ ശബ്ദമുയർന്നു. ഇത് സംബന്ധിച്ച് മാർച്ച് 15ന് ചൊവ്വാഴ്ച ഞങ്ങളുന്നയിച്ച അടിയന്തരപ്രമേയം ചില സാങ്കേതിക കാരണങ്ങളാൽ തള്ളപ്പെട്ടുപോയി.

സ്പീക്കർ തന്റെ നിലപാട് ഇങ്ങനെ വിശദമാക്കി:

> എന്നാൽ ഗവൺമെന്റ് തങ്ങളുടെ തീരുമാനങ്ങൾ പുനഃപരിശോധിക്കുകയും സാമ്പത്തികസാധ്യതകൾ ഇല്ലെന്നുപറയുകയും ചെയ്യുന്നുവെങ്കിൽ ഇക്കാര്യം സഭയിൽ ചർച്ചചെയ്യപ്പെടേണ്ടതുണ്ട്.

ഈ ചൂടുപിടിച്ച സംഭവങ്ങളെത്തുടർന്ന് ഗതാഗതമന്ത്രി ഡോ. സുബ്ബരായൻ മാർച്ച് 18ന് വീണ്ടുമൊരു പ്രസ്താവനകൂടി ചെയ്തു. ഇത് നിരാശാജനകമായിരുന്നു എന്നു മാത്രമല്ല, ഇരട്ടത്താപ്പുനയത്തിന്റെ ഒരു പ്രഖ്യാപനം കൂടിയായിരുന്നു. "കൊച്ചിയിലെ രണ്ടാം കപ്പൽനിർമാണകേന്ദ്രത്തെ സംബന്ധിച്ചുള്ള തീരുമാനം അവസാനത്തേതും, അതിൽ പിൻവലിക്കലെന്ന പ്രശ്നമില്ലാത്തതുമാണ്" എന്ന പ്രസ്താവനയുടെ ആദ്യഭാഗം സ്വാഗതാർഹമാണെങ്കിലും രണ്ടാംഭാഗം, മുമ്പ് എന്തെല്ലാം ഉറപ്പുകൾ തന്നാലും ആ ഉറപ്പുകളെയെല്ലാം നിശ്ശേഷം തകർക്കുകയും ജനങ്ങളുടെ മനസിൽ ആശങ്ക ഉദിപ്പിക്കുകയും ചെയ്യുന്നതായിരുന്നു. പ്രസ്താവനയുടെ ആ ഭാഗം ഇങ്ങനെയാണ്:

> പ്രസ്തുത കാര്യം മന്ത്രാലയത്തിന്റെ മൂന്നാം പദ്ധതിയിൽ ഉൾപ്പെടുത്തിയിട്ടുണ്ട്. അത് പ്ലാനിങ്ങ് കമ്മീഷന്റെ പരിഗണനയിലാണ്. പ്ലാനിങ്ങ് കമ്മീഷന് ഓരോ പദ്ധതിയും അതിന്റേതായ മെച്ചങ്ങൾ പരിഗണിച്ച് ആഭ്യന്തരവും ബാഹ്യവുമായി കിട്ടാൻ സൗകര്യമുള്ള എല്ലാ വിഭവങ്ങളും കണക്കിലെടുത്തും അവയുടെ അടിയന്തരമായ മുൻഗണന തീരുമാനിക്കേണ്ടതുണ്ട്.

ഇതുകേട്ടാൽ കേരളത്തിലെ ഒരു സാധാരണക്കാരന് എന്തുതോന്നും? ഒരു കാര്യം പ്രത്യേകം ശ്രദ്ധിക്കണം. ഡസൻ കണക്കിന് കേന്ദ്രമന്ത്രിമാർ തിരഞ്ഞെടുപ്പുകാലത്ത് കേരളത്തിൽ വന്ന് കപ്പൽനിർമാണകേന്ദ്രം അടിയന്തരമായും കൊച്ചിയിൽ തന്നെ സ്ഥാപിക്കുന്നതാണെന്ന് ഉറപ്പുകൊടുക്കുന്നതിൽ ഒട്ടും പിശുക്ക് കാണിച്ചില്ല. എന്നാൽ തിരഞ്ഞെടുപ്പ് കഴിഞ്ഞപ്പോൾ വാക്ക് മാറുകയാണ്.

ഇതൊരു വഞ്ചനയല്ലേ? മന്ത്രിമാർ വീണ്ടും വീണ്ടും ശപഥം ചെയ്തു. അതേസമയം ജനങ്ങൾക്കെതിരായി തിരശീലയ്ക്ക് പിന്നിലുള്ള ചരടുവലി തുടർന്നുകൊണ്ടുപോവുകയും ചെയ്തു.

അധികാരികളുടെ മൃഗീയമായ ഈ വഞ്ചനക്കെതിരായി കേരളത്തിനകത്തും പുറത്തും ശക്തമായ പൊതുജനാഭിപ്രായം ഉയർന്നുവന്നിട്ടുണ്ടെന്ന സത്യം ഞാൻ കാണുന്നുണ്ട്. കേരളത്തിൽ പ്രകടനങ്ങളും പ്രതി

ഷേധങ്ങളും തുടർന്നുവരികയാണ്. ഇക്കാര്യം തുടർന്നുകൊണ്ടുപോകാൻ കേരള അസംബ്ലി സർവസമ്മതമായി തീരുമാനിച്ചിട്ടുണ്ട്. ഈ മൃഗീയമായ വഞ്ചനക്കെതിരായി കേരളത്തിലെ പിന്തിരിപ്പൻ പത്രങ്ങൾ പോലും പ്രതിഷേധസ്വരം ഉയർത്തിയിട്ടുണ്ട്.

ഇത് സംബന്ധിച്ച് *മദ്രാസ് മെയിൽ* എന്ന പത്രം ഇങ്ങനെ പറയുന്നു:

> രണ്ടാം കപ്പൽ നിർമാണകേന്ദ്രത്തെ സംബന്ധിച്ച് വാഗ്ദാനം കേരളത്തിലെ ജനങ്ങൾ അങ്ങേയറ്റത്തെ സുപ്രതീക്ഷ ഉണർത്തിവിട്ട സ്ഥിതിക്ക് അവരെ നിരാശപ്പെടുത്തുകയെന്നത് അന്യായവും രാഷ്ട്രീയമര്യാദക്ക് വിരുദ്ധവുമായിരിക്കും.

പത്രം തുടരുന്നു:

> കൊല്ലം തോറും വാണിജ്യാവശ്യങ്ങൾക്കായി ഇന്ത്യ വിദേശകമ്പനികൾക്ക് നൽകുന്ന ഷിപ്പിങ്ങ് ചെലവ് 150 കോടി ക രക്ഷപ്പെടുത്താൻ കഴിയണമെന്നത് നമ്മുടെ ആവശ്യമായിരിക്കെ, ഗവൺമെന്റ് മുൻ തീരുമാനത്തിൽത്തന്നെ ഉറച്ചു നിൽക്കേണ്ടിയിരിക്കുന്നു.

പ്ലാനിങ്ങ് കമ്മീഷന്റെ ഈ സമീപനത്തെ *മാതൃഭൂമി*യും നിശിതമായി വിമർശിച്ചിട്ടുണ്ട്. *മാതൃഭൂമി*യുടെ മുഖപ്രസംഗത്തിൽ ഇങ്ങനെ പറയുന്നു:

> നമ്മുടെ ശബ്ദം അങ്ങകലെ ദൽഹിയിലുള്ള അധികൃതരുടെ കാതുകളിൽ മുഴങ്ങണം. ഈ അവഗണനയ്ക്കെതിരായി കേരളത്തിലെ ജനങ്ങൾ ഒരൊറ്റക്കെട്ടായി നിന്നു പൊരുതണം. നമ്മുടെ എല്ലാ 'അലർച്ച'കളെയും പ്രതിഷേധങ്ങളെയും അവർ അവഗണിക്കുകയാണ്. പൊതുമേഖലയ്ക്ക് പദ്ധതിയിൽ നീക്കിവെച്ച സംഖ്യയുടെ ഒരു ശതമാനംപോലും കേരളത്തിനു ലഭിക്കുന്നില്ലെന്നാണ് കണക്കുകൾ തെളിയിക്കുന്നത്.

കേരളത്തിൽ ഒരു ഔഷധനിർമാണ പ്ലാന്റ് സ്ഥാപിക്കുന്നത് സംബന്ധിച്ച് ഒരു നിർദേശമുണ്ടായിരുന്നു. ഔഷധസസ്യങ്ങൾക്ക് പ്രസിദ്ധമായ ഒരു പ്രദേശമാണ് കേരളം. പ്രസ്തുത പ്ലാന്റ് സ്ഥാപിക്കുന്നത് സംബന്ധിച്ച് പരിശോധനകൾ നടത്തുന്നതിന് ഒരു സോവിയറ്റ് വിദഗ്ധസംഘവും ഇവിടെ വരികയുണ്ടായി. അവർ തങ്ങളുടെ റിപ്പോർട്ട് സമർപ്പിച്ചു കഴിഞ്ഞു. ഈ പ്ലാന്റും നമുക്ക് നഷ്ടപ്പെടാൻ പോകുന്നുവെന്ന ആശങ്കയ്ക്കിടം നൽകുന്ന വിവരങ്ങളാണ് ഇപ്പോൾ കിട്ടിക്കൊണ്ടിരിക്കുന്നത്. മാർച്ച് 19ന് നടന്ന നാഷണൽ ഡവലപ്മെന്റ് കൗൺസിൽ യോഗത്തിൽ പ്രസ്തുത പ്ലാന്റ് തന്റെ സ്റ്റേറ്റിന് കിട്ടണമെന്ന് ഒരു മുഖ്യമന്ത്രി ശക്തിയായി വാദിച്ചിരുന്നുവെന്ന് വിശ്വാസയോഗ്യമായ വൃത്തങ്ങളിൽ നിന്നറി

യുന്നു. അതും നമുക്ക് നഷ്ടപ്പെടാൻ പോവുകയാണോ?

കേരളം അങ്ങേയറ്റം അവഗണിക്കപ്പെട്ടിരിക്കുകയാണെന്നതാണ് പരമാർഥം. നമ്മുടെ ഓരോ ആവശ്യങ്ങൾ ഉന്നയിക്കുമ്പോഴും– അവയിൽ പലതും ദീർഘകാലമായി ആവശ്യപ്പെട്ടുകൊണ്ടിരിക്കുന്നതാണ്; ഉദാഹരണത്തിന്, കോഴിക്കോട് ഒരു വിമാനത്താവളം നിർമിക്കുന്ന കാര്യം– 'പണമില്ല' എന്ന ഒരേ പല്ലവിതന്നെ ആവർത്തിക്കുകയാണ് അധികൃതർ. നമ്മുടെ നേർക്ക് ഈ ഒഴികഴിവ് ഉപയോഗിക്കുന്ന അതേസമയംതന്നെ മറ്റു സ്റ്റേറ്റുകളിൽ വിമാനത്താവളങ്ങൾ നിർമിക്കപ്പെടുന്നുണ്ട്. എന്തിനേറെ? കേരളത്തിൽ വരാപ്പുഴ പദ്ധതി; കേന്ദ്ര ഫിഷറീസ് ഇൻസ്റ്റിറ്റ്യൂട്ട് – എല്ലാം തന്നെ അവഗണിക്കപ്പെട്ടിരിക്കുകയാണ്.

നമ്മളും നികുതി അടക്കുന്നില്ലേ? കേരളത്തിന്റെ അമൂല്യവിഭവങ്ങളായ കുരുമുളക്, ഇഞ്ചി, കശുവണ്ടി തുടങ്ങിയവയുടെ കയറ്റുമതി വഴി കൊല്ലം തോറും ഗണ്യമായ ഒരു സംഖ്യ വിദേശനാണയമായി നാമും നേടിക്കൊടുക്കുന്നില്ലേ?

ഇത്തരം വഞ്ചനകൾക്കെതിരായി, ഇത്തരം അനീതികൾക്കെതിരായി സന്ധിയില്ലാത്ത പ്രക്ഷോഭം സംഘടിപ്പിക്കുകയെന്നത് അവഗണിക്കപ്പെട്ടുകിടക്കുന്ന ഈ സ്റ്റേറ്റിലെ എല്ലാ ജനങ്ങളുടെയും ചുമതലയാണ്.

(*ദേശാഭിമാനി*, 1960 ഏപ്രിൽ 2)

19

മൂന്നാം പദ്ധതിയും കേരളവും

കേരളത്തിലെ, പ്രത്യേകിച്ച് പാലക്കാട്ടെ, എല്ലാ ഇരുമ്പുവ്യവസായശാലകളും ഒരു മാസത്തിനകം പൂട്ടിയിടും. കുമാർ ഇൻഡസ്ട്രീസ് ഒരാഴ്ചക്കകം പൂട്ടാൻ പോകുന്നുവെന്നതാണ് വാർത്ത. കേരളത്തിന് അനുവദിച്ച ഇരുമ്പുക്വാട്ടയുടെ പകുതിപോലും ഇവിടെ കിട്ടിയിട്ടില്ല.

മൂന്നാം പദ്ധതിയിൽ ഉൾപ്പെടുമെന്ന് തീർച്ചയായതും കേന്ദ്രവിദ്യുച്ഛക്തി കമ്മീഷന്റെ ശുപാർശ ലഭിച്ചതുമായ പമ്പ–ഇടുക്കി പദ്ധതികളുടെ പണി പറമ്പിക്കുളം നദീജലത്തർക്കത്തിന്റെ പരിഹാരത്തിനുശേഷം പരിഗണിച്ചാൽ മതിയെന്ന് പ്ലാനിങ്ങ് കമ്മീഷൻ അഭിപ്രായപ്പെട്ടിട്ടുള്ളതായി അറിയുന്നു. പറമ്പിക്കുളം പ്രശ്നവും മറ്റു പദ്ധതികളും തമ്മിൽ ബന്ധമില്ലെന്നും അവ വെവ്വേറെ കാര്യങ്ങളാണെന്നും പ്ലാനിങ്ങ് കമ്മീഷൻ പറഞ്ഞിട്ടുണ്ടെങ്കിലും ഇപ്പോൾ കമ്മീഷൻ ഈ പ്രധാന പദ്ധതികളെ നോക്കിക്കാണുന്നത് ഇപ്രകാരമാണ്. പ്ലാനിങ്ങ് കമ്മീഷന്റെ ഈ നിലപാട് കേരളത്തിനെ സാരമായി ബാധിക്കും.

ഒന്നും രണ്ടും പദ്ധതികളിൽ ഉണ്ടായ അവഗണയുടെയും വൈഷമ്യങ്ങളുടെയും വേദനയ്ക്കുപുറമെ ൩ാം പദ്ധതിയിൽ വിശേഷിച്ചൊന്നും നമുക്ക് കിട്ടാൻപോകുന്നില്ലെന്നുള്ള അതിവേദനാജനകമായ വർത്തമാനത്തിന്റെ ഇടയിലാണ് മേൽചേർത്ത വർത്തമാനങ്ങൾ പത്രത്തിൽ വായിക്കാൻ ഇടയായത്. ഇത് കേരളീയരെ തട്ടിയുണർത്തുമെന്നതിൽ സംശയമില്ല. അഭിമാനവും രാജ്യസ്നേഹവുമുള്ള കേരളീയരെയെല്ലാം ഈ വാർത്ത മോഹാലസ്യപ്പെടുത്തുമെന്നുള്ളതിന് സംശയമില്ല.

വ്യവസായമെന്നു വിളിക്കത്തക്ക വൻവ്യവസായങ്ങളോ ഘനവ്യവസായങ്ങളോ കേരളത്തിലില്ല. വ്യവസായങ്ങളെന്ന് പറയപ്പെടുന്നതായി

ഇവിടെയുള്ളത് കയർവ്യവസായവും കശുവണ്ടിവ്യവസായവുമാണ്. കയർവ്യവസായത്തിന്റെ എല്ലാവശങ്ങളിലും കൂടി ഒരുലക്ഷം ആളുകളാണ് ജോലി ചെയ്യുന്നത്. ഈ വ്യവസായത്തിന് ക്ഷീണം ബാധിച്ചിട്ട് വളരെക്കാലമായി. ഈ വ്യവസായത്തിൽ ജോലിചെയ്യുന്നവർക്ക് ആറു മാസം മുഴുവൻ ജോലിയുണ്ടാകില്ലെന്നു മാത്രമല്ല, വ്യവസായത്തിന്റെ തളർച്ചകൊണ്ടും കൊല്ലംതോറും അതിനുണ്ടായിക്കൊണ്ടിരിക്കുന്ന പുറം മത്സരംകൊണ്ടും തൊഴിലാളികൾക്ക് കിട്ടുന്ന കൂലി വളരെ കുറവാണ്. ഇന്തോനേഷ്യ മുതലായ രാജ്യങ്ങളിൽ കയർ ഉൽപ്പാദനം വർധിച്ചതുകൊണ്ടും കയറിനുതന്നെയും വിലകുറഞ്ഞുതുകൊണ്ടും പിരിച്ചുവിടലും കൂലിക്കുറവും ഈ വ്യവസായത്തിൽ ദൈനംദിനം തുടർന്നുകൊണ്ടിരിക്കുകയാണ്. ഈ വ്യവസായത്തിനെയെങ്കിലും പിടിച്ചുനിർത്തി ഘന വ്യവസായങ്ങൾ തുടങ്ങി കുറെ ആളുകൾക്ക് അതിൽ ജോലി കൊടുക്കുന്നതുവരെ ഈ തൊഴിലാളികളെ രക്ഷിക്കുക എന്നുള്ളതാണ് ഇന്നത്തെ പ്രധാന കർത്തവ്യം. തൊഴിലില്ലായ്മയും പട്ടിണിയും കേരളത്തിൽ ഇനിയും വർധിക്കാതിരിക്കണമെങ്കിൽ മൂന്നാം പഞ്ചവത്സരപദ്ധതിയിലെങ്കിലും കപ്പൽ നിർമാണകേന്ദ്രത്തിനു പുറമെ രണ്ടുമൂന്നു ഘന വ്യവസായങ്ങളെങ്കിലും പൊതുമേഖലയിൽ കിട്ടണമെന്നു പറയുന്നത് ഈ അടിസ്ഥാനത്തിൽ തന്നെയാണ്. രണ്ടാം പഞ്ചവത്സരപദ്ധതിക്കാലത്ത് കേരളത്തിൽ കേന്ദ്രം തുടങ്ങിയ വ്യവസായങ്ങൾ രണ്ടേ രണ്ടാണ്. 800 കോടിയിൽ അരക്കോടി മാത്രമാണ് നമുക്ക് ലഭിച്ചത്. ഈ രണ്ടു വ്യവസായത്തിലും കൂടി ജോലിചെയ്യുന്നവരാണെങ്കിൽ 1000 ത്തിൽ കൂടുതലില്ല.

ഈ വ്യവസായങ്ങൾക്ക് കഴിയുന്നത്ര സഹായം കേന്ദ്രഗവൺമെന്റും സ്റ്റേറ്റ് ഗവൺമെന്റും ചെയ്താലല്ലാതെ തൊഴിലില്ലായ്മയ്ക്ക് ഒരു ചെറിയ പരിഹാരമെങ്കിലും ഉണ്ടാക്കാൻ സാധ്യമല്ല.

സ്വകാര്യമേഖലയിൽ വ്യവസായങ്ങൾ തുടങ്ങുന്നതിനുപോലും കേന്ദ്രഗവൺമെന്റിന്റെ സമീപനരീതി കേരളത്തിനോട് നീതി പുലർത്തുന്നില്ല എന്നു പറയേണ്ടിയിരിക്കുന്നു. സ്വകാര്യ ഉടമയിലുള്ള വിപുലമായ വ്യവസായിക പ്രവർത്തനങ്ങൾ ഇല്ലാത്ത ഒരു സംസ്ഥാനമായിരുന്നു നമ്മുടേതെങ്കിൽ കേന്ദ്രഗവൺമെന്റ് നേരിട്ടു നടത്തുന്ന പൊതുമേഖലാ വ്യവസായങ്ങളിൽ വളരെ കുറഞ്ഞ ഒരോഹരി കേരളത്തിന് കിട്ടുന്നതിൽ പരിഭവിക്കാനുണ്ടായിരുന്നില്ല. എന്നാൽ ഇന്നത്തെ കേരളത്തിലെ സ്വകാര്യമേഖലാ വ്യവസായങ്ങളുടെ സ്ഥിതി എന്താണ്? കമ്യൂണിസ്റ്റുകാരുടെയും തൊഴിലാളികളുടെയും കുഴപ്പമുണ്ടെന്ന് പറഞ്ഞുപരത്തി പുറമെയുള്ള സ്വകാര്യവ്യവസായ ഉടമകളെ ഇങ്ങോട്ട് വരുത്താതിരിക്കാൻ കുറെക്കാലമായി ചില സ്ഥാപിത താൽപ്പര്യക്കാർ പരിശ്രമിക്കുന്നുണ്ട്. അതിന്റെ ഫലം കേരളത്തിന് ആപത്താണ്; വ്യവസായം വരുന്നതോടുകൂടി തൊഴിലാളികളും മുതലാളിമാരും ചേർന്ന് വ്യവസായ സമാധാനം സ്ഥാപിക്കാൻ ശ്രമിക്കേണ്ടതും ശ്രമിച്ചാൽ സാധിക്കുന്നതുമാണ്.

എന്നാൽ ഇന്നും കേരളത്തിന്റെ പുറമെനിന്ന് വ്യവസായികൾ ഇവിടെവന്ന് വ്യവസായങ്ങൾ തുടങ്ങാൻ ശ്രമിക്കുന്നുണ്ട്. ഈയിടെ കോയമ്പത്തൂരിലുള്ള ഒരു വലിയ ടെക്സ്റ്റൈൽ മുതലാളി കേരളത്തിൽ തിരുവനന്തപുരത്തോ പാലക്കാടോ ഒരു സ്പിന്നിങ്ങ് മിൽ തുടങ്ങാൻ തയാറുണ്ടെന്നും അതിനുവേണ്ടുന്ന പ്രോത്സാഹനം കേന്ദ്രഗവൺമെന്റിൽ നിന്നു കിട്ടണമെന്നും അഭ്യർഥിച്ചുകൊണ്ട് അയച്ച കത്തിന്റെ കോപ്പി എനിക്കു കിട്ടി. എന്നാൽ കേരളത്തിൽ വ്യവസായങ്ങൾ തുടങ്ങാൻ സ്വകാര്യ വ്യവസായികൾക്ക് ലൈസൻസ് കൊടുക്കുന്ന കാര്യത്തിലും കേന്ദ്രഗവൺമെന്റ് വൈമനസ്യം കാണിക്കുന്നുണ്ടെന്ന് താഴെ പറയുന്ന കണക്കുകൊണ്ട് തെളിയുന്നതാണ്.

കേന്ദ്രഗവൺമെന്റ് 1956 ഒക്ടോബർ 1 മുതൽ മാർച്ച് 31 വരെയായി പുതിയ വ്യവസായങ്ങൾ തുടങ്ങുന്നതിന് ആകെ 687 ലൈസൻസുകൾ നൽകി. ഇവയിൽ 181 എണ്ണം മുംബൈയിലും 143 എണ്ണം പശ്ചിമബംഗാളിലുമായി കേന്ദ്രീകരിക്കപ്പെട്ടിരിക്കുകയാണ്. ചെന്നൈയിൽ തൊണ്ണൂറ്റിരണ്ടും ഉത്തർപ്രദേശിൽ എഴുപത്തഞ്ചും പഞ്ചാബിൽ നാൽപ്പത്തിമൂന്നും ബീഹാറിൽ ഇരുപത്തെട്ടും മധ്യപ്രദേശിൽ ഇരുപത്തിനാലും ആന്ധ്രയിൽ ഇരുപതും ലൈസൻസുകൾ നൽകപ്പെട്ടു. ഒരു നഗരവും അതിന്റെ പ്രാന്തപ്രദേശങ്ങളും മാത്രം ഉൾക്കൊള്ളുന്ന ദില്ലിക്കുപോലും പതിനാറ് പുതിയ വ്യവസായ സംരംഭങ്ങൾ ആരംഭിക്കുന്നതിനുള്ള ലൈസൻസുകൾ കിട്ടി. കേരളത്തിനാകട്ടെ ആകെ കിട്ടിയ ലൈസൻസുകളുടെ എണ്ണം 19 ആയിരുന്നു. ലൈസൻസിന് ആവശ്യപ്പെടാത്തതുകൊണ്ടല്ല, ആവശ്യപ്പെട്ട പലർക്കും നിഷേധിച്ചിട്ടുണ്ട്. കേരളത്തിന്റെ പ്രത്യേക പരിതഃസ്ഥിതികളിൽ ഇവിടെ വ്യവസായങ്ങൾ ആരംഭിക്കുന്നതിന് ഗവൺമെന്റിന്റെ പരിപൂർണ സഹകരണവും കാര്യമായ ധനസഹായവുമില്ലാതെ സാധ്യമല്ല. ഗവൺമെന്റുസഹായവും പ്രോത്സാഹനവും രണ്ടുതരത്തിലാണ് വേണ്ടത്. ഒന്ന്, ഗവൺമെന്റുതന്നെ പുതിയ വ്യവസായങ്ങൾക്ക് വേണ്ട പ്രവർത്തനങ്ങൾ നടത്തി സ്ഥാപനങ്ങളെ സ്വയം പര്യാപ്തതയിലെത്തിക്കുകയും അവയെ സ്വകാര്യ ഉടമകളുടെ മേൽനോട്ടത്തിന് വിടുകയും ചെയ്യുക; രണ്ട്, സ്വകാര്യ ഉടമകൾ തുടങ്ങുന്ന വ്യവസായങ്ങൾക്ക് കാര്യമായ ധനസഹായം ഓഹരികളിലൂടെ നൽകുക. ഈ രണ്ടാമത് പറഞ്ഞ മാർഗത്തിലൂടെയാണ് ആലുവയിലെ പ്രീമിയർ ടയർ ഫാക്ടറിയുടെ ഉടമയുമായി സംസ്ഥാന ഗവൺമെന്റ് നടത്തിയ ഉടമ്പടിയും അതിന്റെ ഫലമായി അവിടെ സ്ഥാപിക്കപ്പെട്ട സ്ഥാപനവും.

വ്യവസായവൽക്കരണം, വിളവർധനവ് എന്നിങ്ങനെ രണ്ടുതരത്തിൽ നാടിന്റെ പുരോഗതിക്ക് സഹായം നൽകുന്നവയാണ് വിദ്യുച്ഛക്തി-ജലസേചന പദ്ധതികൾ. കേരളത്തിന്റെ അഭിവൃദ്ധിക്ക് വ്യവസായങ്ങളുടെ വളർച്ചയും ഭക്ഷ്യക്കമ്മി നികത്തലും എത്രയും പ്രാധാന്യമേറിയതാണെന്ന് പ്രത്യേകം പറയേണ്ടതുമില്ല. ലോകപ്രസിദ്ധമായ പല പദ്ധതികളും ഈ ഇനത്തിൽ ഇന്ത്യയിൽ നിർമിതമായിട്ടുണ്ട്. കേന്ദ്രം കാര്യമായി ധനസഹായം നൽകിയിട്ടോ, അഥവാ ചെലവുതുക മുഴുവനും

കേന്ദ്രഗവൺമെന്റ് സഹായധനമായി നൽകിയിട്ട് സ്റ്റേറ്റ് ഗവൺമെന്റുകൾ നടപ്പിൽ വരുത്തിയിട്ടോ ഉള്ളവയാണ് വൻകിട പദ്ധതികളെല്ലാം തന്നെ.

ഉത്തർപ്രദേശിലെ റിഹജ് പദ്ധതി, ഗംഗാബാരേജ് എന്നിവ; ഉത്തർപ്രദേശിലും ബീഹാറിലും ആയുള്ള കോസി പദ്ധതി; പശ്ചിമബംഗാളിലെ ദാമോദർവാലി, കാർ പ്ലാന്റേഷൻ ടിസ്റ്റാ അണക്കെട്ട് എന്നിവ; ഒറീസയിലെ ഹിരാക്കുഡ് പദ്ധതി; പഞ്ചാബിലെ ഭക്രാ-നംഗൽ പദ്ധതി; ആന്ധ്രാസംസ്ഥാനത്തിലെ നാഗാർജുന സാഗർ പദ്ധതി; ആന്ധ്രയിലും മൈസൂറിലുമുള്ള തുംഗഭദ്രാപദ്ധതി; ചെന്നൈയിലെ കുന്താപദ്ധതി; രാജസ്ഥാനിലെ രാജസ്ഥാൻ കനാൽ; രാജസ്ഥാനിലും മധ്യപ്രദേശിലുമായുള്ള ചമ്പാൽ പദ്ധതി; മുംബൈയിലെ കൊയ്നാപദ്ധതി- ഈ വൻകിട പദ്ധതികൾ ഇങ്ങനെയുള്ളവയാണ്. ഈ പട്ടികയിൽനിന്ന് ഒരു കാര്യം വ്യക്തം. കേരളത്തിൽ വിദ്യുച്ഛക്തി ഉൽപ്പാദനത്തിന് പറ്റിയ സ്ഥലം ധാരാളം ഉണ്ടെങ്കിലും അവയെ മെരുക്കുന്നതിനും ഉപയോഗിക്കുന്നതിനും കേന്ദ്രഗവൺമെന്റിന് താൽപ്പര്യമില്ല. പമ്പ-ഇടുക്കി പദ്ധതികളുടെ ചരിത്രം അതാണ് വിളിച്ചുപറയുന്നത്. പറമ്പിക്കുളം കാര്യം തീരുമാനിച്ചാൽ മാത്രമേ പമ്പ-ഇടുക്കി പദ്ധതികൾ തുടങ്ങുകയുള്ളു എന്നത് കേരളീയരുടെ അഭിമാനത്തെയും കെൽപ്പിനെയും വെല്ലുവിളിക്കുന്ന ഒന്നാണ്. കേരളത്തിൽ വിദ്യുച്ഛക്തിക്കമ്മി ഉടനെ ഉണ്ടാകാൻ പോവുകയാണ്. അങ്ങനെ വന്നാൽ ഇന്നുള്ള വ്യവസായങ്ങളും നശിക്കും.

ജലസേചനപദ്ധതികൾക്കായി രണ്ടാം പദ്ധതിക്കാലത്ത് മുംബൈ സംസ്ഥാനത്തിന് നീക്കിവച്ച തുക 138 കോടി 87 ലക്ഷം ക. യാണ്. ബീഹാറിൽ അതേ കാലഘട്ടത്തിൽ ആരംഭിച്ച പദ്ധതികളുടെ മതിപ്പു ചെലവ് 62 കോടി 90 ലക്ഷം ക. യും ഉത്തർപ്രദേശിലേത് 38 കോടി 36 ലക്ഷം ക യുമാണ്. ചെന്നൈ സംസ്ഥാനത്തിന് 35 കോടി 52 ലക്ഷം ക യും മധ്യപ്രദേശിന് 31 കോടി 66 ലക്ഷം ക.യും രണ്ടാം പദ്ധിക്കാലത്തെ ജലസേചന പ്രവർത്തനങ്ങൾക്കായി വക കണ്ടിട്ടുണ്ട്. അതേകാലത്ത് പശ്ചിമബംഗാളിന് 26 കോടി 27 ലക്ഷം ക. യും ആന്ധ്രാ സംസ്ഥാനത്തിന് 17 കോടി 85 ലക്ഷം ക യും മൈസൂറിന് 16കോടി 61 ലക്ഷം ക യും രാജസ്ഥാന് 14 കോടി 71 ലക്ഷം ക.യും വകയിരുത്തിയതായി കാണുന്നു.

ഒരു മിച്ചസംസ്ഥാനമായ ഒറീസക്കുപോലും 6 കോടി 17 ലക്ഷം ക വക കണ്ടപ്പോൾ രണ്ടാംപദ്ധതിക്കാലത്തേക്ക് കേരളത്തിന് ലഭിച്ച തുക കേവലം 6 കോടി 12 ലക്ഷം ക. മാത്രമാണ്. ഇത് മതിപ്പുതുകയാണ്. കേരളത്തിന് ജലസേചനപദ്ധതികളുടെ ഇനത്തിൽ കൊള്ളിച്ചിരുന്ന 6 കോടി 12 ലക്ഷം ക.യിൽ വളരെ കുറഞ്ഞ ഒരു സംഖ്യ മാത്രമേ ചെലവാക്കപ്പെടുകയുള്ളൂ എന്നനുമാനിക്കുന്നതിൽ തെറ്റുണ്ടെന്നു തോന്നുന്നില്ല. ഏതാനും ആഴ്ചകൾക്കു മുമ്പ് നടന്ന സ്റ്റേറ്റിലെ കളക്ടർമാരുടെ കോൺഫറൻസ് ഉദ്ഘാടനം ചെയ്തുകൊണ്ട് ഗവർണർ ഡോ. ബി രാമകൃഷ്ണറാവു പറഞ്ഞു:

പൊതുവെയുള്ള ആവലാതികൊണ്ട് കാര്യമില്ല. കേരളത്തിനെതിരായി കേന്ദ്രം വിവേചനം കാണിക്കുന്നുവെന്നു പറഞ്ഞതുകൊണ്ടായില്ല. പ്രത്യേക പദ്ധതികളുടെ വിശദാംശങ്ങൾ തയാറാക്കി. കേന്ദ്രത്തിന്റെ മുമ്പിൽ ധനസഹായത്തിനുവേണ്ടി സമർപ്പിക്കുകയാണ് വേണ്ടത്.

എന്നാൽ നമ്മുടെ അനുഭവം അതല്ല, പമ്പ, ഇടുക്കി, സൈലന്റ് വാലി എന്നിങ്ങനെ എത്രയോ പദ്ധതികളുടെ മുഴുവൻ വിശദാംശങ്ങൾ തയാറാക്കി നമ്മുടെ എഞ്ചിനീയർമാർ കേന്ദ്രത്തിന്റെ പടിവാതിൽക്കൽ കാത്തുനിന്നിട്ടുണ്ട്. ഇവയ്ക്ക് സഹായം നൽകുന്നതിനുപകരം കേരളമേറ്റെടുത്ത ഷോളയാർ മുതലായ പദ്ധതികളുടെ മുമ്പിൽ ചെന്നെ വെള്ളത്തർക്കമെന്ന കീറാമുട്ടികൾ വലിച്ചിട്ട് അവയുടെ നിർമാണത്തിനുപോലും തടസമുണ്ടാക്കുകയാണ് കേന്ദ്രം.

ഗതാഗത വികസനകാര്യത്തിലും അവഗണന ബാക്കിതന്നെ. പദ്ധതിയുടെ ആദ്യത്തെ നാല് വർഷങ്ങളിലായി 12 കോടി 11.40 ലക്ഷം ക ചെലവാക്കിയതിൽ കേരളത്തിന് ലഭിച്ചത് 67.67 ലക്ഷം ക ആയിരുന്നു. അതേസമയം ഉത്തർപ്രദേശിന് 1 കോടി 95 ലക്ഷം ക.യും മുംബൈക്ക് 1 കോടി 83 ലക്ഷം ക യും ലഭിച്ചു. ജമ്മു കാശ്മീരിന് 57–58, 58–59, 59–60 എന്നീ മൂന്നുവർഷങ്ങളിൽ മാത്രമായി കേരളത്തിന് ലഭിച്ചതിലും കൂടുതൽ തുക കിട്ടി. ജലഗതാഗതസൗകര്യങ്ങൾ ഇന്ത്യയിൽവെച്ച് ഏറ്റവും കൂടുതലുള്ള സംസ്ഥാനമാണ് കേരളം. പക്ഷേ, കേന്ദ്ര ഗവൺമെന്റ് ജലഗതാഗതത്തിനായി ഗ്രാന്റുകളോ കടങ്ങളോ നൽകാറില്ല. ആ നിലയ്ക്ക് ഈ ഇനത്തിൽ മറ്റ് സംസ്ഥാന ഗവൺമെന്റുകളോ കേരളമോ ഒന്നും പ്രതീക്ഷിക്കാൻ വഴിയില്ല. എന്നാൽ ഇക്കാര്യത്തിലും കേന്ദ്രഗവൺ മെന്റിന്റെ പക്ഷപാതം കാണാം. മറ്റാർക്കും നൽകാത്ത ഗ്രാന്റ് ഗംഗാ–ബ്രഹ്മപുത്രാ വാട്ടർ ട്രാൻസ്പോർട്ട് ബോർഡിന് അവർ നൽകുകയുണ്ടായി. ഈ ഇനത്തിൽ പദ്ധതികളുടെ ആദ്യ മൂന്നുവർഷങ്ങളിൽ 7.32ക. വക കൊടുക്കുകയും പിന്നീടുള്ള മൂന്ന് വർഷങ്ങളിലേക്ക് 2.30 ലക്ഷം ക വക കാണുകയും ചെയ്തിട്ടുണ്ട്. പാണ്ഡുതുറമുഖത്തിന് നൽകുന്നതിനായി 59–60, 60–61 കാലങ്ങളിലേക്ക് നദീഗതാഗതത്തിന്റെ പേരിൽ 8 ലക്ഷം ക വക കൊള്ളിച്ചിരിക്കുന്നതായി കാണുന്നു. പക്ഷേ, കേരളത്തിന്റെ നദീഗതാഗതം വികസിപ്പിക്കുന്നതിനെക്കുറിച്ച് കേന്ദ്ര ഗവൺമെന്റിന് ആലോചിക്കാൻപോലും കഴിഞ്ഞിട്ടില്ല.

(*ദേശാഭിമാനി,* 1960 ജൂൺ 25)

20

കേരളത്തിന്റെ പ്രശ്നങ്ങൾ പാർലമെന്റിൽ

രാജസ്ഥാനിലെ ഒരു കൃഷിക്കാരന്റെ കത്തുകിട്ടി. പെനല എന്ന ആളുടെ മകൻ ആദിറാം എഴുതിയതാണ്. 1960 ഒക്ടോബർ 2ന് തന്റെ അച്ഛൻ വയലിൽ ജോലിചെയ്തുകൊണ്ടിരിക്കുന്ന അവസരത്തിൽ നാലാളുകൾ ലാത്തിയുമായി വന്ന് അച്ഛനെ ആക്രമിക്കാൻ ശ്രമിച്ചുവെന്നും അച്ഛൻ വയലിൽ കടക്കരുതെന്ന് പറഞ്ഞപ്പോഴാണ് അവർ ആക്രമിക്കാൻ ശ്രമിച്ചതെന്നും അച്ഛൻ ഓടി വീട്ടിൽ കയറി അഭയം പ്രാപിച്ചുവെന്നും ആ കത്തിൽ കാണിച്ചിട്ടുണ്ട്. വീട്ടിലെത്തിയ അച്ഛനെയും അച്ഛനെ രക്ഷിക്കാൻ ഓടിച്ചെന്ന അമ്മയെയും അവർ അടിച്ചു പരിക്കേൽപ്പിച്ചുവെന്നും രണ്ടുപേരെയും ആശുപത്രിയിൽ പ്രവേശിപ്പിച്ചുവെന്നും ഒരു ദിവസത്തിനുശേഷം അച്ഛൻ മരിച്ചുവെന്നും അധികൃതർ കേസ് പുഴ്ത്താൻ ശ്രമിക്കുന്നുവെന്നും അതുകൊണ്ട് എന്തെങ്കിലും ചെയ്യണമെന്നുമാണ് ആദിറാമിന്റെ അപേക്ഷ. ഇത്തര ത്തിലുള്ള ധാരാളം കത്തുകൾ ഇന്ത്യയുടെ പലഭാഗത്തുനിന്നും ദിവസേന വരുന്നു.

1947 മുതൽ ബാംഗ്ലൂരിൽ മിലിട്ടറിയിൽ ജോലി ചെയ്ത തന്നെ യാതൊരു കാരണവും കൂടാതെ പിരിച്ചുവിട്ടിരിക്കയാണെന്ന് ഒരു മലയാളി എഴുതുന്നു. താനും തന്റെ കുടുംബവും ഇപ്പോൾ പട്ടിണികിടക്കുകയാണെന്നും ഇതിന് വല്ലതും ഒരു പോംവഴി കാണണമെന്നും കോടതിയിൽ കേസുകൊടുക്കാൻ സഹായിക്കണമെന്നും അയാൾ അഭ്യർഥിച്ചിരിക്കുന്നു.

കോഷി ഒരു ബി എ ഓണേഴ്സുകാരനാണ്. ദുരിതപൂർണമായ തന്റെ ജീവിതകഥ വിവരിച്ചുകൊണ്ട് അദ്ദേഹം സുദീർഘമായ ഒരു ലേഖനം തന്നെ എഴുതി അയച്ചു.

മറ്റൊരാളുടെ കത്ത് രണ്ടാം കപ്പൽനിർമാണകേന്ദ്രം കൊച്ചിയിൽ സ്ഥാപിക്കുമ്പോൾ ഒരു സെക്യൂരിറ്റി ആപ്പീസറുടെയോ മറ്റോ ജോലി

കിട്ടുമോ എന്നന്വേഷിച്ച് അതിനുവേണ്ട സഹായം ചെയ്യണമെന്നാവശ്യപ്പെടുന്നതാണ്.

കക്കട്ടിൽ സൊസൈറ്റിക്കാരുടെ ഒരു കത്തുണ്ട്. റിസർവ് ബാങ്കിൽ നിന്നും കോ-ഓപ്പറേറ്റീവ് സൊസൈറ്റികൾക്ക് കടംകൊടുക്കുന്നതിൽ ചില നിബന്ധനകൾ ഏർപ്പെടുത്തിയതുമൂലം കൃഷിക്കാർ പല ബുദ്ധിമുട്ടുകളും നേരിടുന്നുണ്ടെന്നും ഇക്കാര്യം വേണ്ടപ്പെട്ടവരുടെ ശ്രദ്ധയിൽപ്പെടുത്തി നിവാരണമാർഗം ഉണ്ടാക്കണമെന്നുമാണ് വേറൊരു കത്ത്. ഇത്തരത്തിലുള്ള നാലഞ്ച് കത്തുകൾ മറ്റുചില സൊസൈറ്റികളിൽ നിന്നും വന്നിട്ടുണ്ട്. പ്ലാനിങ്ങ് കമ്മീഷൻ മെമ്പർ ശ്രീമന്നാരായണന് ഇതിനെപ്പറ്റി ഞാനൊരു കത്തയച്ചു. അദ്ദേഹം നൽകിയ മറുപടിയിൽ ഈ പ്രശ്നം പരിഗണനയിലിരിക്കുകയാണെന്നും വേണ്ടവിധത്തിൽ പ്രവർത്തിക്കാമെന്നും ഉറപ്പുനൽകിയിട്ടുണ്ട്.

നീലേശ്വരം സ്റ്റേഷനിൽ ചില സൗകര്യങ്ങൾ ഏർപ്പെടുത്തണമെന്നാവശ്യപ്പെട്ടുകൊണ്ട് ഇതിനിടെ ഞാനൊരു കത്ത് അയച്ചിരുന്നു. ഇക്കാര്യം ശ്രദ്ധയിൽ പെട്ടിട്ടുണ്ടെന്നും ഈ മാസം 28ന് മുൻപ് മറുപടി തരാമെന്നും ഒലവക്കോട് റെയിൽവേ ഡിവിഷണൽ സൂപ്രണ്ട് മറുപടി വന്നിട്ടുണ്ട്.

ഇൻഷുറൻസ് എംപ്ലോയീസ് അസോസിയേഷന്റെ ദീർഘമായ ഒരു ഹർജി ലഭിച്ചിരുന്നു. 18ന് പാർലമെന്റിൽ ഇൻഷുറൻസ് ദേശവൽക്കരിക്കണമെന്നാവശ്യപ്പെടുന്ന കമ്യൂണിസ്റ്റ് ഗ്രൂപ്പിന്റെ അനൗദ്യോഗിക പ്രമേയം ചർച്ചക്ക് വരുമ്പോൾ ഇൻഷുറൻസ് ജോലിക്കാരുടെ കാര്യങ്ങൾക്കുവേണ്ടി ശക്തിയായി വാദിക്കണമെന്നവർ ആവശ്യപ്പെടുന്നു. ഇൻഷുറൻസ് ജീവനക്കാരുടെ അവശതകൾ ആ കത്തിൽ എണ്ണിയെണ്ണി പറഞ്ഞിരിക്കുന്നു.

പടിയൂർ വില്ലേജ് കർഷകസംഘത്തിന്റെ ഒരു വലിയ മെമ്മോറാണ്ടം ഉണ്ട്. വടക്കേ മലബാറിലെ മലയോരപ്രദേശത്തെ കൃഷിക്കാരുടെ പ്രശ്നങ്ങളാണ് അതിൽ വിവരിച്ചിട്ടുള്ളത്. അതിനെ സംബന്ധിച്ച് സ്റ്റേറ്റ് ഗവണ്മെന്റിനും ഉത്തരവാദപ്പെട്ട മന്ത്രിമാർക്കും ഞാൻ എഴുതിയിട്ടുണ്ട്. പാർലമെന്റ് തുടങ്ങിയതിനുശേഷം കേരളത്തെ സംബന്ധിച്ച് പ്രധാനപ്പെട്ട പല ചോദ്യങ്ങളും വന്നുകൊണ്ടിരിക്കുകയാണ്. കേരളത്തെ സംബന്ധിച്ച പല പ്രശ്നങ്ങളെക്കുറിച്ചും ചോദ്യങ്ങൾ ചോദിക്കുന്നുമുണ്ട്.

കേന്ദ്രഗവൺമെന്റ് ജീവനക്കാരുടെ പണിമുടക്ക്, അവരുടെ നേരെയെടുത്ത നടപടികൾ എന്നിവയെക്കുറിച്ചും മരിച്ചീനിയുടെ വില, ഒരു വിറ്റാമിൻ ഫാക്ടറി സ്ഥാപിക്കേണ്ടതിന്റെ ആവശ്യകത, പമ്പ-ഇടുക്കി പദ്ധതി, കപ്പൽനിർമാണകേന്ദ്രം, ഹെവി ഇലക്ട്രിക്കൽസ്, നാവിക വിമാനത്താവളം എന്നിവയെക്കുറിച്ചും ധാരാളം ചോദ്യങ്ങൾ ഉന്നയിച്ചിട്ടുണ്ട്.

കഴിഞ്ഞ ആറുമാസമായി ഈ കാര്യങ്ങളെ സംബന്ധിച്ച് ഞങ്ങൾ നിരന്തരം ചോദ്യങ്ങൾ ചോദിക്കാറുണ്ട്. പക്ഷേ, നമ്മുടെ നാട്ടിലെ പത്രങ്ങളിൽ ഇതൊന്നും കാണുകയില്ല. അഥവാ കമ്യൂണിസ്റ്റുകാർ

ഉന്നയിച്ച ചോദ്യമാണെങ്കിൽ ആരാണ് ചോദ്യമുന്നയിച്ചതെന്നുപോലും പത്രക്കാർ കാണിക്കില്ല. ഉദാഹരണമായി, പമ്പ–ഇടുക്കി പദ്ധതിയെ സംബന്ധിച്ച് കമ്യൂണിസ്റ്റ് ഗ്രൂപ്പിൽനിന്ന് സഖാവ് കുഞ്ഞൻ ഉന്നയിച്ച ഒരു ചോദ്യത്തിന്റെ മറുപടി. 15–ന്റെ *മാതൃഭൂമി*യിൽ വന്നിട്ടുണ്ട്. ആരാണ് ചോദിച്ചതെന്നുമാത്രം *മാതൃഭൂമി* വെളിപ്പെടുത്തിയിട്ടില്ല. കേരളത്തിന്റെ പ്രധാന പ്രശ്നങ്ങളെ സംബന്ധിച്ച് കഴിഞ്ഞ പാർലമെന്റ് യോഗത്തിൽ നൂറിലധികം ചോദ്യങ്ങൾ ഞങ്ങൾ ചോദിച്ചു. ഈ പ്രാവശ്യം തന്നെ കൊപ്ര ഇറക്കുമതി, വിഷം കലർന്ന ഭക്ഷണം കഴിച്ചതുമൂലമുണ്ടായ മരണങ്ങൾ, കുട്ടനാട്ടിലെ കൃഷിനാശം എന്നിവ ഗവൺമെന്റിന്റെ ശ്രദ്ധയിൽപ്പെടുത്താൻ ചോദ്യങ്ങൾക്ക് നോട്ടീസ് നൽകിയിട്ടുണ്ട്.

ഈ പ്രാവശ്യം ചോദ്യങ്ങളിൽ പ്രധാനമായവ പമ്പ–ഇടുക്കി പദ്ധതി, കണ്ണൂർ കോമൺവെൽത്ത് ഫാക്ടറി തുറക്കുന്ന കാര്യം. കടലാക്രമണ നിരോധനപ്രവർത്തനം, രണ്ടാം കപ്പൽനിർമാണകേന്ദ്രം, കേരളത്തിലെ റെയിൽവേ ജീവനക്കാരെ തിരിച്ചെടുക്കുന്ന പ്രശ്നം, മൂന്നാം പഞ്ചവത്സര പദ്ധതിയിൽ കേരളത്തിലെ പുതിയ റെയിൽവെ ലൈൻ, കേരളത്തിന് ഇരുമ്പ്–ഉരുക്കുകമ്പാട്ട, നാവികവിമാനത്താവളം, തൃപ്പൂണിത്തുറയിലെ കേബിൾ ഫാക്ടറി, കേരളത്തിലെ മോണോ സൈറ്റ് ഉൽപ്പാദനം, നാഷണൽഹൈവെ, പി ആന്റ് ടി ജീവനക്കാർ, കേരളത്തിലെ ജിയോളജിക്കൽ സർവെ, ഷൊർണൂർ–കൊച്ചിൻ റെയിൽവേ എന്നിവയായിരുന്നു. ഇനിയും 200–ഓളം ചോദ്യങ്ങൾക്ക് ഉത്തരം വരാനുണ്ട്.

മൂന്നാം പഞ്ചവത്സരപദ്ധതിയിൽ കേരളത്തിന് 170 കോടിയും വേറൊരു 8 കോടിയും നീക്കിവെച്ചതിൽ സംതൃപ്തരാണ് നമ്മുടെ മന്ത്രിമാരിൽ ചിലർ. പക്ഷേ, ഈയിടെ മദ്യനിരോധനക്കമ്മറ്റിയുടെ യോഗത്തിൽ പങ്കെടുക്കാൻവന്ന ചന്ദ്രശേഖരൻ പത്രപ്രതിനിധികളോട് അറിഞ്ഞോ അറിയാതെയോ പറഞ്ഞ ഒരു സംഗതി വളരെ ശ്രദ്ധേയമാണ്. കേരളത്തിന് ലഭിക്കുന്ന പെരുമാറ്റം എല്ലായ്പ്പോഴും അനീതിപരമായിരുന്നു. ഇന്നും അങ്ങനെയാണെന്നാണ് എന്റെ അഭിപ്രായം, ഒന്നുംകൂടി കൂട്ടിച്ചേർത്താൽ മതി; നമ്മുടെ നാട്ടിലെ രാഷ്ട്രീയപ്പാർട്ടികളുടെ നയവും ഇങ്ങനെതന്നെയായാൽ എന്നും കേന്ദ്രത്തിലെ നില ഇങ്ങനെതന്നെയായിത്തീരും.

കപ്പൽനിർമാണകേന്ദ്രം മൂന്നാം പദ്ധതിയിൽ പൂർത്തിയാവില്ലെന്ന് പറഞ്ഞപ്പോൾ എന്റെ നേരെ ചില പത്രങ്ങളും വ്യക്തികളും ശുണ്ഠിയെടുത്തു. പക്ഷേ, *മാതൃഭൂമി*യെപ്പോലുള്ള പത്രങ്ങളും കമ്യൂണിസ്റ്റ് പത്രങ്ങളും നാട്ടുകാരും പ്രക്ഷോഭം കൂട്ടിയതിന്റെ ഫലമായി മൂന്നാം പഞ്ചവത്സരപദ്ധതിയിൽ 15 കോടി ക ചെലവഴിക്കാനും ആറു മാസത്തിനകം സ്ഥലമെടുക്കാനും തീർച്ചപ്പെടുത്തി. ഇതുതന്നെ സാധിക്കണമെങ്കിൽ ഇനിയും പ്രക്ഷോഭം കൂട്ടണം; ശക്തിയായ പ്രക്ഷോഭം, പക്ഷേ, മൂന്നാം പദ്ധതിക്കാലത്തോ നാലാം പദ്ധതി ക്കാലത്തോ കപ്പൽനിർമാണകേന്ദ്രം പൂർത്തിയാവില്ലെന്ന് തീർച്ച.

ഹെവി ഇലക്ട്രിക്കൽസിനെപ്പറ്റി ചോദിച്ച ചോദ്യത്തിനും ആലോചനയിലാണെന്ന് മാത്രമായിരുന്നു മറുപടി. നാവിക വിമാനത്താവളത്തിന്റെ കാര്യവും ആലോചനയിലാണ്. ആലോചനയെല്ലാം കഴിഞ്ഞ് കേരളത്തിൽതന്നെ വേണമെന്ന് തീർച്ചപ്പെടുത്തിയ ഫിഷറീസ് ഇൻസ്റ്റിറ്റ്യൂട്ടും ബേപ്പൂർപോർട്ടും കൊരട്ടിപ്രസും മൈസൂർ–കുടക് റെയിൽവെയും ഇന്ന് ഇല്ലാതായി. കേരളത്തിന് മൂന്നാം പഞ്ചവത്സര പദ്ധതിയിൽ വലിയ വ്യവസായങ്ങളൊന്നും കിട്ടാൻ പോകുന്നില്ല. അധികാരത്തിൽ തൂങ്ങിനിൽക്കാൻ വേണ്ടി ഇതാ വരുന്നു എന്നുപറഞ്ഞ് ജനങ്ങളെ തോൽപ്പിക്കാതെ ഗവൺമെന്റും ജനങ്ങളും ഒന്നായി കേന്ദ്രത്തിൽ ശക്തിയായ സമ്മർദം ചെലുത്തുകയും ആവശ്യമാണെങ്കിൽ സമരം നടത്തുകയും ചെയ്താലല്ലാതെ കേരളത്തിന് വലിയ വ്യവസായങ്ങൾ കിട്ടുകയില്ല. കേരളത്തിലെ തൊഴിലില്ലാത്ത യുവാക്കൾ നട്ടംതിരിഞ്ഞ്, വലഞ്ഞ് ചാവേണ്ടിവരും. കേരളത്തിന്റെ തലയിലെഴുത്തിന്റെ വലിപ്പം!

17ന് രാത്രി എട്ടുമണിക്ക് ആപ്പീസിലിരുന്ന് ജോലി ചെയ്യുമ്പോൾ രണ്ടാളുകൾ – ഒരു പുരുഷനും ഒരു സ്ത്രീയും–കാണാൻ നിൽക്കുന്നുണ്ടെന്നറിയിച്ചു. രണ്ടുപേരും മലയാളികളാണ്. ദൽഹിയിലെ ഒരു വലിയ മഹാന്റെ ഡ്രൈവറാണ് അയാൾ. ആ മഹാൻ ആവലാതികൊടുത്ത് അയാളെ ജയിലിലാക്കി. ജയിലിൽനിന്ന് ഡ്രൈവർ വിട്ടുവന്നിരിക്കുകയാണ്. ശമ്പളം ബാക്കിയുണ്ട്. അതുവാങ്ങിക്കൊടുക്കണം. ഭാര്യയും ഭർത്താവും കഷ്ടപ്പെടുകയാണ്. അവരെ സമാധാനപ്പെടുത്തി വേണ്ടത് ചെയ്യാമെന്ന് പറഞ്ഞ് തിരിച്ചയച്ചു. ജോലി അന്വേഷിക്കാൻ വന്ന ഗംഗാധരന് ജോലി കിട്ടിയില്ല. തണുപ്പുകാലമാണ്. ജോലിയില്ലെങ്കിലും തണുപ്പുതടയാനുള്ള കുപ്പായവും റസായിയും വേണം. അതിന് കാശില്ലാത്തതും ഒരു പ്രശ്നമാണ്.

വി ജി ഡി നായിഡു എന്ന ഒരാൾ മുമ്പ് ഒരു സെൻട്രൽ ഗവൺമെന്റ് ജീവനക്കാരനായിരുന്നു. ഡിസ്മിസ് ചെയ്യപ്പെട്ട ആളാണ്. ദൽഹിയിൽ വന്നിരിക്കയാണ്. സാമ്പത്തികസഹായം കൂടാതെ നിവൃത്തിയില്ല. ചെന്നൈയിൽ വെള്ളപ്പൊക്കത്തിന്റെ സംഭാവനയ്ക്ക് ആൾ വന്നിരിക്കുന്നു. റഷ്യയിൽനിന്നുവരുന്ന യൂത്ത് ഡെലിഗേഷന്റെ സ്വീകരണത്തിന് വാസുദേവൻനായർ ടിക്കറ്റുകൊണ്ടു നടക്കുകയാണ്. അതിനും പണം വേണം.

ദൽഹിയിൽ ദിവസേന തണുപ്പുകൂടിക്കൊണ്ടിരിക്കുകയാണ്. തണുപ്പിൽ മുറിയിലിരുന്നുകൊണ്ട് മൂന്നുനാലുമണിക്കൂർനേരം കത്തുകൾക്ക് മറുപടി അയക്കാനും മന്ത്രിമാർക്ക് കത്തയക്കാനും മറ്റുമായി വിനിയോഗിക്കും. പിന്നെ ഒരുമണിക്കൂർ മലയാളപത്രങ്ങൾ വായിക്കും. രാത്രി പന്ത്രണ്ടുമണിക്ക് കിടന്നുറങ്ങും. രാവിലെ ഏഴുമണി മുതൽ വീണ്ടും പണി തുടങ്ങുകയായി!

18ന് രാവിലെ പാർലമെന്റിൽ ചൂടുപിടിച്ച ഒരു രംഗം ദൃശ്യമായി. കരുതൽതടങ്കൽ നിയമത്തിന്റെ കാലാവധി മൂന്നുകൊല്ലത്തേക്കുകൂടി

നീട്ടാനുള്ള ബില്ലും കൊണ്ടായിരുന്നു പാന്തിന്റെ പുറപ്പാട്. ആ ബില്ലിന്റെ അവതരണഘട്ടത്തിൽത്തന്നെ പ്രതിപക്ഷാംഗങ്ങൾ ബഹളം കൂട്ടി അതിനെ എതിർത്തു. സാധാരണ ഒരു ബിൽ അവതരിപ്പിക്കുമ്പോൾ അതിനെ എതിർക്കുന്ന പതിവില്ല. പക്ഷേ, പ്രതിപക്ഷ പാർട്ടികളെയും അധ്വാനിക്കുന്ന ജനവിഭാഗങ്ങളുടെ സമരങ്ങളെയും അടിച്ചമർത്താനുള്ള ആയുധമാണ് ബിൽ. കൊള്ളലാഭക്കാരുടെയോ പൂഴ്ത്തിവെപ്പുകാരുടെയോ നേരെ ഗവൺമെന്റ് ഇതുവരെ ഈ നിയമം ഉപയോഗിച്ചിട്ടില്ല. വിലക്കയറ്റത്തിന് അവരാണ് ഉത്തരവാദികൾ. പക്ഷേ, വിലക്കയറ്റംകൊണ്ട് വലയുന്ന ഗവൺമെന്റ് ജീവനക്കാർ സമാധാനപരമായ ഒരു പണിമുടക്ക് തുടങ്ങിയപ്പോൾ ആ ബില്ലുപയോഗിച്ച് അതിനെ അടിച്ചമർത്തി; അനവധി ആളുകളെ ഗവൺമെന്റ് തടങ്കലിൽ വെച്ചു; കേരളത്തിലെ കമ്യൂണിസ്റ്റ് ഗവൺമെന്റ് ഈ അപരിഷ്കൃത നിയമം ഉപയോഗിച്ചിട്ടില്ല ഭരിച്ചതെന്ന് അഭിമാനത്തോടെ പറയാൻ സാധിക്കും. അതാണ് കോൺഗ്രസും കമ്യൂണിസ്റ്റും തമ്മിലുള്ള വ്യത്യാസം.

(*ദേശാഭിമാനി*, 1960 ഡിസംബർ 4)